मिडसमर मिस्टरीज

ॲगाथा ख्रिस्ती

मिडसमर मिस्टरीज

गुन्ह्यांच्या सम्राज्ञीने लिहिलेल्या रहस्यकथा

भाषांतर : प्रणव सखदेव

MANJUL

मंजुल पब्लिशिंग हाउस

First published in India by

MANJUL

Manjul Publishing House

Corporate and Editorial Office

• 2nd Floor, Usha Preet Complex, 42 Malviya Nagar,
Bhopal 462 003 – India

Sales and Marketing Office

• C-16, Sector 3, Noida, Uttar Pradesh 201301, India
Website: www.manjulindia.com

Distribution Centres

Ahmedabad, Bengaluru, Kochi, Kolkata, Chennai,
Hyderabad, Mumbai, New Delhi, Pune

Marathi edition first published in 2025

ISBN 978-93-5543-566-8

Translated by: Pranav Sakhadeo

Cover design © HarperCollinsPublishers Ltd 2021
Cover images © Shutterstock

Printed and bound in India by Repro India Ltd.

अनुक्रमणिका

प्रस्तावना
पिरेनीज पर्वतांमधला उन्हाळा

बाबा आणि मॅज घोड्यावरून बऱ्याच ठिकाणी फिरायला जायचे. एकदा मी त्यांना खूपच विनवण्या केल्यानंतर ते मलाही दुसऱ्या दिवशी सोबत न्यायला तयार झाले. मला फारच उत्साही वाटू लागलं. माझी आई जरा कां-कू करत होती; पण बाबाने त्याकडे लक्ष दिलं नाही.

''आमच्या सोबत एक मार्गदर्शक असणार आहे,'' बाबा म्हणाला, ''आणि त्याला मुलं सोबत असण्याची सवय आहे, त्यामुळे ती काही खाली वगैरे पडणार नाही.''

दुसऱ्या दिवशी सकाळी तीन घोडे आले आणि आम्ही निघालो. खूप चढ असलेल्या आणि जरा धोक्याच्या अशा त्या नागमोडी रस्त्यांवरून आम्ही चाललो होतो. मला फारच मजा येत होती. मी ज्या घोड्यावर बसले होते, तो माझ्या दृष्टीने प्रचंड मोठा होता. आमचा मार्गदर्शक त्याला धरून पुढे नेत होता. अधूनमधून तो आजूबाजूच्या फुलांचे गुच्छ तोडून माझ्या हॅटमध्ये खोवायला देत होता. तोवर सगळं काही ठीक चालू होतं; पण आम्ही जेव्हा डोंगरावर पोहोचलो आणि जेवणाची तयारी करू लागलो, तेव्हा आमच्या मार्गदर्शकाने जरा अतिच केलं. तो कुठेतरी गेला आणि एक फुलपाखरू पकडून धावत आमच्याकडे घेऊन आला. *आमच्या या छोट्या परीसाठी!* असं म्हणून त्याने ते जिवंत फुलपाखरू एका टाचणीने माझ्या हॅटला लावलं! बाप रे, किती भयंकर क्षण होता तो! ते बिचारं फुलपाखरू फडफड करत टाचणीतून सुटायचा प्रयत्न करत होतं. त्याची फडफड पाहून मला फारच वाईट वाटत होतं आणि अर्थातच मला काहीच बोलता आलं नाही. कारण, माझ्या मनात दोन विरुद्ध विचारांची खळबळ माजली होती. त्या मार्गदर्शकाने एक चांगलं काम केलं होतं, असंच त्याला वाटत होतं. त्याने मला एक खास भेट दिली होती. मला ती आवडली नाही, असं म्हणून मी त्याच्या भावना कशा काय दुखावणार? पण त्याच वेळी त्याने ते फुलपाखरू काढावं, असं मला फार वाटत होतं! आणि इतका वेळ ते तसंच फडफड

करत मरायला टेकलं होतं. अशा विचित्र परिस्थितीत लहान मुलं एकच गोष्ट करू शकतात. मीही तीच केली. मी रडू लागले.

सगळे जण मला जितके जास्त प्रश्न विचारू लागले, तितकं मला काहीच उत्तर देता येईना. "काय झालं? तुला कुठे दुखतंय का?" बाबाने विचारलं.

"कदाचित, तिला घोड्यावर बसायची भीती वाटत असेल," माझी बहीण म्हणाली.

मी 'नाही, नाही' म्हणत राहिले. मला भीतीही वाटत नव्हती आणि कुठे दुखतही नव्हतं.

"दमली आहेस?" बाबाने विचारलं.

"नाही,' मी म्हणाले.

"अगं, मग झालंय तरी काय?"

पण मी काय बोलणार? काहीच बोलू शकले नाही. तो मार्गदर्शक तिथेच उभा होता. त्याच्या चेहऱ्यावर काळजी आणि गोंधळलेला भाव होता. बाबा मग जरा चिडूनच म्हणाला :

"ती फारच लहान आहे. आपण तिला आणायलाच नको होतं."

हे ऐकून मी जास्तच रडायला लागले. बहुतेक मी बाबाचा आणि माझ्या बहिणीचा अख्खा दिवस खराब केला होता आणि मला ते कळत असूनही रडणं थांबवता येत नव्हतं. मला हीच आशा होती की, बाबा किंवा बहीण माझ्या रडण्याचं *कारण* ओळखतील. त्यांना ते फुलपाखरू दिसेल आणि ते म्हणतील, 'कदाचित तिला ते फुलपाखरू आवडलं नसेल.' ते जर तसं म्हणाले असते तर ते ठीक होतं; पण मी स्वतःहून ते सांगू शकत नव्हते. किती वाईट दिवस होता. मी जेवायलाही नकार दिला. तिथेच रडत बसून राहिले आणि ते फुलपाखरू फडफडत राहिलं. शेवटी त्याची हालचाल थांबली. खरं तर ते पाहून मला जरा बरं वाटायला हवं होतं; पण तोपर्यंत मी इतकी दुःखी झाले होते की, कशामुळेच मला बरं वाटत नव्हतं.

आम्ही पुन्हा डोंगरावरून खाली उतरायला लागलो. बाबा नक्कीच घुश्शात होता. बहीण वैतागलेली होती. मार्गदर्शक अजूनही तसाच गोड, प्रेमळपणे वागत होता; पण तो जरा गोंधळला होता. नशीब, मला पुन्हा खूश करायला त्याने दुसरं फुलपाखरू पकडून आणलं नाही. आम्ही घरी पोहोचलो, तेव्हा सगळेच उदास दिसत होतो. बैठकीच्या खोलीत आई बसली होती तिथे आम्ही गेलो.

"अरे देवा! काय झालं? ॲगाथाला कुठे लागलं का?" तिने विचारलं.

"मला नाही माहीत," बाबा चिडून म्हणाला, "या मुलीला काय झालंय कळतच नाहीये. मला वाटतं कुठेतरी दुखतबिखत असावं. जेवायच्या वेळेपासून नुसती रडतेच आहे आणि काहीच खाल्लं नाही तिने!"

मला तिलाही सांगता येईना. मी मख्खपणे तिच्याकडे बघत राहिले. माझ्या डोळ्यांतून अजूनही आसवं गळत होती. आईने माझ्याकडे काही मिनिटं नीट निरखून पाहिलं. मग तिने विचारलं, ''हे फुलपाखरू तिच्या हॅटवर कोणी लावलं?''

बहिणीने सांगितलं की, मार्गदर्शकाने लावलं होतं.

''अच्छा...'' आई म्हणाली. मग मला ती म्हणाली, ''तुला ते आवडलं नाही ना? ते जिवंत होतं आणि त्याला दुखत असेल असं तुला वाटलं, हो ना?''

आहाहाहा... माझ्या मनावरचं ओझंच हलकं झालं. कोणीतरी तुमच्या मनातलं ओळखतं आणि तुम्हाला ते सांगतं आणि इतका वेळ गप्प राहून साठलेलं ओझं अचानक हलकं होतं, तेव्हा किती बरं वाटतं. मी आवेगाने आईच्या मिठीत शिरले आणि तिच्या गळ्यात हात टाकून म्हणाले, ''हो, हो, हो! ते फडफड करत होतं. सुटकेसाठी *धडपड!* पण तो किती प्रेमळ होता आणि त्याने चांगल्या हेतूनेच तसं केलं होतं, त्यामुळे मला काहीच बोलता येत नव्हतं!''

तिला ते सगळं समजलं. तिने मला हलके हलके थोपटलं. अचानक तो अख्खा प्रसंग खूप दूर कुठेतरी गेल्यासारखं मला वाटू लागलं.

''तुला कसं वाटलं असेल ते मला कळतंय,'' आई म्हणाली, ''मला माहीतेय; पण आता ते सगळं संपलंय ना, तर आपण त्याबद्दल आता नको बोलायला.''

– ॲगाथा ख्रिस्ती

मिडसमर मिस्टरीज

रक्तमाखला फुटपाथ

''गंमत म्हणजे मला तुम्हाला माझी गोष्ट सांगायला फार काही आवडत नाहीये,'' जॉइस लॉम्प्रिएर म्हणाली, ''ही गोष्ट खूप पूर्वी घडली आहे. नक्की सांगायचं, तर पाच वर्षांपूर्वी; पण तरी तेव्हापासून त्या गोष्टीचं भूत मला पछाडतं आहे. ही गोष्ट वरवर पाहता हसरी, छान, उजळ वाटते; पण आतमधून ती गडद, भयंकर आहे आणि एक विचित्र गोष्ट म्हणजे मी त्या वेळी त्याचं जे रेखाचित्र बनवलं, त्यातही तसंच वातावरण आपोआप आलं आहे. पहिल्यांदा तुम्ही त्या रेखाचित्राकडे पाहाल, तर तुम्हाला एका ऊन पडलेल्या कॉर्निश रस्त्याचं एक रफ स्केच दिसेल; पण जर तुम्ही त्याच्याकडे खूप वेळ एकटक बघत राहिलात तर काहीतरी भयंकर, अशुभ असं त्यात येऊ लागल्याचा भास तुम्हाला होईल. मी ते चित्र विकलं नाहीये; पण मी त्याच्याकडे बघतच नाही. ते माझ्या स्टुडिओच्या एका कोपऱ्यात, भिंतीकडे तोंड करून ठेवून दिलं आहे.''

त्या ठिकाणाचं नाव होतं, रॅटहोल. मासेमारांचं ते एक वेगळंच असं कॉर्निश गाव होतं. खूपच सुंदर, निसर्गरम्य होतं. कदाचित, जरा जास्तच सुंदर चित्रासारखं दिसणारं. तिथल्या दुकानांत तुम्हाला स्मॉकचे ड्रेस घातलेल्या, केस आखूड कापलेल्या मुली सुंदर अक्षरात लिहीत असताना दिसतील. ते गाव खूपच सुंदर, नवलाईचं आहे आणि त्यांनाही ते बरोबर माहीत आहे.

''अरे हो, मला माहीत आहे,'' रेमंड वेस्ट वैतागल्यासारख्या आवाजात म्हणाला. ''तिथे त्या प्रवाशांना नेणाऱ्या मोठ्या बस असतात ना. गावातल्या गल्ल्या कितीही अरुंद असोत, त्या बस तिथे घुसताताच, त्यामुळे कुठलंही सुंदर गाव सुरक्षित राहिलेलं नाही.''

जॉइसने मान डोलावली.

''रॅटहोलकडे जाणाऱ्या गल्ल्याही तशाच अरुंद आहेत आणि तीव्र उताराच्या. असो, तर माझी गोष्ट पुढे सांगते. मी एका पंधरवड्यासाठी कॉर्नवॉलला आले होते, रेखाटनं करायला. रॅटहोलमध्ये एक जुनं साधंसं हॉटेल आहे. त्याचं नाव पोलहारविथ आर्म्स. पंधराशे – कितीतरीमध्ये जेव्हा स्पॅनिश सैन्याने इथे गोळीबार केला आणि त्यांनी सगळं जमीनदोस्त केलं, तेव्हा हे एकच घर त्यांनी पाडलं नाही म्हणे.''

''तो गोळीबार नव्हता. इतिहास अचूकपणे सांग गं जॉइस,'' रेमंड वेस्ट आठ्या घालत म्हणाला.

''त्यांनी किनाऱ्यावर कुठेतरी बंदुका उतरवल्याच ना. त्यांनी गोळ्या झाडल्या आणि घरं पडली. असो, मुद्दा तो नाहीये. ते हॉटेल फार छान जुन्या पद्धतीचं होतं. त्याच्या समोर चार खांबांवर तोललेलं पोर्च होतं. मी एक चांगली जागा निवडून चित्र काढायला बसणार, इतक्यात एक गाडी टेकडीच्या उतारावरून वळणं घेत तिथे आली आणि ती अर्थातच हॉटेलसमोर थांबणार होती; पण माझ्यासाठी ती चित्राच्या मध्ये येणार होती. त्या गाडीतून एक पुरुष आणि एक स्त्री उतरले. माझ्या खास काही लक्षात राहिले नाहीत. तिने गुलाबी-जांभळट रंगाचे कपडे घातले होते.

''माझ्या नशिबाने लगेचच तो माणूस पुन्हा बाहेर आला. त्याने गाडी बंदराकडे वळवली आणि तिथेच लावली. मग तो चालत चालत हॉटेलमध्ये आला. त्याच वेळी आणखी एक गाडी आली आणि त्यातून भडक लाल रंगाचे कपडे घातलेली एक स्त्री उतरली. तिने लाल रंगाची स्थानिक गवती हॅट घातली होती. क्यूबन पद्धतीच्या असतात ना त्या?

''ही स्त्री हॉटेलपाशी थांबली नाही. ती गाडी घेऊन सरळ दुसऱ्या हॉटेलपाशी गेली. ती बाहेर पडली, तेव्हा आधीच्या पुरुषाने तिला पाहिलं आणि तो चकित होत ओरडला, 'कॅरल! या अशा दूरच्या ठिकाणी तू भेटशील वाटलंच नव्हतं! किती वर्षं झाली आपण भेटलो नाही आहोत. माझी बायको मार्जरी तिथे आहे बघ. तू येऊन भेट ना तिला.'

''ते दोघं एकत्रच हॉटेलात चालत गेले. त्या पुरुषाची बायको बाहेर येताना मला दिसली. ते दोघं माझ्या समोरून जाताना मला क्षणभरच ती कॅरल नावाची बाई दिसली. तिने भरपूर मेकअप केला होता. तिचे ओठ लालभडक रंगवलेले होते. ते पाहून माझ्या मनात आलं की, खरंच मार्जरी तिला पाहून खूश होईल का? मी मार्जरीला जवळून पाहिलं नव्हतं; पण दुरून तरी ती मला जास्तच नीटनेटकी आणि अनाकर्षक वाटली होती.

''अर्थातच त्यांच्या प्रकरणात मी नाक खुपसणं बरोबर नव्हतं; पण कधी कधी आयुष्यात असं काहीतरी विचित्र दिसतं ना की, त्याबद्दल आपल्या मनात विचार येतात, आपण अंदाज बांधतो... ते जिथे उभे होते, तिथून मला त्यांच्या संभाषणातले तुकडे ऐकू येत होते. ते समुद्रस्नानाबद्दल काहीतरी बोलत होते. त्या पुरुषाचं नाव डेनिस होतं असं मला समजलं. त्याला बोट घेऊन किनाऱ्याजवळच्या पाण्यात जायचं होतं. तो म्हणाला की, जवळच, मैलभर अंतरावर एक बघण्यासारखी गुहा आहे. कॅरललाही ती गुहा बघायची होती; पण तिने कड्याच्या बाजूने चालत जाऊ या असं सुचवलं. तिला बोटी मुळीच आवडत नाहीत, असं ती म्हणाली. शेवटी

त्यांचं असं ठरलं की, कॅरलने कड्याच्या बाजूने चालत जाऊन त्यांना गुहेपाशी भेटायचं आणि डेनिस व मार्जरीने बोटीतून जायचं.

''त्यांना समुद्रस्नानाबद्दल बोलताना ऐकून मलाही समुद्रात पोहायला जावंसं वाटलं. खूप उकडत होतं आणि तसंही माझं काम फार होत नव्हतं. शिवाय मला वाटलं की, दुपारच्या उन्हात स्केच जास्त चांगली येतील म्हणून मी माझं सामान आवरलं आणि मला माहीत असलेल्या एका किनाऱ्याकडे गेले. तो गुहेच्या विरुद्ध दिशेला होता. खरं तर तो किनारा मलाच सापडला होता. मी तिथे समुद्रात मस्त स्नान केलं आणि टिनमधले टंग आणि टोमॅटो यांचं जेवण केलं. मग स्केच पूर्ण करायला मोठ्या आत्मविश्वासाने आणि उत्साहाने दुपारी मी परतले.

''अख्खं रॅटहोल झोपलेलं भासत होतं. दुपारच्या उन्हाबद्दल आणि प्रकाशाबद्दल माझा अंदाज बरोबर ठरला होता. सावल्या खूपच बोलक्या वाटत होत्या. पोलहारविथ आर्म्स माझ्या स्केचचा मुख्य विषय होता. त्याच्या समोरच उन्हाची एक तिरीप पडली होती आणि त्याने एक वेगळाच प्रकाशाचा खेळ साधला होता. समुद्रावर गेलेले तिघंही परतले असणार हे मला समजलं. कारण, गॅलरीमध्ये एक लाल आणि एक गडद निळा असे दोन स्विमिंग ड्रेसेस वाळत होते.

''माझ्या स्केचच्या एका कोपऱ्यात काहीतरी गडबड झाली. मी खाली वाकून तेवढा भाग नीट चितारत होते. मी पुन्हा मान वर करून पाहिलं, तेव्हा एक आकृती हॉटेलच्या पोर्चच्या खांबाला टेकून उभी होती. जणूकाही जादूनेच ती तिथे अवतरली असावी. तिने समुद्रावर घालायचे कपडे घातले होते. माझ्या मते तो एक कोळी होता. त्याला लांब काळी दाढी होती. जर मला स्केचमध्ये एखादा दुष्ट स्पॅनिश कप्तान काढायचा असता, तर मॉडेल म्हणून तो माणूस अगदी योग्य ठरला असता. तो मध्येच हलला असता तर म्हणून मी भराभर त्याचं स्केच काढायला लागले; पण खरं तर तो त्या खांबाला टेकून तसाच निरंतर उभा राहील असं वाटत होतं.

''नंतर तो हलला खरा; पण तोवर मला जे हवं होतं ते काढून झालं होतं. तो माझ्यापाशी येऊन बोलू लागला. किती बोलत होता तो!

'रॅटहोल खूप कुतूहलजनक ठिकाण आहे,' तो म्हणाला.

''मला ते आधीच माहीत होतं आणि मी तसं म्हणालेही; पण तरी तो बोलतच राहिला. त्याने मला अख्खा इतिहास सांगितला म्हणजे तो गोळीबार... नाही, गाव उद्ध्वस्त केल्याचा आणि पोलहारविथ आर्म्सचा मालक कसा शेवटची जिवंत व्यक्ती उरला होता... एका स्पॅनिश कॅप्टनने त्याला त्याच्याच हॉटेलबाहेर तलवारीने भोसकलं. त्याचं रक्त कसं फुटपाथवर वाहत आलं आणि शंभर वर्षं कोणालाच तो रक्ताचा डाग पुसता आला नाही.

''दुपारच्या त्या सुस्त, झोपाळू वातावरणात ती कहाणी अगदी बरोब्बर बसत होती. त्या माणसाचा आवाज सौम्य होता; पण तरीही त्यामागे काहीतरी भीतिदायक

दडलेलं भासत होतं. त्याचा आविर्भाव खूपच आर्जवी होता; पण तरी तो क्रूर असेल असं वाटत होतं. त्याने मला स्पेनच्या कुप्रसिद्ध न्यायसंस्थेबद्दल नीट समजावून सांगितलं, स्पॅनिश लोकांनी कशी भयंकर कृत्यं केली, ते इतकं नीट मला त्यापूर्वी कोणीच सांगितलं नव्हतं.

''इतका वेळ तो बोलत होता आणि मी एकीकडे चित्र काढत होते आणि अचानक माझ्या लक्षात आलं की, त्याची गोष्ट ऐकण्याच्या भरात मी चित्रात काहीतरी वेगळंच काढलं होतं, जे खरं तिथे नव्हतंच. पोलहारविथ आर्म्सच्या दारासमोर जिथे उन्हाचा कवडसा पडला होता, तिथे फुटपाथच्या पांढऱ्या चौकोनात मी रक्ताचे डाग रंगवले होते. माझ्या मनाचे असे खेळ चालू झाल्यावर हातानेही तसं चित्र काढणं हे विलक्षणच होतं; पण मी जेव्हा हॉटेलच्या दिशेने नजर टाकली, तेव्हा मला दुसऱ्यांदा धक्का बसला. माझ्या हाताने समोर दिसलं तेच रंगवलं होतं. कारण, समोरच्या पांढऱ्या फुटपाथवर खरंच रक्ताचे डाग होते.

''मी एक-दोन क्षण बघतच राहिले. मग डोळे मिटून स्वतःला म्हणाले, 'वेडेपणा करू नकोस. तिथे खरं तर काहीच नाहीये.' मग डोळे उघडून मी पुन्हा पाहिलं तरी ते डाग तसेच होते.

''मला अचानक ते सहन करणं अशक्य झालं. मी त्या कोळ्याच्या बोलण्याचा धबधबा मध्ये अडवला.

''मी म्हणाले, 'मला सांग, माझी दृष्टी तितकी चांगली नाहीये. त्या फुटपाथवर दिसतायत ते रक्ताचे डाग आहेत का?'

''त्याने माझ्याकडे प्रेमळपणे बघितलं आणि म्हणाला, 'लेडी, आता काही डागबीग नसतात. मी सांगतोय ती गोष्ट जवळपास पाचशे वर्षांपूर्वीची आहे.'

'''हो; पण आत्ता त्या फुटपाथवर...' मी म्हणाले आणि गप्प झाले. मला *माहीत होतं* की, त्याला तिथे काहीही दिसणार नाहीये. मी उठून माझं सामान आवरायला लागले. माझे हात थरथरत होते, तेव्हाच गाडीतून मघाशी आलेला तो तरुण हॉटेलमधून बाहेर आला. त्याने गोंधळलेल्या नजरेने रस्त्याच्या दोन्ही बाजूंना पाहिलं. वरच्या गॅलरीत त्याची बायको अवतरली आणि तिने वाळत घातलेले कपडे गोळा केले. तो पुरुष चालत गाडीच्या दिशेने गेला; पण मग अचानक वळून रस्ता ओलांडून कोळ्यापाशी आला. त्याला म्हणाला, 'मला सांग, त्या दुसऱ्या गाडीतून आलेली लेडी परत आली का? काही माहीत आहे?'

'फुलाफुलांचे कपडे घातलेली लेडी? नाही सर, मी त्यांना पाहिलं नाहीये. सकाळी त्या कड्याच्या बाजूने गुडेकडे जाताना मी पाहिल्या.'

'हो, हो माहितेय. आम्ही सगळ्यांनी एकत्रच समुद्रात अंघोळ केली. मग ती चालत परत निघाली, तेव्हापासून मी तिला पाहिलं नाहीये. तिला परतायला इतका वेळ तर काही लागणार नाही. इथले कडे धोकादायक तर नाहीयेत ना?'

'तुम्ही कोणत्या रस्त्याने जाताय त्यावर ते अवलंबून आहे, सर. खरं तर या परिसराची माहिती असलेला माणूस सोबत नेणं चांगलं.'

''त्याला खरं तर म्हणायचं होतं की, त्यालाच त्यांनी न्यायला हवं होतं. तो आणखीही स्पष्ट करणार होता; पण तेवढ्यात तो तरुण त्याचं बोलणं उद्धटपणे थांबवून बायकोला हाका मारत आत पळाला.

'मार्जरी, कॅरल अजून परतली नाहीये. विचित्र नाही का वाटत हे?'

''मार्जरी काय म्हणाली ते मला ऐकू आलं नाही; पण तिचा नवरा पुढे म्हणाला, 'असो. आपल्याला काही आणखी थांबता येणार नाही. आपल्याला पेनरिथरला जायला निघायलाच हवं. तू तयार आहेस का? मी गाडी वळवून घेतो तोवर.'

''त्याने सांगितल्याप्रमाणे गाडी काढली आणि ती दोघं निघून गेले. माझ्या कल्पनेच्या भराऱ्या किती वेडपट होत्या हे सिद्ध करण्यासाठी मी माझ्या मनाची तयारी करत होते. गाडी निघून गेल्यानंतर मी हॉटेलपाशी गेले आणि त्या फुटपाथचं नीट निरीक्षण केलं. अर्थातच तिथे काही रक्ताचे डाग वगैरे नव्हते म्हणजे इतका वेळ माझ्याच कल्पनेचे खेळ चालू होते; पण का कुणास ठाऊक, त्यामुळे मला जरा जास्तच भीतिदायक वाटली ती गोष्ट. मी तिथेच उभी असताना मला त्या कोळ्याचा आवाज आला.

तो माझ्याकडे कुतूहलाने बघत होता. 'तुम्हाला तिथे रक्ताचे डाग दिसल्याचा भास झाला ना, लेडी?' त्याने विचारलं.

''मी मान डोलावली.

'फारच विलक्षण. फारच. आमच्या इथे एक अंधश्रद्धा आहे. जर कोणाला ते रक्ताचे डाग दिसले तर...'

''इतकं बोलून तो थांबला.

'''तर काय?' मी विचारलं.

''तो त्याच्या मृदू आवाजात बोलत राहिला. त्याचं बोलणं कॉर्निश उच्चारांतलं तर होतं; पण तरीही ते फारच सुशिक्षित माणसासारखं वाटत होतं. त्यात कॉर्निश हेल नव्हता.

''तो म्हणाला, 'असं म्हणतात, लेडी की, जर कोणाला ते रक्ताचे डाग दिसले, तर पुढच्या चोवीस तासांत कोणाचा तरी मृत्यू होतो.'

''बाप रे! मला तर भीतीने शहाराच आला.

''तो पुढे बोलत राहिला. 'चर्चमध्ये एक फार रंजक शिलालेख आहे. एका मृत्यूबद्दलचा, लेडी...'

'''नको, मला नाही बघायचाय,' मी ठामपणे म्हणाले. मग मी जिथे राहत होते, त्या कॉटेजकडे चालत निघाले. मी तिथे पोहोचले, तेव्हा कॅरल नावाची ती

बाई मला कड्याच्या दिशेने घाईघाईने चालत येताना दिसली. करड्या खडकांच्या पार्श्वभूमीवर ती एखाद्या विषारी लाल फुलासारखी दिसत होती. तिच्या हॅटचा रंग अगदी रक्तासारखा लाल होता.

''मी डोकं हलवलं. माझ्याच मनात उगाच रक्ताचे संदर्भ बसले होते.

''काही वेळाने मला तिच्या गाडीचा आवाज ऐकू आला. तीपण पेनरिथरला जात असेल का असा माझ्या मनात विचार आला; पण तिने विरुद्ध दिशेचा, डावीकडचा रस्ता पकडला. तिची गाडी चढावरून टेकडीच्या रस्त्यावर दिसेनाशी झाली आणि मी सुटकेचा निःश्वास टाकला. पुन्हा एकदा रॅटहोल पूर्वीप्रमाणे सुस्त, शांत वाटू लागलं.''

''इतकंच सांगायचं असेल, तर मी माझं मत सांगतो तुला,'' जॉइस बोलायची थांबल्यावर रेमंड वेस्ट म्हणाला, ''अपचन असेल आणि जेवणानंतर डोळ्यांसमोर काळे ठिपके दिसत असतील.''

''माझी गोष्ट संपली नाहीये,'' जॉइस म्हणाली, ''तू पुढचा भाग ऐकायला हवा. दोन दिवसांनंतर मी वर्तमानपत्रात वाचलं... हेडलाइन होती 'समुद्रस्नान करताना मृत्यू'. त्यात लिहिलं होतं की, कॅप्टन डेनिस डॅक्रे याची पत्नी मिसेस डॅक्रे लँडियर गुहांपाशी समुद्रात बुडाली. त्या वेळी ती आणि तिचा पती तिथल्याच हॉटेलात राहत होते. त्यांनी समुद्रात स्नानाला जाण्याचा मनसुबा सांगितलाही होता; पण अचानक गार वारे वाहू लागले होते. हवा फारच गार आहे असं कॅप्टन डॅक्रेने जाहीर केलं आणि तो हॉटेलातल्या इतर काही लोकांसोबत गोल्फ खेळायला गेला. मिसेस डॅक्रेला मात्र ती हवा फार गार वाटली नाही आणि ती एकटीच किनाऱ्याजवळच्या गुहांपाशी गेली. ती परत न आल्याने तिचा पती घाबरला आणि आपल्या मित्रांसोबत किनाऱ्यावर गेला. एका खडकाजवळ त्यांना तिचे कपडे सापडले; पण तिचा काहीच पत्ता नव्हता. जवळपास एक आठवड्याभराने तिचं शव सापडलं. जरा दूरच्या एका किनाऱ्यापाशी ते वाहून आलं होतं. मृत्यूपूर्वी तिच्या डोक्याला घाव बसला होता. असं बोललं गेलं की, तिने समुद्रात उंचावरून उडी मारली असावी आणि तिचं डोकं खडकावर आपटलं असावं. ते वाचून मला समजलं की, मला ते रक्ताचे डाग दिसल्यानंतर चोविसेक तासांनीच तिचा मृत्यू झाला असणार.''

''माझा याला विरोध आहे,'' सर हेन्री म्हणाला, ''ही काही समस्या नाहीये. ही तर भुताटकीची कहाणी आहे. मिस लॉम्प्रिएर ही मृतात्म्यांशी संवाद साधणारं माध्यम असणार!''

मिस्टर पेथेरिकने नेहमीप्रमाणे घसा खाकरला.

''मला एक गोष्ट खटकते आहे...'' तो म्हणाला, ''डोक्यावरचा तो घाव. तिचा खून झालेला असू शकतो ही शक्यता आपण मनात ठेवायला हवी; पण निष्कर्ष काढण्यासाठी आपल्याकडे काहीच माहिती नाहीये. मिस लॉम्प्रिएरला झालेला भास

किंवा दृष्टान्त ही रंजक गोष्ट आहे खरी; पण तिला नक्की काय म्हणायचंय ते मला कळत नाहीये.''

''तिला अपचन झालेलं असणार आणि हा योगायोग आहे, दुसरं काय,'' रेमंड म्हणाला, ''तसंही ते लोक तेच होते हे आपण खात्रीने सांगू शकत नाही. शिवाय, तो शाप किंवा जे काही होतं ते केवळ रॅटहोलच्या रहिवाशांना लागू होत असणार ना.''

''मला वाटतं, या गोष्टीशी त्या दुष्ट दिसणाऱ्या कोळ्याचा काहीतरी संबंध असणार.'' सर हेन्री म्हणाला, ''पण मलाही मिस्टर पेथेरिकचं पटतंय. मिस लॉम्प्रिएरने आपल्याला पुरेशी माहिती पुरवलेली नाही.''

जॉइसने डॉ. पेंडरकडे पाहिलं; पण त्याने हसून मान हलवली.

''ही अतिशय रंजक कहाणी आहे; पण मलाही सर हेन्री आणि मिस्टर पेथेरिकप्रमाणेच वाटतंय. पुढे काही अंदाज बांधायला आपल्याकडे पुरेशी माहितीच उपलब्ध नाहीये,'' तो म्हणाला.

जॉइसने मग कुतूहलाने मिस मार्पलकडे पाहिलं. ती जॉइसकडे बघून हसली, ''मलाही असं वाटतं की, तू पुरेशी माहिती सांगितली नाहीयेस, जॉइस बेटा,'' ती म्हणाली, ''पण अर्थातच माझी गोष्ट वेगळी आहे. आपण बायका कपड्यांविषयी जास्त विचार करतो. मला वाटतं ही समस्या पुरुषांपुढे मांडून काही उपयोग नाही. फार भराभर तिला कपडे बदलावे लागले असणार. किती दुष्ट बाई असेल ती! आणि तो पुरुष तर त्यातून जास्त दुष्ट!''

जॉइस तिच्याकडे पाहतच राहिली.

''जेन मावशी, अं... मिस मार्पल, मला वाटतं की, तुम्हाला खरं काय ते समजलंय.''

''बेटा, माझ्यासाठी ते तुझ्यापेक्षा खूपच जास्त सोपं होतं. मी आपली इथे शांत बसून आहे; पण तू चित्रकार आहेस आणि त्यामुळे तुला बदललेलं वातावरण लगेच जाणवतं, हो ना? मी इथे विणकाम करत बसते आणि तसं करता करता मला सगळी तथ्यं स्पष्ट दिसतात. गॅलरीत वाळत घातलेल्या स्विमिंग ड्रेसमधून खालच्या फुटपाथवर पडलेले रक्ताचे डाग... आणि तो लाल ड्रेस असल्यामुळे गुन्हेगारांना कळलंच नाही की, त्यावर रक्ताचे डाग होते. बिचारी, खरंच बिचारी!''

''एक मिनिट, मिस मार्पल,'' सर हेन्री म्हणाला, ''मला अजूनही काहीच समजत नाहीये. काय बोलणं चालू आहे ते तुम्हाला आणि मिस लॉम्प्रिएरलाच समजतंय; पण आम्हा पुरुषांना काहीच कळलेलं नाहीये.''

जॉइस म्हणाली, ''मी तुम्हाला आता गोष्टीचा शेवट सांगते. एक वर्षानंतरची गोष्ट. मी पूर्व किनाऱ्यावरच्या एका हॉटेलात राहत होते. मी स्केचिंग करत असताना अचानक

मला असं वाटू लागलं की, हेच पूर्वी एकदा घडून गेलं आहे – देजा वू! माझ्या समोरच्या फुटपाथवर एक पुरुष आणि एक बाई होती. ते लाल फुलाफुलांच्या ड्रेसमधल्या एका बाईशी बोलत होते. तो पुरुष म्हणत होता, 'कॅरल! किती छान वाटलं तुला भेटून! किती वर्षांनी भेटतोय आपण. तू माझ्या बायकोला ओळखत नाहीस ना? जोॲन, ही माझी एक जुनी मैत्रीण – मिस हार्डिंग.''

''मी त्या माणसाला लगेच ओळखलं. तो रॅटहोलमध्ये दिसलेला डेनिसच होता. त्याची बायको वेगळी होती म्हणजे मार्जरीच्याऐवजी जोॲन होती; पण ती तशाच प्रकारची होती म्हणजे तरुण, अनाकर्षक आणि चटकन लक्षात राहणार नाही अशी. मला क्षणभर वाटलं की, मला वेड लागलंय. ते पुन्हा समुद्रस्नानाला जाण्याच्या गोष्टी करायला लागले. मी काय केलं ते आता सांगते. मी तशीच उठून ताबडतोब पोलीस चौकीवर गेले. मला वाटलं की, पोलीस मला वेडी समजतील; पण मला पर्वा नव्हती; पण सगळं नीट झालं. स्कॉटलंड यार्डचा एक जण तिथे होता आणि तो याच्याच तपासाकरता तिथे आला होता. पोलिसांना या डेनिस डॅक्रेबद्दल संशय निर्माण झाला होता. भयंकरच वाटतंय आता त्याबद्दल बोलायला! ते त्याचं खरं नाव नव्हतं. तो दर वेळी वेगवेगळी नावं घ्यायचा. तो मुलींशी ओळख करून घ्यायचा. साध्या, गबाळ्या मुलीच निवडायचा. ज्यांना नातेवाईक किंवा मित्रमैत्रिणीही नसतील अशा मुली. त्यांच्याशी लग्न करून त्यांच्या नावे मोठ्या रकमेचा विमा उतरवायचा आणि मग... बाप रे! कॅरल त्याची खरी बायको होती आणि ते नेहमी तीच योजना अमलात आणायचे, त्यामुळेच खरं तर तो शेवटी पकडला गेला. कारण, विमा कंपन्यांना संशय आला होता. तो आपल्या नव्या नवरीसोबत कुठल्यातरी शांत, दूरच्या समुद्रकिनारी यायचा आणि मग अचानक ती कॅरल तिथे उपटायची आणि तिघं समुद्रावर स्नानाला जायचे. तिथे नव्या नवरीचा खून करून, तिचेच कपडे घालून कॅरल बोटीतून डेनिससोबत परतायची. मग दोघं हॉटेल सोडण्यापूर्वी कॅरलविषयी मुद्दाम चौकशी करायचे आणि जायचे. गावातून बाहेर पडल्यावर कॅरल परत तिचे लालभडक कपडे घालायची, मेकअप करायची आणि घाईघाईने चालत हॉटेलपाशी येऊन स्वतःची गाडी घेऊन जायची. मग पाणी कोणत्या दिशेने वाहणार आहे, याचा अंदाज घेऊन ते दोघं पुन्हा एकदा त्या दुसऱ्या ठिकाणी स्नानाला जाण्याचं नाटक करायचे. त्या वेळी कॅरल त्याच्या बायकोची भूमिका वठवायची. मग एकटीच किनाऱ्यावर स्नानाला जाऊन आधीच मारलेल्या त्या मुलीचे कपडे खडकापाशी ठेवायची आणि कपडे बदलून, लाल ड्रेस घालून शांतपणे दूर जायची. मग नंतर तिचा नवरा तिला येऊन भेटायचा.

''मला वाटतं जेव्हा त्यांनी बिचाऱ्या मार्जरीला मारलं असणार, तेव्हा तिचं रक्त कॅरलच्या स्विमिंग ड्रेसवर उडालं असणार. तो लालच असल्याने त्यांना कळलं नसणार, जसं मिस मार्पलने मगाशी सांगितलं; पण त्यांनी तो गॅलरीत वाळत

घातल्यावर त्यातून रक्ताचे थेंब खाली टपकले. बाप रे! मला अजून ते दृश्य दिसतंय!'' ती शहारत म्हणाली.

''हं, आता मला आठवलं,'' सर हेन्री म्हणाला, ''त्याचं खरं नाव डेव्हिस होतं. मी विसरून गेलो होतो की, त्याने डॅक्रे हे नाव घेतलं होतं. फारच लबाड आणि दुष्ट जोडपं होतं ते. मला नेहमी प्रश्न पडतो की, कोणालाच ती बाई बदलल्याचं कळलं नाही? मला वाटतं मिस मार्पल म्हणतात, तसं चेहऱ्यांपेक्षा कपड्यांवरूनच आपण जास्त प्रमाणात ओळख पटवत असतो. फारच हुशारीने त्यांनी योजना आखली होती हे खरं. आमचा डेव्हिसवर संशय होता खरा; पण त्याला नेहमीच इतकी व्यवस्थित ॲलिबी असायची की तोच गुन्हेगार आहे हे सिद्ध करता येत नव्हतं.''

''जेन मावशी,'' रेमंड तिच्याकडे कुतूहलाने पाहत म्हणाला, ''तुम्ही हे कसं करता? तुम्ही इतकं शांत आयुष्य जगला आहात आणि तरीही तुम्हाला कशाचंच आश्चर्य वाटत नाही?''

''मला या जगात ना नेहमी कोणतीही एखादी गोष्ट आणि तशीच दुसरी गोष्ट यांच्यात साम्य सापडतं. अशीच एक मिसेस ग्रीन नावाची बाई होती, माहितेय, तिने तिच्या पाच मुलांना पुरलं आणि प्रत्येकाचा विमा उतरवलेला होता. अर्थातच लोकांना संशय येऊ लागला.''

तिने मान हलवली.

''गावाकडच्या आयुष्यातही खूप दुष्टपणा पाहिला आहे मी. हे जग किती क्रूर आहे हे तुम्हा तरुणांना कधीच कळायला नको असं मला वाटतं.''

हार्लेक्विन गल्ली

आपण डेन्मन्सच्या घरी कशाला राहायला चाललोय हे मिस्टर सॅटर्थवाइटला स्वतःलाच कळत नव्हतं. ते खरं तर त्याच्या प्रकारचे लोक नव्हते म्हणजे ते अगदी उच्चभ्रू फॅशनेबल जगतातलेही नव्हते किंवा इंटरेस्टिंग कलावंतांपैकीही नव्हते. कला आणि कोणत्याही चांगल्या सांस्कृतिक गोष्टींशी काडीचाही संबंध नसलेले ते लोक होते आणि त्यातही अत्यंत कंटाळवाणे! मिस्टर सॅटर्थवाइट त्यांना पहिल्यांदा बिअॅरिट्झमध्ये भेटला होता. मग त्यांचं आमंत्रण स्वीकारून त्यांच्या घरीही गेला होता. त्याला तिथे कंटाळा आला असूनही, गंमत म्हणजे तो पुन्हा पुन्हा त्यांच्याकडे जात राहिला होता.

पण का? एकवीस जूनला आपल्या रोल्स रॉइसमधून लंडनबाहेर पडताना तो स्वतःला हाच प्रश्न विचारत होता.

जॉन डेन्मन चाळिशीचा मनुष्य होता. तो व्यावसायिक जगतात चांगले पाय रोवून उभा होता. तिथे त्याला सगळे ओळखतही. त्याची मित्रमंडळी ही मिस्टर सॅटर्थवाइटचे मित्र नव्हते आणि दोघांच्या वेगवेगळ्या बाबतींतल्या कल्पनाही अगदी भिन्न होत्या. तो त्याच्या व्यवसायात हुशार होता; पण बाकी कल्पनाशक्तीच्या बाबतीत अगदीच शून्य होता.

'मी हे का करतोय?' मिस्टर सॅटर्थवाइटने पुन्हा एकदा स्वतःला विचारलं. त्याच्या मनाने त्याला जे उत्तर दिलं, ते इतकं संदिग्ध आणि मूर्खपणाचं होतं की, त्याने तो विचार बाजूलाच सारला. कारण, ते उत्तर होतं – मिसेस डेन्मनच्या आरामदायी अशा बैठकीच्या खोलीने मिस्टर सॅटर्थवाइटचं कुतूहल चाळवलं जायचं.

ती बैठकीची खोली तिच्या व्यक्तिमत्त्वाचा आरसा होती, अशातला अजिबात भाग नव्हता. कारण, मिसेस डेन्मनला काही व्यक्तिमत्त्वच नव्हतं. इतकी निर्विकार बाई मिस्टर सॅटर्थवाइटने कधीच पाहिली नव्हती. त्याला माहीत होतं की, ती जन्माने रशियन होती. युरोपातल्या युद्धाच्या सुरुवातीच्या काळात जॉन डेन्मन रशियात होता, तो रशियन सैन्याबरोबर लढलाही होता आणि राज्यक्रांतीच्या वेळी तो कसाबसा वाचला होता. त्याने फुटकी कवडीही नसलेल्या या निर्वासित रशियन मुलीला सोबत

आणलं होतं. नंतर त्याच्या आईवडिलांच्या कठोर विरोधाला न जुमानता त्याने तिच्याशी लग्नही केलं होतं.

मिसेस डेन्मनची बैठकीची खोली कोणत्याही प्रकारे डोळ्यांत भरण्यासारखी नव्हती. ती चांगली होती, त्यात भरपूर चांगलं फर्निचर होतं. त्या खोलीतलं वातावरण हे पुरुषी जास्त वाटायचं; पण त्या खोलीत एक वस्तू बाकीच्याशी अगदी विसंगत अशी होती. पारदर्शक चकाकता रंग असलेला एक चिनी लॅकर स्क्रीन. तो एक चित्र काढलेला लाकडी पातळ पडदा होता. त्याचा रंग फिकट पिवळा आणि गुलाबी होता. कोणत्याही वस्तुसंग्रहालयाने खुशीने तो आपल्या संग्रहात ठेवला असता इतका तो सुंदर होता. एखाद्या संग्राहकाकडेच सापडेल अशी ती दुर्मीळ आणि सुंदर वस्तू होती.

ठोकळेबाज इंग्लिश पार्श्वभूमीच्या त्या खोलीत ती अगदीच विसंगत वाटायची. खरं तर ती त्या खोलीतलं मुख्य आकर्षण असायला हवी होती आणि इतर सर्व वस्तू, फर्निचर हे त्याच्यानुसार रचायला हवं होतं आणि तरीही डेन्मन्स जोडप्याची फर्निचर वगैरे बाबतीतली निवड कुठेच नाव ठेवण्याजोगी नव्हती. त्यांच्या घरातलं बाकी सगळंच परस्परांशी मिळतंजुळतं होतं.

मिस्टर सॅटर्थवाइटने डोकं हलवलं. ही गोष्ट लहानशी असली तरी त्यामुळे तो गोंधळात पडला होता. त्याला खात्री होती की, त्याच वस्तूमुळे तो पुन्हा पुन्हा त्या घरात राहायला जात होता. कदाचित, ती वस्तू घरातल्या बाईच्या आवडीसाठी तिथे ठेवली असावी; पण मिसेस डेन्मनसारख्या शांत, निर्विकार, परदेशी असून, उत्तम इंग्लिश बोलणाऱ्या बाईकडे पाहून त्याला ती तिची आवड असेल असंही वाटत नव्हतं.

गाडी पोहोचली आणि तो उतरला. अजूनही त्याच्या मनात त्या चिनी स्क्रीनचाच विचार होता. डेन्मन्सच्या घराचं नाव होतं ॲशमीड. लंडनपासून तीसेक मैलावर असलेल्या मेल्टन हीथ या गावात पाच एकरांवर त्या घराची जागा पसरलेली होती. ते गाव समुद्रसपाटीपासून पाचशे फूट उंचावर होतं आणि तिथे जास्त करून अति श्रीमंत लोक राहत.

बटलरने मिस्टर सॅटर्थवाइटचं स्वागत केलं. मिस्टर आणि मिसेस डेन्मन कसल्यातरी कार्यक्रमाच्या तालमीसाठी गेले होते आणि ते परत येईपर्यंत मिस्टर सॅटर्थवाइटने आरामात स्थिरस्थावर व्हावं, असा निरोप त्यांनी ठेवला होता.

मिस्टर सॅटर्थवाइटने मान डोलावली आणि तो फेरफटका मारायला बागेत गेला. फुलांचे वाफे बघून झाल्यावर तो फिरत फिरत निघाला. बागेच्या भिंतीत एक दार होतं. त्याला कुलूप नव्हतं. ते उघडून तो बाहेर पडला, तर पलीकडे एक अरुंद गल्ली होती.

मिस्टर सॅटर्थवाइटने डावी-उजवीकडे नजर टाकली. सावली धरलेली हिरवीगार झाडं असलेली ती गल्ली छानच होती. दोन्ही बाजूंना झुडपांची कुंपणं होती. जुन्या पद्धतीच्या गावांमध्ये असते तशी ती वळणावळणांची गल्ली होती. त्याला इथला पत्ता आठवला. **अॅशमीड, हार्लेक्विन गल्ली.** त्याला स्थानिक लोक काय नावाने ओळखतात हेही मिस्टर डेन्मनने सांगितल्याचं त्याला आठवलं.

'हार्लेक्विन गल्ली...' तो स्वतःशीच पुटपुटला, 'मला वाटतं...'

विचार करत तो एका वळणावरून वळला आणि त्याला त्याचा गूढ मित्र मिस्टर हार्लेक्विन भेटला. त्या वेळी नव्हे; पण नंतर मिस्टर सॅटर्थवाइटला प्रश्न पडला की, त्या वेळी त्याला भेटून आपल्याला काहीच आश्चर्य कसं वाटलं नाही? दोघांनी हस्तांदोलन केलं.

''तू आला आहेस वाटतं इथे!'' मिस्टर सॅटर्थवाइट म्हणाला.

''हो. तू जिथे उतरला आहेस तिथेच मीही राहतोय,'' मिस्टर क्विन गंभीरपणे म्हणाला.

'इथे?'

''हो. तुला आश्चर्य वाटलं का?''

''नाही,'' मिस्टर सॅटर्थवाइट हळूहळू म्हणाला. ''अं... फक्त तू एका ठिकाणी फार काळ राहत नाहीस ना... म्हणून विचारलं.''

''गरज असते तितकाच काळ राहतो मी,'' मिस्टर क्विन गंभीरपणे उत्तरला.

''अच्छा,'' मिस्टर सॅटर्थवाइट म्हणाला.

काही मिनिटं दोघं शांतपणे चालत राहिले.

''ही गल्ली...'' मिस्टर सॅटर्थवाइट बोलता बोलता थांबला.

''माझीच आहे,'' मिस्टर क्विन म्हणाला.

''हं, मला वाटलंच,'' मिस्टर सॅटर्थवाइट म्हणाला. ''मला वाटलंच होतं. स्थानिक लोक वेगळ्याही एका नावाने ओळखतात ना या गल्लीला. प्रेमिकांची गल्ली. तुला माहितेय?''

मिस्टर क्विनने मान डोलावली.

''पण माझ्या मते प्रत्येकच गावात अशी प्रेमिकांची एखादी गल्ली असतेच. हो ना?'' तो हळूच म्हणाला.

''हो बहुधा,'' असं म्हणून मिस्टर सॅटर्थवाइटने सुस्कारा सोडला.

त्याला अचानक म्हातारं आणि जुनं झाल्यासारखं वाटू लागलं. त्याच्या दोन्ही बाजूंना रसरशीत जिवंत हिरव्यागार झाडांची कुंपणं होती.

''ही गल्ली कुठे संपते?'' त्याने अचानक विचारलं.

"ही संपते... इथे," मिस्टर क्विन म्हणाला.

ते शेवटच्या वळणावरून पुढे आले होते. तिथे कचरा टाकलेली लहानशी मोकळी जागा होती आणि त्यांच्या पायापाशी एक मोठा खड्डा होता. त्यात पत्र्याचे डबे चमकत होते. काही जुने डबे गंजून गेले होते. शिवाय वर्तमानपत्राचे कपटे आणि इतरही काही कचरा होता.

"कचऱ्याचा ढीग!" मिस्टर सॅटर्थवाइट उद्गारला. त्याने चिडून सुस्कारा सोडला.

"काही वेळा कचऱ्याच्या ढिगात फार विलक्षण गोष्टी सापडतात," मिस्टर क्विन म्हणाला.

"हो, माहितेय, माहितेय!" मिस्टर सॅटर्थवाइट ओरडला.

त्याने कड्याच्या जवळ असलेल्या एका लहानशा घराच्या पडक्या अवशेषांकडे पाहून विचारलं, "या घरातून बाहेर पाहिलं, तर कचराच दिसेल की!"

"हं; पण पूर्वी इथे कचरा नसायचा. मला वाटतं डेन्मन्सचं लग्न झालं, तेव्हा ते या घरात राहायचे. मग आधीची पिढी वारल्यानंतर ते आत्ताच्या मोठ्या घरात राहायला गेले. इथे दगडाची खाण झाली, तेव्हा हे लहान घर पाडलं; पण खाणीतही नंतर फार काहीच केलं गेलं नाही हे तुला दिसतंच आहे," मिस्टर क्विन म्हणाला.

ते उलटे वळून परत निघाले.

मिस्टर सॅटर्थवाइट हसून म्हणाला, "मला वाटतं, भरपूर प्रेमीयुगुलं उन्हाळ्याच्या उबदार संध्याकाळी या गल्लीत फिरायला येत असणार."

"असू शकेल."

'प्रेमिक...' मिस्टर सॅटर्थवाइट पुटपुटला. त्याने पुन्हा विचारपूर्वक तो शब्द उच्चारला. इंग्लिश लोकांना सर्वसामान्यपणे प्रेमिक हा शब्द बोलायला लाज वाटते तशी काही लाज मिस्टर सॅटर्थवाइटला वाटत नव्हती. याचं कारण मिस्टर क्विन होता. "मिस्टर क्विन, तू प्रेमिकांसाठी खूप काही केलं आहेस..."

मिस्टर क्विनने काही न बोलता नुसती मान तुकवली.

"तू त्यांना दुःखापासून वाचवलं आहेस. त्याहीपेक्षा भयंकर अशा मृत्यूतूनही तू त्यांना वाचवलं आहेस. तू तर मरण पावलेल्यांनाही न्याय मिळवून दिला आहेस."

"तू खरं तर तुझ्याबद्दलच बोलतोयस. हे सगळं तू केलं आहेस. मी नाही."

"एकूण एकच," मिस्टर सॅटर्थवाइट म्हणाला, "तुलाही हे माहितेय. काय म्हणू... तू माझ्या मार्फत हे सगळं घडवून आणतोस. कारण, काय ते माहीत नाही; पण तू स्वतः थेट काही कृती करत नाहीस," मिस्टर क्विन काहीच बोलला नाही, तेव्हा मिस्टर सॅटर्थवाइटने त्याला ठामपणे हे सांगितलं.

"काही वेळा मी करतो कृती," मिस्टर क्विन म्हणाला.

त्याचा आवाज आता वेगळाच भासत होता. मिस्टर सॅटर्थवाइटच्या अंगावर काटाच आला. त्याला वाटलं, दुपारीच अचानक हवा गार झाली की काय; पण सूर्य तर चांगला तळपत होता.

त्याच क्षणी एक मुलगी त्यांच्या पुढच्या वळणावरून आली आणि त्यांना अचानक दिसली. ती खूप सुंदर होती. तिचे केस सोनेरी होते, डोळे निळे होते आणि तिने गुलाबी रंगाचा सुती झगा घातला होता. मिस्टर सॅटर्थवाइटने तिला ओळखलं. मागच्या वेळी तो तिला भेटला होता. ती मॉली स्टॅनवेल होती.

तिने त्याच्याकडे पाहून हात हलवला.

''जॉन आणि ॲना आत्ताच परत गेले. त्यांना वाटलंच होतं की, तुम्ही आला असाल; पण त्यांना तालमीसाठी जावंच लागणार होतं,'' ती म्हणाली.

''कसली तालीम?'' मिस्टर सॅटर्थवाइटने विचारलं.

''ते मास्करेड म्हणतात ना तसं आहे काहीतरी... तुम्ही काय म्हणता त्याला? लोक वेगवेगळी सोंगं घेऊन जाणार आहेत. गाणं, नृत्य हेसुद्धा आहेच. तुम्हाला मिस्टर मॅन्ली आठवतोय? त्याचा गळा चांगला आहे. तो पिएरो होणारेय आणि मी पिएरेट. आम्ही चेहरे पांढरे रंगवून कपडेही तसेच घालणार आहोत. नृत्यासाठी दोन नर्तक येणार आहेत. हार्लेक्विन आणि कोलंबाइन आणि बऱ्याच मुली कोरस गायला आहेत. लेडी रोशाइमर गावातल्या मुलींना खूप कष्ट घेऊन गायला शिकवते आहे. त्या कार्यक्रमातलं संगीत फारच छान असणारंय... पण अगदी आधुनिक. तशी धून आधी कुठेच कोणी ऐकली नसणार. क्लॉड विकॅम येणारंय. कदाचित, तुम्हाला माहीत असेल तो?''

मिस्टर सॅटर्थवाइटने मान डोलावली. कारण, तो नेहमीच सगळ्यांना ओळखायचा. ते तर त्याचं *कामच* होतं! क्लॉड विकॅम नावाचा महत्त्वाकांक्षी उत्तम संगीतकार त्याला माहीत होता. शिवाय लेडी रोशाइमरही त्याला माहीत होती. ती एक जाडजूड अशी ज्यू स्त्री होती. तरुण पुरुष कलाकारांमध्ये तिला फारच *रस* होता. त्याला तिचा नवरा सर लिओपोल्ड रोशाइमरही माहीत होता. त्याला त्याच्या बायकोला आनंदात बघणं आवडायचं आणि ती तिच्या तिच्या पद्धतीने आनंद शोधायची यालाही त्याची कोणतीच आडकाठी नव्हती, हा नवऱ्यांमध्ये अगदी अपवादानेच दिसणारा गुण त्याच्यात होता.

क्लॉड विकॅम डेन्मन्ससोबत चहा घेत होता. जे जे हाताला लागेल, ते तोंडात कोंबत तो भराभर बोलतही होता आणि आपल्या गोऱ्या हातांनी हातवारे करत होता. त्याच्या अधू डोळ्यांवर जाड चश्मा होता.

ताठ बसलेला, किंचित लालसर चेहऱ्याचा जॉन डेन्मन कंटाळलेला वाटत होता; पण तो लक्षपूर्वक क्लॉडचं बोलणं ऐकत होता. मिस्टर सॅटर्थवाइट दिसल्यावर

त्या संगीतकाराने त्याच्या दिशेने आपला रोख वळवला. ॲना डेन्मन चहाचं सामान घेऊन नेहमीच्याच निर्विकारपणे बसली होती.

मिस्टर सॅटर्थवाइटने तिच्याकडे एक चोरटा कटाक्ष टाकला. उंच, अगदी बारीक अंगकाठी, उंच गालफडांवर ताणल्यासारखी दिसणारी त्वचा, मधोमध भांग पाडलेले काळे केस आणि रापलेली त्वचा. घराबाहेर राहायला आवडणारी ती बाई होती, जिला मेकअप वगैरे गोष्टींमध्ये मुळीच रस नव्हता. ती जणू एखाद्या लाकडी बाहुलीसारखी निर्जीव भासायची आणि तरीही...

मिस्टर सॅटर्थवाइटच्या मनात आलं, 'या अशा चेहऱ्यामागे काहीतरी अर्थ दडलेला *असायला* हवा; पण तसं नाहीये. तिथेच तर सगळं चुकतंय. हो, सगळं चुकतंय.' मग तो क्लॉड विकॅमला म्हणाला, ''काय म्हणत होतास तू?''

क्लॉड विकॅमला बहुधा स्वतःचाच आवाज ऐकायला आवडायचं. कारण, त्याने पुन्हा बडबड करायला सुरुवात केली. ''रशिया हा जगातला एकच असा देश आहे, ज्यात रस दाखवायला हवा. त्यांनी कितीतरी प्रयोग केलेत. जिवाशी खेळले असतील; पण प्रयोग तर केलेत. फारच उत्तम!'' एका हाताने एक सँडविच तोंडात कोंबत, दुसऱ्या हातातल्या चॉकलेटचाही घास घेत तो भरल्या तोंडाने पुढे म्हणाला, ''आता रशियन बॅलेचंच उदाहरण घ्या ना.'' मग अचानक आपली यजमान बाई रशियन आहे हे आठवून त्याने तिच्या मताकरता तिच्याकडे पाहिलं. तिला रशियन बॅलेबद्दल काय वाटत होतं?

पण खरं तर त्याने उगाचच तिला प्रश्न विचारला होता. खरं तर क्लॉडला स्वतःलाच बोलायचं होतं; पण तिचं उत्तर इतकं अनपेक्षित होतं की क्लॉड त्याने हडबडलाच.

''मी रशियन बॅले नृत्य कधीच पाहिलं नाहीये.''

''काय?'' तो तोंडाचा आ वासून उद्गारला. ''पण...?''

तिचा आवाज तितकाच निर्विकार आणि भावनारहित होता. ''लग्नापूर्वी मी स्वतः नर्तिका होते, त्यामुळे आता...''

''फावल्या वेळातही तेच काय करायचं!'' तिचा नवरा म्हणाला.

''नृत्यातले सगळे बारकावे मला येतात,'' ती खांदे उडवत म्हणाली, ''मला त्यात काहीच रस वाटत नाही.''

''ओऽह!''

क्लॉडला सावरायला क्षणभराचाच वेळ लागला. मग तो पुन्हा बोलू लागला.

तेवढ्यात मिस्टर सॅटर्थवाइट म्हणाला, ''जिवाशी खेळून प्रयोग करण्याबद्दल बोलायचं झालं, तर रशियाने एक खूपच मोठा प्रयोग केला ज्याची खूप मोठी किंमत मोजावी लागली.''

क्लॉड विकॅमने त्याच्याकडे मोर्चा वळवला. ''मला माहितेय तू काय सांगणार आहेस ते! खार्सानोव्हा! अमर खार्सानोव्हा! तू तिचं नृत्य पाहिलंयस?'' तो ओरडला.

''तीन वेळा. दोनदा पॅरिसमध्ये, एकदा लंडनमध्ये. मी ते... कधीच विसरणार नाही,'' मिस्टर सॅटर्थवाइट म्हणाला. त्याचा आवाज भारावलेला होता.

''मीही तिला पाहिलंय,'' क्लॉड विकॅम म्हणाला, ''तेव्हा मी दहा वर्षांचा होतो. एक काका घेऊन गेला होता मला. देवा रे! मी ते कधीच विसरणार नाही.''

असं म्हणता म्हणता त्याने पावाचा एक तुकडा आवेशाने फुलांच्या वाफ्यात भिरकावला.

''बर्लिनमधल्या संग्रहालयात तिचा पुतळा आहे,'' मिस्टर सॅटर्थवाइट म्हणाला, ''खूपच सुंदर आहे. इतका नाजूक की असं वाटतं, तो नखाच्या ओरखड्यानेसुद्धा तुटून जाईल. मी तिला 'द स्वान' या नृत्यात मरणपंथाला लागलेली अप्सरा कोलंबाइन म्हणून पाहिली आहे. सर्वोत्कृष्ट होती ती... अशी दुसरी नर्तिका कधी पुन्हा जन्माला येईल कुणास ठाऊक, तेव्हा ती खूप तरुणही होती; पण क्रांतीच्या काळात अज्ञान आणि क्रूरपणा यांमुळे तिचं करिअर उद्ध्वस्त झालं.''

''मूर्ख लोक! वेडे! माकडं कुठचे!'' चहाचा घोट घेता घेता क्लॉड ओरडला.

''मी खार्सानोव्हासोबतच शिकले,'' मिसेस डेन्मन म्हणाली.

''अद्‌भुत होती ना ती?'' मिस्टर सॅटर्थवाइटने विचारलं.

''हो, ती अद्‌भुत होती,'' मिसेस डेन्मन शांतपणे म्हणाली.

क्लॉड विकॅम उठून दुसरीकडे गेला तसा मिस्टर डेन्मनने सुस्कारा सोडला आणि त्याची बायको हसली.

मिस्टर सॅटर्थवाइटने समजुतीने मान डोलावली. तो म्हणाला, ''तुझ्या मनात काय येतंय ते मला माहितेय; पण बाकी काहीही असो, हा मुलगा काय उत्तम संगीत लिहितो!''

''हं, असेल कदाचित,'' मिस्टर डेन्मन म्हणाला.

''हो हो, काही शंकाच नाही; पण किती काळ तो तसं चांगलं लिहील माहीत नाही....''

जॉन डेन्मनने मिस्टर सॅटर्थवाइटकडे कुतूहलाने पाहिलं. ''म्हणजे काय?''

''म्हणजे मला असं म्हणायचंय की, त्याला फारच लवकर यश मिळालंय आणि तसं होणं धोकादायक असतं. नेहमीच,'' असं म्हणून त्याने मिस्टर क्विनकडे पाहिलं, ''तुलाही वाटतं का तसं?''

''तुझं नेहमीच बरोबर असतं,'' मिस्टर क्विन म्हणाला.

''आपण वरती खोलीत जाऊ या, तिथे छान बसता येईल,'' मिसेस डेन्मन म्हणाली.

तिच्या मागोमाग सगळे गेले. तो चिनी लॅकर स्क्रीन दिसताच मिस्टर सॅटर्थवाइटने मोठा श्वास घेतला. त्याने पाहिलं, तर मिसेस डेन्मन त्याच्याकडेच बघत होती.

''तू असा मनुष्य आहेस ज्याचं नेहमीच बरोबर असतं,'' मान डोलावत ती सावकाश म्हणाली, ''तुला माझ्या या स्क्रीनबद्दल काय वाटतं?''

त्याला असं वाटलं की, तिचे शब्द त्याला एक प्रकारे आव्हान देत आहेत. तो उत्तर देताना जरासा अडखळला. ''अं... खूपच सुंदर आहे. सुंदरपेक्षाही दुर्मीळ.''

''बरोबर,'' मिस्टर डेन्मन मागून येत म्हणाला, ''लग्नानंतर काही काळातच आम्ही तो विकत घेतला. त्याचं मूल्य खूप आहे; पण आम्हाला तो साधारण एक दशांश किमतीत मिळाला; पण तीही रक्कम कमी नव्हती... साधारण वर्षभर आम्हाला पैशाची चणचण जाणवली त्याच्यामुळे. तुला आठवतं, ॲना?''

''हो, आठवतंय,'' मिसेस डेन्मन म्हणाली.

''खरं सांगायचं, तर आम्ही तो विकत घेणारच नव्हतो, तेव्हा तरी नाही. आता अर्थातच वेगळी गोष्ट आहे. परवाच ख्रिस्तीजमध्ये एक सुंदर लॅकर लिलावात होता. ही खोली आणखी सुंदर करण्यासाठी तो अगदी योग्य ठरला असता म्हणजे सगळे चिनी स्क्रीन एकत्र आले असते. बाकी सगळं इथून हटवलं असतं; पण मिस्टर सॅटर्थवाइट, माझ्या बायकोने काही ऐकूनच घेतलं नाही. तुझा विश्वास तरी बसतोय का यावर?''

''मला ही खोली आत्ता आहे तशीच आवडते,'' मिसेस डेन्मन म्हणाली.

तिच्या चेहऱ्यावर एक वेगळाच भाव होता. पुन्हा एकदा मिस्टर सॅटर्थवाइटला आव्हान मिळाल्यागत आणि हरल्यागत वाटलं. त्याने चौफेर नजर टाकली आणि पहिल्यांदाच त्याच्या लक्षात आलं की, त्या खोलीला त्यांचा वैयक्तिक असा स्पर्शच नव्हता म्हणजे कुटुंबाचे फोटो नाहीत, फुलं नाहीत, लहानसहान शोभेच्या वस्तू नाहीत. ती खोली एखाद्या स्त्रीची वाटतच नव्हती. तो चिनी स्क्रीन वगळता, ती खोली एखाद्या मोठ्या फर्निचरच्या दुकानातली नमुन्यादाखल सजवलेली खोली वाटली असती!

त्याने पाहिलं, तर ती त्याच्याकडे पाहून हसत होती.

''ऐक,'' ती म्हणाली आणि पुढे झुकली, तेव्हा ती जरा कमी इंग्लिश आणि खरोखर परदेशी वाटू लागली, ''तुला समजेल म्हणून मी तुला सांगते. आम्ही तो स्क्रीन पैशांपेक्षाही जास्त कशाने तरी विकत घेतला – प्रेमाने! तो फार सुंदर आणि एकमेवाद्वितीय होता, आम्हाला तो इतका आवडला की, त्याच्यासाठी आम्ही गरजेच्या इतर गोष्टींचा त्याग करून काही काळ काढला. आता आम्ही जे दुसरं चिनी फर्निचर विकत घेऊ ते केवळ पैशांनी विकत घेऊ. आमची स्वतःची अशी त्यात काही गुंतवणूक नसेल.''

तिचा नवरा हसला.

''तुला काय पाहिजे ते कर!'' तो हसत म्हणाला खरा; पण त्याच्या आवाजात वैताग होता, ''पण या इंग्लिश फर्निचरच्या पार्श्वभूमीवर तो अगदी चुकीचा दिसतो. हे दुसरं फर्निचर काही वाईट नाहीये. खरंखुरं लाकडी, सुंदर आहे; पण ते सामान्य दर्जाचं आहे. चांगलं पण सामान्य!''

तिने मान डोलावली.

''चांगलं, मजबूत, खरंखुरं इंग्लिश...'' ती पुटपुटली.

मिस्टर सॅटर्थवाइट तिच्याकडे बघतच राहिला. त्याला तिच्या शब्दांआड दडलेला अर्थ लक्षात आला. ही इंग्लिश खोली... त्यातला हा अप्रतिम सुंदर चिनी स्क्रीन... नाही, पुन्हा त्याला काही कळेनासं झालं.

''मिस स्टॅनवेल गल्लीत भेटली मला,'' तो म्हणाला, ''ती म्हणाली की, आज रात्रीच्या कार्यक्रमात ती पिएरेट होणार आहे.''

''हो आणि ती फार छान करते,'' डेन्मन म्हणाला.

''ती वेंधळ्यासारखी नाचते,'' ॲना म्हणाली.

''काहीही! मिस्टर सॅटर्थवाइट, सगळ्या बायका सारख्याच असतात. दुसऱ्या बाईचं कौतुक त्यांना सहन होत नाही. मॉली फार सुंदर दिसते, त्यामुळे इतर सगळ्या बायकांना तिच्यात काही ना काही दोष काढायचेच असतात,'' जॉन म्हणाला.

''मी तिच्या नृत्याबद्दल बोलले,'' ॲना म्हणाली. तिच्या आवाजात किंचित आश्चर्य होतं, ''हो, ती खूप सुंदर दिसते; पण नाचण्याचं कौशल्य तिच्या पायांमध्ये नाही. तू मला बाकी काही सांगूच नकोस. कारण, मला नाचातलं कळतं.''

मिस्टर सॅटर्थवाइट कौशल्याने मध्ये पडला, ''दोन व्यावसायिक नर्तक येणार आहेत म्हणे?''

''हो. बॅलेसाठी. प्रिन्स ओरॅनॉफ त्यांना त्याच्या गाडीतून घेऊन येणार आहे.''

''सेर्गिअस ओरॅनॉफ?'' ॲना डेन्मनने विचारलं. तिचा नवरा तिच्याकडे बघू लागला.

''तू ओळखतेस त्याला?''

''मी ओळखायचे... रशियात असताना.''

मिस्टर सॅटर्थवाइटला वाटलं की, जॉन डेन्मन हे ऐकून अस्वस्थ झालाय.

''तो तुला ओळखेल का?''

''हो, ओळखेल तो मला,'' ती हसली. मिस्टर सॅटर्थवाइटला ते विजयी हसू वाटलं. आता तिचा चेहरा लाकडी बाहुलीसारखा अजिबात वाटत नव्हता. तिने नवऱ्याला आश्वस्त करायला मान डोलावली.

"सेर्गिअस त्या दोन नर्तकांना घेऊन येतोय. त्याला नेहमीच नृत्यात रस होता."

"मला आठवतंय."

जॉन पटकन बोलला आणि अचानक खोलीतून निघून गेला. मिस्टर क्विन त्याच्या मागोमाग गेला. ॲना डेन्मन फोनपाशी गेली आणि तिने कोणाचा तरी फोन नंबर विचारून घेतला. मिस्टर सॅटर्थवाइटही मिस्टर क्विनच्या मागे निघून जाणार होता, तोच ॲनाने त्याला खूण करून थांबवलं.

"मी लेडी रोशाइमरशी बोलू शकते का? अरे, तूच आहेस होय! मी ॲना डेन्मन बोलतेय. प्रिन्स ओरॅनॉफ आलाय का? काय झालं? *काय!!* अरे बाप रे! किती भयंकर!" ती फोनवर म्हणाली.

आणखी काही मिनिटं तिने लेडी रोशाइमरचं बोलणं ऐकलं आणि मग फोन ठेवला. ती मिस्टर सॅटर्थवाइटकडे वळली.

"एक अपघात झालाय. सेर्गिअस इव्हानोव्हिक गाडी चालवत असेल, तर असं होणारच. अरे देवा! इतक्या वर्षांनंतरही तो अजिबात बदलला नाहीये. त्या मुलीला फार लागलं नाहीये; पण खरचटलंय आणि तिला इतका धक्का बसलाय की, ती आज रात्री नाचू शकणार नाही. त्या पुरुषाचा हात मोडलाय. सेर्गिअस इव्हानोव्हिकला स्वतःला काहीच लागलं नाहीये. मला वाटतं, सैतान त्याच्यासारख्या लोकांची रक्षा करत असतो!"

"मग आज रात्रीच्या कार्यक्रमाचं काय?"

"तेच तर, दोस्ता! काहीतरी करायला हवं."

ती विचार करत बसली. मग काही वेळाने त्याला म्हणाली, "मिस्टर सॅटर्थवाइट, मी चांगली यजमानीण नाहीये. मी तुझ्यासाठी काहीच करत नाही."

"मी खात्रीपूर्वक सांगतो की, त्याची काहीच गरज नाही; पण मिसेस डेन्मन, एक गोष्ट मात्र आहे, जी मला जाणून घ्यायला आवडेल."

"काय?"

"तुम्ही मिस्टर क्विनला कसे भेटलात?"

"तो बऱ्याचदा इथे येत असतो. मला वाटतं, या भागात त्याची जमीन असावी," ती हळूहळू म्हणाली.

"हो, हो. त्याने मला आजच दुपारी सांगितलं."

"तो..." ती इतकं बोलून थांबली. तिने मिस्टर सॅटर्थवाइटच्या नजरेला नजर भिडवली. "तो कोण आहे हे माझ्यापेक्षा तुला जास्त माहीत आहे असं मला वाटतं," ती शेवटी म्हणाली.

"मला?"

“हो. बरोबर ना?”

तो अस्वस्थ झाला. त्याच्या सरळ मनाला ती क्लेशदायक वाटली. त्याच्या मनाची तयारी नसतानाही ती त्याला आणखी पुढे जायला बळजबरी करत होती असं त्याला वाटलं. जे तो स्वतःशीही कबूल करायला तयार नव्हता, ते उघड शब्दांत मांडायला ती जबरदस्ती करेल की काय असं त्याला वाटलं.

“तुला नक्कीच माहीत आहे!” ती म्हणाली, “मिस्टर सॅटर्थवाइट, तुला सगळ्याच गोष्टी माहीत असतात.”

ती त्याला उद्युक्त करत होती; पण पहिल्यांदाच त्याचा परिणाम झाला नाही. त्याने वेगळ्याच अशा विनम्रतेने मान हलवली.

“कोणाला काय समजणार आहे? किती कमी माहीत आहे... किती कमी...” तो म्हणाला.

तिने मान डोलावली. मग ती एका विचित्रशा काळजीयुक्त स्वरात बोलू लागली. या वेळी तिने त्याच्याकडे पाहिलंही नाही.

“मी जर तुला काहीतरी सांगितलं, तर तू हसणार नाहीस ना? मला वाटत नाही की तू हसशील असं. हं तर... जर एखाद्याने आपला धंदा, काम, व्यवसाय चालू ठेवण्यासाठी एखाद्या फँटसीचा वापर केला... म्हणजे अस्तित्वात नसलेली एखादी गोष्ट अस्तित्वात आहे असं मानलं... कळतंय ना तुला की, खोटंखोटंच तसं मानलं, बाकी काही नाही; पण एक दिवशी अचानक....”

“काय?” मिस्टर सॅटर्थवाइटने विचारलं. त्याला आता फार उत्सुकता वाटू लागली होती.

“एक दिवस ती फँटसी खरी झाली! जी अशक्य कोटीतली गोष्ट केवळ कल्पनेत होती ती खरी झाली! तो वेडेपणा होईल ना? मला सांग, मिस्टर सॅटर्थवाइट, हा वेडेपणा असेल का तुझाही अशा गोष्टीवर विश्वास आहे?”

“मी... मला...” त्याच्या तोंडून शब्दच फुटेना. जणूकाही ते शब्द त्याच्या घशातच चिकटून राहिले होते.

“वेडेपणा! निव्वळ वेडेपणा!” ॲना डेन्मन म्हणाली.

इतकं बोलून ती खोलीतून निघून गेली आणि आपलाही यावर विश्वास आहे हे मिस्टर सॅटर्थवाइट सांगून शकला नाही.

तो जेव्हा रात्रीच्या जेवणासाठी खाली आला, तेव्हा मिसेस डेन्मन एका गडद वर्णाच्या मध्यम वयीन पाहुण्याशी बोलत होती.

“प्रिन्स ओरॅनॉफ... मिस्टर सॅटर्थवाइट.”

त्या दोघांनी एकमेकांसमोर मान तुकवली. मिस्टर सॅटर्थवाइटला असं जाणवलं की, त्याच्या खोलीत येण्याने दोघांमधलं कोणतं तरी संभाषण अर्धवट तुटलं होतं, जे

पुन्हा चालू होणार नव्हतं; पण तिथे कोणताही तणाव जाणवत नव्हता. तो रशियन मनुष्य सहजपणे मिस्टर सॅटर्थवाइटच्या आवडीच्या गोष्टींबद्दल त्याच्याशी बोलत होता. तो कलांचा जाणकार होता आणि दोघांचे अनेक समान मित्र होते, असं लवकरच त्यांच्या लक्षात आलं. जॉन डेन्मनही मग त्यांच्यापाशी आला आणि ते स्थानिक गोष्टींविषयी बोलू लागले. अपघाताबद्दल ओरॅनॉफने दिलगिरी व्यक्त केली.

''माझी काहीच चूक नव्हती. मी गाडी वेगात चालवतो हे खरंय; पण मी चांगला चालक आहे. नशीबच वाईट होतं...'' तो खांदे उडवत म्हणाला, ''नशीबच आपल्या सगळ्यांचं आयुष्य ठरवत असतं.''

''हे तुझ्यातला रशियन बोलतोय, सेर्गिअस इव्हानोव्हिक,'' मिसेस डेन्मन म्हणाली.

''तुझंही अगदी तसंच मत आहे ना, ॲना मिकालोव्ना,'' तो लगेच उत्तरला.

मिस्टर सॅटर्थवाइट आळीपाळीने समोरच्या तिघांकडे पाहत होता. जॉन डेन्मन, पांढुरक्या त्वचेचा, अलिप्त, इंग्लिश आणि दुसरे दोघं गडद वर्णाचे, बारीक अंगकाठीचे आणि विचित्रसं साम्य असलेले. त्याच्या मनात काहीतरी आलं... पण काय होतं ते? हां, कळलं! त्याला वॉलक्युरं नाटकाचा पहिला अंक आठवला. सिगमंड आणि सिजलिंड... किती साम्य असलेले आणि त्यांच्यापासून खूपच वेगळा असलेला हंडिंग. त्याच्या मनात विविध तर्कवितर्क फेर धरू लागले. याच कारणासाठी मिस्टर क्विन इथे आला असावा का? एका गोष्टीवर त्याचा अगदी ठाम विश्वास होता... ती म्हणजे मिस्टर क्विन जिथे जातो, तिथे काहीतरी नाट्यमय घडतंच. इथलं नाट्य हेच असेल का? नेहमीच सगळीकडे आढळणारी प्रेमाच्या त्रिकोणाची दुःखद कहाणी?

त्याला जरासं निराश वाटू लागलं. त्याने जरा जास्त चांगल्या गोष्टींची अपेक्षा केली होती.

''काय व्यवस्था केली आहे, ॲना?'' डेन्मनने विचारलं. ''मला वाटतं कार्यक्रम रद्द करावा लागेल. तू रोशाइमरला फोन केला होतास ना.''

तिने मान नकारार्थी हलवली.

''नाही, कार्यक्रम रद्द करायची गरज नाहीये.''

''पण बॅलेशिवाय कसा होणार कार्यक्रम?''

''हो, अर्थातच हार्लेक्विन आणि कोलंबाइनशिवाय ते होऊ शकत नाही,'' ती उपरोधिक स्वरात म्हणाली. ''जॉन, मी कोलंबाइन होणार आहे.''

''तू?'' तो चकित आणि अस्वस्थ झाला होता, असं मिस्टर सॅटर्थवाइटला वाटलं.

तिने आपला आब राखत मान डोलावली.

''तू घाबरू नकोस, जॉन. मी तुझी बदनामी होऊ देणार नाही. तू विसरलास का... नृत्य हेच माझं एकेकाळी काम होतं.''

मिस्टर सॅटर्थवाइटच्या मनात आलं, 'माणसाचा आवाज ही काय विलक्षण गोष्ट आहे. आपण बोलतो एक; पण आवाजातून आपल्याला सांगायचं असतं वेगळंच काहीतरी! मला समजलं असतं तर...'

जॉन डेन्मन कुरकुरतच म्हणाला, ''हं, ठीकंय ; पण याने अर्धीच समस्या सुटली आहे. हार्लेक्विन कुठे सापडणार आहे तुला?''

''मला *सापडला* आहेच - तो बघ!''

तिने दाराकडे निर्देश केला, ज्यातून मिस्टर क्विन आत शिरतच होता. तो तिच्याकडे पाहून हसला.

''अरे बाप रे, क्विन! तुला यातलं काही माहीत आहे का? मी तर कल्पनाच केली नव्हती कधी!'' जॉन डेन्मन म्हणाला.

''मिस्टर क्विनची हमी एका तज्ज्ञाकडूनच आली आहे. त्याच्या वतीने मिस्टर सॅटर्थवाइटच उत्तर देईल,'' त्याची बायको म्हणाली.

असं म्हणून ती मिस्टर सॅटर्थवाइटकडे पाहून हसली. तो लहानखुरा मनुष्य पुटपुटला, ''अं... हो. मिस्टर क्विनच्या वतीने मी बोलतो.''

डेन्मनने आपलं लक्ष दुसरीकडे वळवलं.

''तुला माहितेय, नंतर एक फॅन्सी ड्रेस नृत्यही असणार आहे. मस्त गोंधळ असतो सगळा! मिस्टर सॅटर्थवाइट, आपल्याला तुलाही तयार करावं लागेल त्यासाठी.''

मिस्टर सॅटर्थवाइटने ठामपणे मान हलवली.

''मी आता फार म्हातारा आहे अशा गोष्टींकरता,'' मग अचानक त्याला एक हुशार कल्पना सुचली. एक टेबल नॅपकिन हाताखाली धरत तो म्हणाला, ''मी एक म्हातारा वेटर होतो,'' असं म्हणून तो हसला.

''इंटरेस्टिंग काम आहे हे. वेटरला किती काय काय बघायला, ऐकायला मिळतं,'' मिस्टर क्विन म्हणाला.

''मला आता चेहऱ्याला पिएरोसारखा रंग फासून वेडगळ कपडे घालावे लागणार आहेत,'' जॉन डेन्मन दुःखी स्वरात म्हणाला, ''तुझं काय?'' त्याने ओरॅनॉफला विचारलं.

''माझ्याकडे हार्लेक्विनचे कपडे आहेत,'' तो आपल्या यजमानीण बाईकडे पाहत म्हणाला. मर्यादाशीलपणामुळे त्यांची केवळ नजरानजर झाली की काय, असं मिस्टर सॅटर्थवाइटला वाटलं.

''आपण तिघंही त्यात असलो असतो,'' जॉन डेन्मन हसत म्हणाला. ''माझ्या बायकोने माझ्यासाठी हार्लेक्विनचे कपडे शिवले होते. लग्नानंतर अशाच कोणत्या तरी कार्यक्रमासाठी.'' मग आपल्या शर्टाकडे पाहत तो म्हणाला, ''मला नाही वाटत मला ते बसतील आता.''

''नाही, तुला आता ते कपडे होणार नाहीत,'' त्याची बायको म्हणाली. पुन्हा एकदा तिच्या आवाजात काहीतरी वेगळाच अर्थ दडलेला भासत होता.

तिने घड्याळाकडे पाहिलं.

''जर मॉली आत्ता लगेच आली नाही, तर आपल्याला तिच्यासाठी थांबता येणार नाही.'' पण त्याच क्षणी ती आल्याचा निरोप बटलरने दिला. ती तिचा पिएरेटचा हिरवा आणि पांढरा ड्रेस घालूनच आली होती. त्यात ती फार गोड दिसत होती, असं मिस्टर सॅटर्थवाइटच्या मनात आलं.

रात्रीच्या कार्यक्रमाबद्दल ती फारच उत्तेजित आणि उत्साहित झाली होती. ''पण मला भीतीही वाटतेय,'' तिने जेवणानंतर कॉफी पिताना सांगितलं, ''मी माझ्या ओळी विसरले तर? आणि माझा आवाज नक्कीच कापणार आहे.''

''तुझा आवाज अगदी छान आहे. काही काळजी करू नकोस,'' ॲना तिला म्हणाली.

''नाही; पण मला काळजी वाटतेय. नाच करायची नाही वाटत. कारण, नाच नीट करता येईल, याची मला खात्री आहे म्हणजे तुम्ही पायांनी नाचताना अशी काय चूक होऊ शकणारंय, नाही का?'' मॉली म्हणाली.

तिने ॲनाकडे पाहिलं; पण ॲनाने यावर काहीच उत्तर दिलं नाही. उलट ती म्हणाली, ''तू आत्ता मिस्टर सॅटर्थवाइटला काहीतरी गाऊन दाखव बरं. तो तुला खात्री देईल की, तू छान गातेस.''

मॉली पियानोपाशी गेली. तिने एक जुनं आयरिश लोकगीत गायला सुरुवात केली. तिचा आवाज खणखणीत आणि मोकळा होता.

'शिला, डार्क शिला, व्हॉट इज दॅट यू आर सिइंग?
व्हॉट इज इट दॅट यू आर सिइंग, दॅट यू आर सिइंग इन द फायर?'
'आय सी अ लॅड दॅट लव्ह्ज मी – अँड आय सी अ लॅड दॅट लिव्ह्ज मी,
अँड अ थर्ड लॅड, अ शॅडो लॅड – अँड ही इज द लॅड दॅट
ग्रिव्ह्ज मी.'

ती गात राहिली. शेवटी मिस्टर सॅटर्थवाइटने जोरजोरात मान डोलावून तिचं कौतुक केलं.

''मिसेस डेन्मन बरोबर म्हणतेय. तुझा आवाज छान आहे. कदाचित, अजून पूर्ण प्रशिक्षित गायकाइतका तयार नसेल; पण नैसर्गिकपणा आहे त्यात आणि तारुण्य!''

''बरोबर,'' जॉन डेन्मन म्हणाला. ''मॉली तू बिनधास्त गा आणि स्टेजवरून गायला अजिबात घाबरू नकोस. आता आपल्याला रोशायमर्सकडे जायला निघालं पाहिजे.''

सगळे आपापले कोट घालायला वळले. रात्र सुंदर होती आणि सगळे चालतच निघाले. रोशायमर्सचं घर काही यार्डांवरच होतं.

मिस्टर सॅटर्थवाइटशेजारी त्याचा मित्र चालत होता.

''गंमत म्हणजे त्या गाण्याने मला तुझी आठवण झाली. गाण्यात त्या *तिसऱ्या तरुणाचा उल्लेख आहे ना... शॅडो लॅड...* त्यात एक रहस्य आहे आणि जिथे जिथे रहस्यमय काहीही असतं, तेव्हा मला तुझी आठवण होते,'' मिस्टर सॅटर्थवाइट म्हणाला.

''मी इतका रहस्यमय आहे?'' मिस्टर क्विनने हसून विचारलं.

मिस्टर सॅटर्थवाइटने जोरजोरात मान डोलावली.

''हो, अर्थात. तुला माहितेय, आज रात्रीपर्यंत मला कल्पनाही नव्हती की तू व्यावसायिक नर्तक आहेस म्हणून!''

''खरंच?''

''ऐक,'' मिस्टर सॅटर्थवाइट म्हणाला. तो वॉलक्युरमधलं प्रेमाचं गाणं गुणगुणू लागला. ''माझ्या डोक्यात हेच गाणं वाजतंय जेवणापासून, त्या दोघांकडे पाहून.''

''कोण दोघं?''

''प्रिन्स ओरॅनॉफ आणि मिसेस डेन्मन. तिच्यातला फरक तुझ्या लक्षात नाही आलाय? असं वाटतंय की, एखादा पडदा उघडलाय आणि अचानक आतला उजळता प्रकाश दिसू लागलाय.''

''हो. असेल कदाचित,'' मिस्टर क्विन म्हणाला.

''नेहमीचंच ते नाट्य,'' मिस्टर सॅटर्थवाइट म्हणाला, ''बरोबर ना? हे दोघं एकत्रच योग्य वाटतात. ते एकाच जगातले आहेत, एकसारखा विचार करतात, त्यांची स्वप्नं सारखी आहेत... कसं काय घडलं असेल त्याचा अंदाज येऊ शकतो. दहा वर्षांपूर्वी जॉन डेन्मन खूप देखणा, तरुण, धाडसी, रोमँटिक असेल आणि त्याने तिचा जीव वाचवला, त्यामुळे जे झालं ते नैसर्गिक आहे; पण आता तो कसा आहे? चांगला मनुष्य आहे खरा, श्रीमंत, यशस्वी... पण सर्वसामान्य. चांगला प्रामाणिक इंग्लिश मनुष्य. त्याच्या घरातल्या त्या लाकडी फर्निचरसारखाच. तितकाच इंग्लिश, तितकाच सर्वसामान्य दर्जाचा. त्या सुंदर इंग्लिश मुलीसारखाच. अरे मिस्टर क्विन, तू हसतोयस खरा; पण मी सांगतोय ते तू नाकारू शकत नाहीस.''

''मी काहीच नाकारत नाहीये. तू जे पाहतोस त्यात तू नेहमीच बरोबर असतोस आणि तरीही...''

''तरीही काय?''

मिस्टर क्विन पुढे झुकला. त्याचे गडद, उदास डोळे काही क्षण मिस्टर सॅटर्थवाइटच्या डोळ्यांना भिडले.

''तू आयुष्याबद्दल इतकंच शिकलायस?'' तो दुःखी आवाजात म्हणाला.

त्याच्या बोलण्याने मिस्टर सॅटर्थवाइट अस्वस्थ झाला. त्याच्या अचानक लक्षात आलं की, तो आपल्याच विचारांत इतका गुंग झाला होता की बाकीचे लोक पुढे गेले होते. तो इतका वेळ मानेभोवती गुंडाळायचा स्कार्फ निवडत बसला होता. तो बागेच्या रस्त्याने बाहेर पडला. ज्या दारातून तो दुपारी गेला होता, त्यातूनच तो आत्ताही बाहेर पडत होता. ती गल्ली चंद्रप्रकाशात न्हाऊन निघाली होती. तो दारातच उभा होता, इतक्यात त्याला मिठीत असलेलं एक जोडपं दिसलं.

क्षणभर त्याला वाटलं की ते...

आणि मग त्याला दिसलं! *जॉन डेन्मन* आणि *मॉली स्टॅनवेल!* त्याला डेन्मनचा आवाज ऐकू आला. तो घोगरा आणि भावनांनी ओथंबलेला होता.

''मी तुझ्याशिवाय जगू शकत नाही. काय करायचं आपण?''

मिस्टर सॅटर्थवाइट आला त्याच दारातून उलटा फिरणार होता, तोच एका हाताने त्याला अडवलं. दारात त्याच्या शेजारी आणखी कोणीतरी उभं होतं. त्याही व्यक्तीने त्या प्रेमिकांना पाहिलं होतं.

मिस्टर सॅटर्थवाइटने शेजारी उभ्या असलेल्या व्यक्तीकडे एकच कटाक्ष टाकला आणि आपले अंदाज किती चुकीचे होते ते त्याला क्षणार्धात कळून चुकलं.

ते दोघं गल्लीतून पुढे जाऊन दिसेनासे होईपर्यंत तिने हाताने मिस्टर सॅटर्थवाइटला तिथेच थांबवून ठेवलं. तो तिच्याशी बोलू लागला. तिचं सांत्वन करायला वेड्यासारखं काहीबाही बोलत राहिला; पण खरं तर तिच्या दुःखावर फुंकर घालायला ते शब्द फारच अपुरे होते. ती फक्त एकच वाक्य बोलली.

''प्लीज, मला सोडून जाऊ नकोस.''

मिस्टर सॅटर्थवाइटला ते वाक्य फारच स्पर्शून गेलं. आपलाही शेवटी कोणालातरी काहीतरी उपयोग होतोय या जाणिवेने त्याला बरं वाटलं आणि मग तो मगाप्रमाणेच निरर्थक सांत्वनपर बोलत राहिला. नुसत्या शांततेपेक्षा ते शब्द ऐकत राहणं जास्त बरं होतं. असंच बोलत ते रोशायमर्सकडे गेले. अधूनमधून त्याच्या खांद्यावरच्या तिच्या हाताची पकड घट्ट होत होती. त्यातून त्याला जाणवत होतं की, तिला त्याच्या सहवासात बरं वाटतंय. जेव्हा ते रोशायमर्सच्या घरी पोहोचले, तेव्हाच तिने खांद्यावरून हात काढला. ती ताठ उभी राहिली, मान उंचावून.

"आता... मी नृत्य करेन. माझी काळजी करू नकोस मित्रा. मी नृत्य करणार आहे," ती म्हणाली.

असं म्हणून ती अचानक निघून गेली. मिस्टर सॅटर्थवाइटला तेवढ्यात लेडी रोशायमरने पकडलं. तिच्या अंगावर हिऱ्याचे दागिने लखलखत होते. त्याला पकडून ती आपली रडगाणी गाऊ लागली. तिच्यानंतर त्याला पकडलं ते क्लॉड विकॅमने.

"सगळा राडा झाला! माझ्या बाबतीत नेहमीच असं काहीतरी वाईट होतं. या गावाकडच्या सगळ्याच लोकांना वाटतं की, त्यांना नाचता येतं. मला तर आधी विचारलंही नाही..." तो बोलतच राहिला. त्याला सहानुभूती दाखवणारा एक श्रोता मिळाला होता ना आणि मिस्टर सॅटर्थवाइटला तर माहीत होतं, त्यामुळे क्लॉड विकॅम आपण किती बिचारे झालोय, असं रडगाणं गात राहिला. शेवटी कार्यक्रमाचं पहिलं संगीत सुरू झालं, तेव्हाच तो बोलायचा थांबला.

मिस्टर सॅटर्थवाइट जणू स्वप्नातून जागा झाला. तो आता पुन्हा समीक्षक म्हणून तरतरीत होऊन समोर पाहू लागला. विकॅम हा अतिशय मूर्ख होता; पण तो संगीत चांगलं लिहायचा हे खरंच होतं. तो एखाद्या जादुई धाग्याप्रमाणे नाजूक स्वर गुंफायचा आणि तरीही ते केवळ गोड गोड नसायचं.

कार्यक्रमासाठीचं दृश्यही चांगलं बनवलं होतं. आपल्या शिष्यांना मदत करताना लेडी रोशायमर कधीही खर्चाला हात आखडता घ्यायची नाही. जुन्या काळातील ग्रीसमधील जंगलातली मोकळी जागा निर्माण केली गेली होती. दिव्यांची रचना अशी काही होती की, ते दृश्य वास्तवातलं भासतच नव्हतं.

दोन आकृत्या नृत्य करू लागल्या. जणूकाही त्या अनंत काळापासून नाचतच असाव्यात. बारीक अंगकाठीचा हार्लेक्विन पातळ रिबिनी उडवत नाचत आला. त्याच्या हातात जादूची छडी होती आणि चेहऱ्यावर मुखवटा.... पांढऱ्या कपड्यातली कोलंबाइन बॅले करत, एका चवड्यावर गिरक्या घेत घेत आली... ती एखाद्या अमर स्वप्नासारखी भासत होती.

मिस्टर सॅटर्थवाइट ताठ झाला. त्याने हे नृत्य आधी पाहिलं होतं... हो, नक्कीच.

आता तो जणू लेडी रोशायमरच्या बैठकीच्या खोलीत नव्हताच. तो बर्लिनच्या संग्रहालयात होता... कोलंबाइनचा पुतळा पाहत...

हार्लेक्विन आणि कोलंबाइन नृत्य करत राहिले. जणू अख्खं जग हे त्यांच्या नृत्यासाठीच बनलं होतं...

चंद्रप्रकाशात एक मानवी आकृती अवतरली. जंगलात भटकणारा तो पिएरो होता, तो चंद्राकडे पाहून गाणं गात होता. त्याने कोलंबाइनला पाहिलं होतं आणि आता त्याच्या मनाला चैन नव्हती. त्या दोन अमर आकृत्या दिसेनाशा झाल्या; पण कोलंबाइनने मागे वळून पाहिलं. तिने मानवी हृदयातून आलेलं ते गाणं ऐकलं होतं.

पिएरो जंगलात भटकत राहिला... अंधार... त्याचा आवाज दूर दूर जात नाहीसा झाला...

सार्वजनिक जागा... गावातल्या मुलींचं नृत्य... पिएरो आणि पिएरेट्स. मॉली पिएरेट म्हणून येते. ॲना बरोबर म्हणाली होती की, तिला अजिबात चांगलं नाचता येत नाही; पण तिचा आवाज गोड आहे. ती गाणं गायली...

मिस्टर सॅटर्थवाइटला त्याचं संगीत आवडलं आणि त्याने मान डोलावली. गरज पडली तिथे विकॅमने योग्य संगीत लिहून दिलं होतं. नाचणाऱ्या बऱ्याच मुलींचं नृत्य पाहून त्याच्या अंगावर काटाच आला; पण त्याच्या लक्षात आलं की, लेडी रोशायमरने निश्चयाने परोपकार केला होता.

त्यांनी पिएरोला नाचात सहभागी व्हायचा आग्रह केला. त्याने नकार दिला. आपल्या पांढऱ्या रंगवलेला चेहऱ्याने तो भटकत राहिला... कायम प्रेम शोधणारा तो प्रेमिक आदर्श अशी व्यक्ती शोधत राहिला. संध्याकाळ झाली. हार्लेक्विन आणि कोलंबाइन अदृश्य रूपातच त्या जमावाच्या आत-बाहेर, त्यांच्या नकळत नाचत राहिले. मग गर्दी ओसरली. एकटा पिएरो उरला. तो दमून किनाऱ्यावरच्या गवतावर झोपून गेला. हार्लेक्विन आणि कोलंबाइन त्याच्या भोवती नृत्य करत राहिले. तो उठला आणि त्याला कोलंबाइन दिसली. तो तिला आपलीशी करायचा प्रयत्न करत राहिला, विनवण्या, याचना... पण काही उपयोग झाला नाही.

ती द्विधा मनःस्थितीत उभी होती. हार्लेक्विन तिला निघून जाण्यासाठी बोलावू लागला; पण आता तिला तो दिसत नव्हता. ती आता पिएरोचं प्रेमाचं गाणं ऐकत होती. ती शेवटी त्याच्या बाहुपाशात पडली आणि पडदा पडला.

दुसऱ्या अंकात पिएरोचं लहानसं घर दिसत होतं. कोलंबाइन शेकोटीसमोर बसली होती. ती दमलेली, फिकुटलेली दिसत होती. ती ऐकत होती... काय? पिएरोचं तिच्यासाठीचं गाणं... तो पुन्हा एकदा गाऊन तिला आपला विचार करायला भाग पाडत होता. संध्याकाळ गडद झाली. विजा कडाडल्या... कोलंबाइनने तिचा चरखा बाजूला ठेवला. ती अधीर झाली... आता तिला पिएरोचा आवाज ऐकू येत नव्हता. तिचंच गाणं आता सगळीकडे भरलं होतं. हार्लेक्विन आणि कोलंबाइनचं संगीत... ती आता जागी झाली होती. तिला आठवत होतं...

अचानक वीज चमकली! हार्लेक्विन दारातच उभा होता. पिएरोला तो दिसू शकत नव्हता; पण कोलंबाइन खूश होऊन हसत उठली. मुलं धावत तिच्या भोवती आली; पण तिने त्यांना दूर लोटलं. आणखी एकदा वीज पडली आणि भिंत तुटली. कोलंबाइन नृत्य करत हार्लेक्विनसोबत रात्रीच्या अंधारात निघून गेली.

अंधार आणि त्यातून ऐकू येत होती पिएरेटची धून... हळूहळू प्रकाश झाला. पुन्हा पिएरोचं घर दिसू लागलं. पिएरो आणि पिएरेट म्हातारे झालेले होते आणि

घरासमोर दोन खुर्च्यांत बसले होते. संगीत आनंदी; पण हळू आवाजात होतं. पिएरेट खुर्चीत बसल्या बसल्या पेंगली होती. तेवढ्यात चंद्रप्रकाशात पिएरोचं खूप पूर्वीच विस्मरणात गेलेलं गाणं ऐकू आलं. तो खुर्चीत झोपेतच चुळबुळ करू लागला.

अगदी दूरवरून गाणं ऐकू येत होतं. पऱ्यांचं गाणं... हार्लेक्विन आणि कोलंबाइन बाहेर होते. दार उघडलं आणि कोलंबाइन नाचत नाचत आत आली. झोपलेल्या पिएरोवर वाकून तिने त्याचं चुंबन घेतलं...

वीज कडाडली! ती पुन्हा बाहेर आली. स्टेजच्या मध्यावर एक प्रकाशमान खिडकी होती आणि त्यातून दोन आकृत्या दिसत होत्या... कोलंबाइन आणि हार्लेक्विन... दोघं नृत्य करत दूर दूर जात दिसेनासे झाले...

एक ओंडका पडला. पिएरेट रागाने उठली, खिडकीपाशी जाऊन तिने पडदा ओढला आणि अचानक नाटक संपलं...

टाळ्यांचा कडकडाट चालू असताना मिस्टर सॅटर्थवाइट स्तब्ध बसला होता. शेवटी तो उठला आणि बाहेर गेला. त्याला मॉली स्टॅनवेल भेटली. लोक तिचं कौतुक करत होते आणि त्यामुळे ती लालेलाल झाली होती; पण अधीरपणे ऐकत होती. मग त्याला गर्दीतून वाट काढत येणारा जॉन डेन्मन दिसला. त्याचे डोळे वेगळ्याच तेजाने चमकत होते. मॉली त्याच्या दिशेने गेली; पण त्याने जणू नकळतपणे तिला दूर लोटलं. तो तिला शोधत नव्हता.

''माझी बायको? कुठे आहे ती?''

''मला वाटतं ती बाहेर बागेत गेली.''

पण ती मिस्टर सॅटर्थवाइटला शेवटी सापडली. ती एका सायप्रसच्या झाडाखालच्या दगडी बाकावर बसली होती. तो तिच्यापाशी गेला, तेव्हा त्याने एक वेगळीच कृती केली. तो गुडघ्यावर बसला आणि त्याने तिच्या हाताचं चुंबन घेतलं.

''ओऽह! मी चांगलं नृत्य केलं असं वाटतंय तुला?'' ती म्हणाली.

''तू नेहमी जशी नाचतेस तशीच नाचलीस, मादाम खार्सानोव्हा!''

तिच्या तोंडून आश्चर्योद्‌गार बाहेर पडला.

''म्हणजे तू... ओळखलंस.''

''खार्सानोव्हा केवळ एकच आहे. तुझं नृत्य पाहून कोणीच ते विसरू शकत नाही; पण का... का?''

''दुसरं काय शक्य आहे?''

''म्हणजे?''

ती अतिशय साधेपणाने बोलत होती. ''ओऽह! पण तुला तर समजतंय ना. तू या कलेच्या जगतात वावरतोस. एखाद्या उत्कृष्ट नर्तिकेला प्रियकर असू शकतात..; पण नवरा... ती वेगळीच गोष्ट होते आणि त्याला दुसरं कोणी नको होतं. त्याला मी

त्याचीच झालेली हवी होते. खार्सानोव्हा जशी कुणाचीच झाली नसेल, त्या प्रकारे त्याची व्हायला हवी होते मी त्याला.''

''अच्छा... कळलं मला,'' मिस्टर सॅटर्थवाइट म्हणाला, ''म्हणून तू नृत्य सोडून दिलंस?''

तिने मान डोलावली.

''तुझं त्याच्यावर फारच प्रेम असणार,'' मिस्टर सॅटर्थवाइट हळुवारपणे म्हणाला.

''असा त्याग करायला...?'' असं म्हणून ती हसली.

''त्याग नाही; पण इतक्या सहज असं करायला.''

''अं, हो... कदाचित तुझं बरोबर आहे.''

''आणि आता?'' मिस्टर सॅटर्थवाइटने विचारलं.

तिचा चेहरा गंभीर झाला.

''आता?'' असं म्हणून ती थांबली. मग ती अंधारात पाहत मोठ्या आवाजात म्हणाली, ''सेर्गिअस इव्हानोव्हिक, तू आहेस का?''

प्रिन्स ओरॅनॉफ सावल्यांतून बाहेर चंद्रप्रकाशात आला. तिचा हात हातात घेऊन तो कोणतंही अवघडलेपण न जाणवता मिस्टर सॅटर्थवाइटकडे पाहून हसला.

''दहा वर्षांपूर्वी मी ॲना खार्सानोव्हाचा मृत्यू पचवला,'' तो सहज म्हणाला. ''ती जणू माझाच दुसरा भाग होती. आज मला ती पुन्हा सापडली आहे. आता आम्ही एकमेकांपासून दूर होणार नाही.''

''गल्लीच्या टोकाला दहा मिनिटांत भेटू. मी नक्की येईन,'' ती म्हणाली.

ओरॅनॉफने मान डोलावली आणि तो निघून गेला. ॲना मिस्टर सॅटर्थवाइटकडे वळली. तिच्या चेहऱ्यावर हसू होतं.

''मित्रा, तुझं समाधान झालेलं दिसत नाहीये?''

''तुला माहितेय का की, तुझा नवरा तुला शोधतोय?'' मिस्टर सॅटर्थवाइटने अचानक विचारलं.

तिच्या चेहऱ्यावर त्याला थरथर जाणवली; पण तिचा आवाज स्थिर होता. ''हो. असू दे,'' ती गंभीरपणे म्हणाली.

''मी त्याचे डोळे पाहिले. ते...'' असं म्हणून तो अचानक थांबला.

ती अजूनही शांतच होती.

''हो, कदाचित. अजून तासभर तो तसा वागेल. संगीत, चंद्रप्रकाश आणि तत्सम जुन्या आठवणींतून जन्मलेली जादू तासभरच टिकेल फार तर.''

''मग मी काही बोलू शकेन असं नाहीच आहे का?'' त्याला निराश, म्हातारं झाल्यागत वाटू लागलं.

''माझं ज्याच्यावर प्रेम आहे त्या पुरुषासोबत मी गेली दहा वर्षं राहिले आहे. आता मी त्याच्याकडे जाते आहे, ज्याने दहा वर्षं माझ्यावर प्रेम केलं आहे,'' ॲना खार्सानोव्हा म्हणाली.

मिस्टर सॅटर्थवाइट काही बोलला नाही. त्याच्याकडे बोलण्यासारखं काही उरलंच नव्हतं. शिवाय, ती जे करणार होती तो सगळ्यात सोपा उपाय दिसत होता. तिने आपला हात त्याच्या खांद्यावर ठेवलेला त्याला जाणवला.

''मला माहितेय, मित्रा. मला माहितेय; पण यापेक्षा तिसरा काही मार्ग नाही. नेहमी आपण एकच गोष्ट शोधत असतो – प्रियकर... परिपूर्ण, चिरंतन प्रेम करणारा प्रियकर... आपल्याला हार्लेक्विनचं संगीत ऐकू येतं; पण कोणताच प्रेमिक कोणालाच पूर्ण समाधान देऊ शकत नाही. कारण, सगळेच मर्त्य आहेत आणि हार्लेक्विन ही एक दंतकथा आहे... एक अदृश्य अस्तित्व... पण जर...''

''काय? पण जर काय?'' मिस्टर सॅटर्थवाइटने विचारलं.

''पण जर त्याचं नाव मृत्यू असेल तर मात्र...''

मिस्टर सॅटर्थवाइट शहारला. ती त्याच्यापासून दूर, सावल्यांमध्ये निघून गेली...

तो तिथे किती वेळ बसला होता, त्याचं त्यालाच कळलं नाही; पण आपण महत्त्वाचा वेळ वाया घालवतो आहे असं त्याला अचानक वाटलं आणि तो पटकन उठला. तो घाईघाईने चालू लागला. त्याची पावलं एका विशिष्ट दिशेने पडू लागली.

तो त्या गल्लीत पोहोचला, तेव्हा हे सगळं आभासी असल्याची विचित्र भावना त्याला होऊ लागली. जादू... जादू आणि चंद्रप्रकाश! आणि दोन आकृत्या त्याच्या दिशेने येत होत्या...

ओरॅनॉफ त्याच्या हार्लेक्विनच्या कपड्यात होता म्हणजे मिस्टर सॅटर्थवाइटला पहिल्यांदा तसं वाटलं. मग ते दोघं त्याच्या जवळून गेले, तेव्हा त्याला त्याची चूक कळली. तो ओरॅनॉफ नसून, हार्लेक्विनच्या कपड्यात मिस्टर क्विन होता.

ते दोघं गल्लीत पुढे गेले. त्यांची पावलं वाजतच नव्हती, जणू काही ते हवेत चालत असावेत. मिस्टर क्विनने मागे वळून पाहिलं आणि मिस्टर सॅटर्थवाइटला धक्काच बसला. कारण, मिस्टर क्विनचा असा चेहरा त्याने कधीच पाहिला नव्हता. तो एखाद्या अनोळखी माणसाचाच चेहरा होता... नाही, पूर्णपणे अनोळखी नाही. ओऽह! आत्ता त्याला कळलं की, तो जॉन डेन्मनचा चेहरा होता... आत्ताचा नाही, तर पूर्वीचा. अधीर, धाडसी, तरुण मुलाचा आणि प्रेमिकाचा चेहरा...

तिचं हसणं त्याला ऐकू आलं... ती आनंदात दिसत होती... त्याने त्यांना चालत जाताना पाहिलं आणि दूरवर त्याला त्या पडक्या घराचे दिवे दिसले. स्वप्नात असलेल्या मनुष्यासारखा मिस्टर सॅटर्थवाइट त्यांच्याकडे पाहत राहिला.

त्याच्या खांद्यावर कोणीतरी हात ठेवला आणि तो अचानक जागा झाल्यासारखा झाला. तो सेर्गिअस ओरॅनॉफ होता. तो पांढराफटक पडला होता आणि त्याचं लक्ष भिरभिरत होतं.

''ती कुठे आहे? कुठेय ती? तिने वचन दिलं होतं... आणि ती आलीच नाहीये.''

''मादाम आत्ताच गल्लीतून पुढे गेली. एकटी.'' मिसेस डेन्मनची नोकर मुलगी सावलीतल्या एका दाराआडून म्हणाली. तिच्या हातात तिच्या मालकिणीचा कोट होता. ती मालकिणीची वाट पाहत थांबली होती.

''मी इथे उभी असताना त्यांना इथून जाताना पाहिलं,'' ती पुढे म्हणाली.

मिस्टर सॅटर्थवाइट तिच्यावर ओरडला, ''एकटी? एकटी होती ती?''

नोकराणीचे डोळे आश्चर्याने विस्फारले, ''हो, सर. तुम्हीच त्यांचा निरोप घेतलात ना?''

मिस्टर सॅटर्थवाइटने ऑरॅनॉफचा दंड घट्ट पकडला.

'पटकन...' तो पुटपुटला. ''मला... मला भीती वाटतेय...''

ते दोघं घाईघाईने गल्लीतून पुढे निघाले. तो रशियन मनुष्य अर्धवट वाक्यात घाईघाईने बोलत होता...

''ती फार विलक्षण आहे! काय नाचली आज ती! आणि तो तुझा मित्र. कोण तो? ओऽह! तो फारच विलक्षण आहे... अगदी विरळा. पूर्वी जेव्हा ती रिम्स्की कोर्साकॉफची कोलंबाइन म्हणून नाचायची, तेव्हा तिला कधीच उत्तम परिपूर्ण असा हार्लेक्विन मिळाला नाही. मॉरडॉफ, कॅसनाइन हे कोणीच परिपूर्ण नव्हते. तिची एक सुप्त इच्छा होती, जी तिने एकदा मला सांगितली होती. ती नेहमी तिच्या कल्पनेतल्या हार्लेक्विनसोबत नृत्य करायची. असा मनुष्य जो खरा तिथे नसायचाच. ती म्हणायची की, खरा हार्लेक्विन तिच्या सोबत नृत्य करायला येतो. या तिच्या फँटसीमुळेच ती कोलंबाइनचं काम इतकं सुंदर करू शकायची.''

मिस्टर सॅटर्थवाइटने मान डोलावली. त्याच्या मनात केवळ एकच विचार होता.

''लवकर चल! आपण वेळेत पोहोचलं पाहिजे. अरे बाप रे! आपण उशीर नाही केला पाहिजे!'' तो म्हणाला.

अखेरीस ते शेवटच्या वळणापाशी पोहोचले. समोरच तो भलामोठा खड्डा होता आणि त्यात काहीतरी पडलं होतं, जे आधी तिथे नव्हतं. ती एक स्त्री होती. हात दोन्ही बाजूंना पसरलेले आणि डोकं मागे ताठ केलेलं अशा सुंदर अवस्थेत ती पडली होती. तिचा मृत चेहरा आणि शरीर चंद्रप्रकाशात सुंदरही दिसत होते आणि विजयीही!

मिस्टर सॅटर्थवाइटला हळूहळू मिस्टर क्विनचे शब्द आठवू लागले... *'काही वेळा कचऱ्याच्या ढिगात फार विलक्षण गोष्टी सापडतात...'* आता त्याला त्या शब्दांचा अर्थ कळला होता.

ओरॅनॉफ काहीतरी तुटक तुटक बोलत होता. त्याचा चेहरा अश्रूंनी भिजला होता.

''माझं प्रेम होतं तिच्यावर... मी नेहमीच तिच्यावर प्रेम केलं आहे,'' आणि मग मिस्टर सॅटर्थवाइटच्या मनात आधी जे शब्द उमटले होते अगदी तेच त्याने उच्चारले, ''आम्ही एकाच जगतातले होतो. ती आणि मी. आमचे विचार, आमची स्वप्नं सारखीच होती. मी तिला कायम प्रेम दिलं असतं...''

''तुला कसं माहीत?''

या प्रश्नावर तो रशियन मिस्टर सॅटर्थवाइटकडे पाहतच राहिला. मिस्टर सॅटर्थवाइटच्या स्वरातल्या त्रासिक चिडचिडेपणामुळे त्याला आश्चर्य वाटलं होतं.

मिस्टर सॅटर्थवाइटने पुन्हा विचारलं, ''तुला कसं माहीत? सगळे प्रेमिक असाच विचार करतात... सगळे प्रेमिक हेच म्हणतात... पण केवळ एकच प्रेमिक...''

तो वळला आणि मिस्टर क्विनवर जवळपास धडकलाच. अतिशय अस्वस्थपणे मिस्टर सॅटर्थवाइटने मिस्टर क्विनचा दंड पकडला आणि त्याला जरा दूर नेलं.

''तू होतास तर! तू तिच्या सोबत होतास ना आत्ता?'' तो म्हणाला.

मिस्टर क्विन एक मिनिटभर शांत राहिला. मग हळुवारपणे म्हणाला, ''तुला हवं तर तू तसं म्हणू शकतोस.''

''आणि त्या नोकराणीने तुला पाहिलं नाही?''

''त्या नोकराणीने मला पाहिलं नाही.''

''पण मला तू दिसतोस. असं का?''

''कदाचित. तू जी किंमत मोजली आहेस, त्यामुळे इतरांना जे दिसत नाही ते तुला दिसू शकतं.''

मिस्टर सॅटर्थवाइट काहीच न उमगून त्याच्याकडे मिनिट-दोन मिनिटं पाहत राहिला. मग अचानक त्याचं शरीर थरथरू लागलं, जणू एखादं पान वाऱ्यावर हलत असावं.

''ही काय जागा आहे?'' त्याने विचारलं. ''काय जागा आहे ही?''

''मी तुला आधीच म्हणालो ना, ही 'माझी' गल्ली आहे.''

''प्रेमिकांची गल्ली! आणि लोक त्यातून जातात...'' मिस्टर सॅटर्थवाइट पुटपुटला.

''कधी ना कधी... बरेचसे लोक.''

''आणि या गल्लीच्या टोकाशी त्यांना काय सापडतं?''

मिस्टर क्विन हसला. त्याचा आवाज अगदी प्रेमळ झाला होता. त्याने वरच्या भागातल्या त्या पडक्या घराकडे बोट दाखवलं.

''कदाचित, त्यांचं स्वप्नातलं घर सापडतं किंवा पडके अवशेष... आपण काय सांगणार?''

मिस्टर सॅटर्थवाइटने अचानक त्याच्याकडे नीट पाहिलं. त्याला अचानक बंडखोर वाटू लागलं. जणू त्याला फसवलं गेलं होतं.

''पण मी... पण मी कधीच तुझ्या गल्लीतून पार झालो नाहीये...'' तो थरथरत्या आवाजात म्हणाला.

''आणि तुला त्याचा पश्चात्ताप होतो?''

या प्रश्नाने मिस्टर सॅटर्थवाइट कचरला. त्याच्या डोळ्यांपुढे एक दृश्य झळकलं. मिस्टर क्विन खूप खूप मोठा झाल्यागत त्याला वाटू लागलं... मिस्टर सॅटर्थवाइट त्याचा साक्षीदार होता... मिस्टर क्विन एकाच वेळी भीतिदायकही वाटत होता... पण आनंद, दुःख, निराशा यांचंही प्रतीक वाटत होता.

नेहमी आरामदायक आयुष्याची सवय असलेल्या मिस्टर सॅटर्थवाइटचा आत्मा जणू भयभीत होऊन लहान लहान होत गेला.

''तुला त्याचा पश्चात्ताप होतो?'' मिस्टर क्विनने पुन्हा विचारलं. त्याच्या आविर्भावात काहीतरी भीतिदायक होतं.

''नाही, न... नाही,'' मिस्टर सॅटर्थवाइट चाचरत उत्तरला.

मग अचानक उचल खात तो ओरडला, ''पण मला गोष्टी दिसतात... मी जीवनाचा केवळ निरीक्षक राहिलो असलो तरी काय झालं... इतरांना जे दिसत नाही ते मला दिसतं. तू स्वतःच असं म्हणाला होतास ना, मिस्टर क्विन...''

पण त्याने पाहिलं तर मिस्टर क्विन गायब झाला होता.

इटालिअन उमरावाचं साहस

प्वारोच्या आणि माझ्या भरपूर अनौपचारिक ओळखीपाळखी होत्या आणि मित्रही खूप होते. त्यातच एक होता डॉ. हॉकर, जो आमचा शेजारीही होता. हा सुस्वभावी डॉक्टर कधी कधी संध्याकाळी प्वारोशी गप्पा मारायला यायचा. त्याला प्वारोच्या बुद्धिमत्तेचं फार कौतुक होतं. अत्यंत स्पष्ट, सरळ स्वभावाच्या आणि काहीशा भोळ्या अशा या डॉक्टरला प्वारोच्या गुणांचं फारच कौतुक वाटायचं. कारण, त्याच्या वैद्यकक्षेत्रातल्या कौशल्यांपेक्षा ही गोष्ट फारच निराळी होती.

जूनच्या सुरुवातीच्या काही दिवसांतच, एका संध्याकाळी तो साडेआठच्या सुमारास आला आणि गप्पा मारू लागला. गुन्ह्यांमध्ये हल्ली सर्रास आर्सेनिक विषाचे प्रयोग होताना दिसतायत यावर चर्चा सुरू झाली. पंधराएक मिनिटं झाली असतील, तोच आमच्या बैठकीच्या खोलीचं दार अचानक उघडलं आणि अस्वस्थ झालेली एक स्त्री आत घुसली.

''डॉक्टर! तुम्ही लगेच या! काय भयंकर आवाज... मला भीतीच वाटली. चला!'' ती ओरडली.

ती डॉक्टर हॉकरची हाउसकीपर मिस रायडर होती. डॉक्टर अविवाहित होता आणि आमच्यापासून जवळच असलेल्या एका गल्लीतल्या जुन्या, उदासवाण्या घरात राहायचा. नेहमी शांत, अविचल असलेली मिस रायडर आत्ता फारच अस्वस्थ वाटत होती.

''कुठला भयंकर आवाज? कोण आहे आणि काय झालंय?''

''डॉक्टर, एक फोन आला, मी उचलला आणि कोणीतरी बोललं – 'मदत करा, डॉक्टर! त्यांनी मला मारून टाकलंय!' मग तो आवाज दूर गेल्यासारखा वाटला. कोण बोलतंय, कोण आहे असं मी विचारलं. मग अगदी पुटपुटल्यागत आवाज आला – 'फॉस्कॅटाइन'... किंवा तत्सम काहीतरी ऐकू आलं आणि – 'रीजंट्स कोर्ट.'''

डॉक्टर अचानक उद्गारला, ''उमराव फॉस्कॅटिनी! त्याचा रीजंट्स कोर्टात एक फ्लॅट आहे. मला लगेच तिथे जायला हवं. काय झालं असेल बरं?''

''तुझा रुग्ण आहे का?'' प्वारोने विचारलं.

''काही आठवड्यांपूर्वी तो थोडा आजारी होता, तेव्हा मी त्याला तपासायला गेलो होतो. इटालिअन आहे; पण इंग्लिश उत्तम बोलतो. बरं, गुडनाइट मिस्टर प्वारो. अं, तूही...'' तो घुटमळत म्हणाला.

''तुझ्या मनात काय आहे ते मला कळलं,'' प्वारो हसत म्हणाला, ''मला तुझ्या सोबत यायला आवडेलच. हेस्टिंग्ज, पळत खाली जाऊन टॅक्सी बोलावतोस?''

जेव्हा खूप घाई असते, तेव्हा बरोबर लवकर टॅक्सी मिळत नाही; पण शेवटी मला एक मिळाली आणि आम्ही रीजंट्स पार्कच्या दिशेने निघालो. रीजंट्स कोर्ट ही नवी इमारत होती. ती सेंट जॉन्स वुड रोडच्या एका गल्लीत होती. इमारत नुकतीच बांधली असल्याने तिथे सर्व नव्या सोयीसुविधा होत्या.

खालच्या हॉलमध्ये कोणीच नव्हतं. डॉक्टरने लिफ्टचं बटण दाबलं आणि लिफ्ट आल्यावर त्यातल्या गणवेशधारी मनुष्याला त्याने तीक्ष्णपणे सांगितलं, ''फ्लॅट क्र. ११. उमराव फॉस्कॅटिनी. काहीतरी अपघात झालाय म्हणे.''

तो मनुष्य डॉक्टरकडे पाहतच राहिला.

''मी हे आत्ताच ऐकतोय. मिस्टर ग्रेव्ह्ज... म्हणजे उमराव फॉस्कॅटिनीचा नोकर अर्ध्या तासापूर्वी बाहेर गेला. तो काहीच म्हणाला नाही.''

''घरी उमराव एकटेच आहेत का?''

''नाही, सर. दोन सद्गृहस्थ त्यांच्याकडे जेवायला आले आहेत.''

''त्यांच्याबद्दल काय सांगशील?'' मी उत्सुकतेने विचारलं.

आम्ही लिफ्टमधून वर जात होतो. फ्लॅट ११ दुसऱ्या मजल्यावर होता.

''मी त्यांना स्वतः पाहिलं नाही, सर; पण ते परदेशी होते असं वाटतं.''

त्याने लोखंडी जाळीचं दार उघडलं आणि आम्ही बाहेर पडलो. ११ नंबरचं घर आमच्या समोर होतं. डॉक्टरने बेल वाजवली; पण कोणी दार उघडलं नाही. आतून कसलाच आवाज येत नव्हता. डॉक्टरने पुन्हा पुन्हा बेल वाजवली; पण कोणाचीच चाहूल नव्हती.

''हे गंभीर दिसतंय,'' डॉक्टर पुटपुटला. त्याने लिफ्टमधल्या मनुष्याकडे मोर्चा वळवला.

''या फ्लॅटची दुसरी किल्ली आहे का?''

''हो, खालच्या कार्यालयात आहे.''

''मग ती आण चटकन आणि हो, पोलिसांनाही फोन केलेला चांगला. तेही काम कर.''

प्वारोनेही याला मान डोलावून संमती दर्शवली.

तो मनुष्य थोड्याच वेळात परतला. त्याच्या सोबत इमारतीचा मॅनेजर होता.

"सद्गृहस्थहो, या सगळ्याचा अर्थ काय, मला जरा सांगाल?" मॅनेजरने विचारलं.

"नक्कीच. मला उमरावांकडून फोनवर एक निरोप मिळाला की, त्याच्यावर हल्ला झालाय आणि तो मरतोय. तुमच्या लक्षात आलंच असेल की, आपल्याला वेळ दवडून चालणार नाही. कदाचित, आपल्याला फार उशीर झालेला असू शकतो."

यावर काही आढेवेढे न घेता मॅनेजरने किल्ली काढली आणि आम्ही त्या घरात शिरलो.

गेल्या गेल्या एक लहान लाउंज हॉल लागला. त्याच्या उजव्या बाजूचं दार उघडं होतं. मॅनेजरने खुणेनेच तिथे जाण्यास सुचवलं. "ती जेवणाची खोली आहे."

डॉ. हॉकर पुढे होता. आम्हीही पाठोपाठ आत शिरलो. आत शिरताच माझ्या तोंडून धक्का बसल्याने मोठा उद्गार बाहेर पडला. मध्यातल्या गोलाकार टेबलावर जेवणाचे अर्धवट पदार्थ उरले होते. तीन खुर्च्या मागे ओढलेल्या होत्या, जणू त्यावरचे लोक नुकतेच उठले असावेत. शेकोटीच्या बाजूच्या उजव्या कोपऱ्यात एक मोठं लिखाणाचं टेबल होतं आणि तिथे एक मनुष्य बसला होता किंवा एके काळी जिवंत असलेला मनुष्य बसला असावा. त्याच्या उजव्या हातात अजूनही फोन होता; पण तो पुढे झुकून पडला होता. त्याच्या डोक्याच्या मागच्या बाजूला मोठा आघात केलेला होता. शस्त्र जवळच होतं. एक संगमरवरी पुतळा, जो घाईघाईने पुन्हा जागेवर ठेवायचा प्रयत्न झालेला दिसत होता; पण त्याच्या तळाशी रक्त लागलं होतं.

डॉक्टरला त्याला तपासायला मिनिटभरही लागला नाही. "मृत पावलाय. आघातानंतर ताबडतोब मरण आलं असणार. त्याने फोन कसा केला याचंच मला आश्चर्य वाटतंय. पोलीस येईपर्यंत त्याला हलवायला नको."

मॅनेजरच्या सूचनेवरून आम्ही फ्लॅटमध्ये शोधलं; पण काही उपयोग नव्हता. खुन्यांना सरळ बाहेर पडता येत असताना ते तिथेच कशाला लपून बसणार होते!

आम्ही पुन्हा जेवणाच्या खोलीत आलो. प्वारो आमच्या सोबत घराच्या शोधमोहिमेत आला नव्हता. तो सेंटर टेबल नीट निरखून पाहत असल्याचं मला आढळलं. मीही तिथे गेलो. ते एक चांगलं पॉलिश केलेलं महोगनी लाकडाचं टेबल होतं. त्याच्या मध्यावर गुलाबांच्या फुलांची फुलदाणी होती आणि भोवती पांढऱ्या लेसच्या कापडाच्या मॅट्स होत्या. फळांची एक परडीही तिथे होती आणि कोणीच गोड पदार्थाच्या आपापल्या डिशेसला हातही लावलेला दिसत नव्हता. कॉफीचे तीन कपही होते आणि ते जवळपास रिकामे होते. दोघांनी काळी कॉफी घेतली होती, तर एकाने दूध घातलेली. तिघांनीही पोर्ट घेतली होती आणि त्याची अर्धी रिकामी बाटली टेबलावर तशीच होती. एकाने सिगार ओढली होती, तर इतर दोघांनी

सिगारेट्स. कासवाचं कवच आणि चांदी यांपासून बनवलेली सिगारेट्स आणि सिगार ठेवायची एक पेटी टेबलावर उघडीच पडलेली होती.

मी या सगळ्या गोष्टी मनातल्या मनात टिपल्या; पण त्यातून मला तिथल्या परिस्थितीवर प्रकाश टाकेल, असा काहीच अर्थबोध झाला नाही. प्वारो इतका निरखून काय पाहत असेल, त्यातून त्याला काय समजलं असेल असा मला प्रश्न पडला आणि मी त्याला तसं विचारलं.

''मित्रा, तुला मुख्य मुद्दाच कळला नाहीये. इथे असं काहीतरी नाही आहे जे मी शोधतोय,'' तो म्हणाला.

''आणि ते काय आहे?''

''एखादी चूक... लहानशी का होईना; पण चूक... जी खुन्याने केली असेल.''

मग तो झर्रकन स्वयंपाकघरात शिरला, त्याने चौफेर पाहिलं आणि मान हलवली.

मग तो मॅनेजरला म्हणाला, ''मिस्टर, मला तुमच्या इथली जेवण पुरवण्याची पद्धत जरा सांगता का?''

मॅनेजर भिंतीतल्या एका लहानशा झडपेपाशी गेला.

''ही सर्व्हिस लिफ्ट आहे. इमारतीच्या सर्वांत वरती स्वयंपाकघर आहे, तिथे ही लिफ्ट जाते. या फोनवरून तुम्ही तुमची ऑर्डर द्यायची आणि या लिफ्टमधून एकेका कोर्सचे पदार्थ पाठवले जातात. याच पद्धतीने जेवण झाल्यावर खरकट्या ताटल्या वगैरे वर पाठवायच्या असतात. या सोयीमुळे घरकामाला, स्वयंपाकाला कोणी ठेवायची कटकट करावी लागत नाही आणि सतत रेस्तराँमध्ये जेवायला गेलं तरी लोकांच्या नजरेत येतं, तेही टाळता येतं.''

प्वारोने मान डोलावली.

''म्हणजे आजच्या इथल्या जेवणाच्या ताटल्या स्वयंपाकघरात वरती असतील? मी तिथे जाऊन पाहू शकतो का?''

''हो, अर्थातच. रॉबर्ट हा लिफ्टचं काम पाहणारा आहे. तो तुम्हाला वर घेऊन जाईल आणि दाखवेल; पण मला नाही वाटत तुम्हाला काही सापडेल, कारण तिथे वर काम करणारे लोक रोज हजारो ताटल्या हाताळत असतात आणि धुवायच्या सगळ्या ताटल्या एकत्रच करून ठेवलेल्या असतील.''

पण प्वारो तिथे जाण्यावर ठाम होता, त्यामुळे आम्ही दोघं वरच्या स्वयंपाकघरात गेलो आणि ११ क्रमांकाच्या फ्लॅटची ऑर्डर घेणाऱ्या माणसाशी बोललो.

''त्यांनी अ ला कार्ते मेन्यूमधून ऑर्डर दिली होती. सूप ज्युलिएन, फिले द सोल नॉर्मांद, तुर्नेडोज ऑफ बीफ आणि राइस सूफ्ले.''

''किती वाजता?''

''आठच्या सुमारास. सॉरी; पण सगळ्या ताटल्या आता धुतल्या गेल्या आहेत. तुम्हाला बोटांचे ठसे पाहायचे असतील ना?''

''नाही खरं तर,'' प्वारो हसून म्हणाला, ''मला उमराव फॉस्कॅटिनीची भूक किती होती, त्याचा अंदाज घ्यायचा होता. त्याने प्रत्येक पदार्थ खाल्ला का?''

''हो; पण प्रत्येक पदार्थ किती खाल्ला ते मात्र मी सांगू शकणार नाही, अर्थातच म्हणजे सगळ्यांच्या ताटल्या खरकट्या झालेल्या होत्या आणि रिकाम्या होत्या. हां; पण राइस सूफ्लेचा अपवाद आहे. ते बरंच उरलं होतं.''

''ओऽह!'' प्वारो उद्गारला आणि त्याच्या चेहऱ्यावर समाधान पसरलं.

आम्ही पुन्हा खालच्या मजल्यावर फ्लॅटपाशी जात होतो, तेव्हा तो हळू आवाजात म्हणाला, ''आपली गाठ एका अत्यंत पद्धतशीरपणे काम करणाऱ्या मनुष्याशी आहे.''

''म्हणजे तो खुनी का उमराव फॉस्कॅटिनी? कोणाबद्दल बोलतोयस?''

''उमराव हा नक्कीच एक सर्वसामान्य मनुष्य होता. फोनवरून मदत मागून आपण मरायला टेकलो असल्याचं सांगून त्याने काळजीपूर्वक फोन पुन्हा जागेवर ठेवला.''

मी प्वारोकडे पाहतच राहिलो. त्याचे आत्ताचे शब्द आणि मगाच्या चौकश्या यावरून मला एक कल्पना सुचली.

''तुला वाटतं की, त्याला विष देऊन मारलंय? आणि डोक्यावरचा आघात हा केवळ दिशाभूल करायला केला होता?'' मी हळू आवाजात विचारलं.

प्वारो फक्त हसला.

आम्ही घरात शिरलो, तेव्हा स्थानिक पोलीस इन्स्पेक्टर दोन हवालदारांसोबत आलेला होता. आम्हाला पाहून त्याच्या चेहऱ्यावर नाराजी पसरलीच होती; पण प्वारोने त्याला स्कॉटलंड यार्डमधला आमचा मित्र इन्स्पेटर जॅपची ओळख सांगून शांत केलं, त्यामुळे त्याने कुरकुरत का होईना आम्हाला तिथे थांबायची परवानगी दिली. आम्ही थांबलो ते बरंच झालं, कारण त्यानंतर पाचच मिनिटांत एक मध्यम वयीन मनुष्य अत्यंत अस्वस्थ आणि दुःखी अवस्थेत खोलीत धावतच शिरला.

तो उमराव फॉस्कॅटिनीचा नोकर ग्रेव्ह्ज होता. त्याने सांगितलेली गोष्ट चांगलीच सनसनाटी होती.

आदल्या सकाळी दोन जणं उमरावाला भेटायला आले होते. ते दोघं इटालिअन होते आणि त्यातला मोठा चाळिशीच्या आसपासचा असावा. त्याने त्याचं नाव सिन्योर अॅस्कानिओ असं सांगितलं होतं. दुसरा तरुण चोवीस वगैरे वर्षांचा असावा. त्याचे कपडे उत्तम होते.

उमराव फॉस्कॅटिनीला ते येणार असल्याचं माहीत होतं असं उघड दिसलं. त्याने लगेचच ग्रेव्ह्जला काहीतरी बारकंसं काम सांगून बाहेर पिटाळलं. इतकं बोलून ग्रेव्ह्ज जरा अडखळला; पण मग शेवटी त्याने कबूल केलं की, त्यांच्या भेटीमागचं कारण जाणून घेण्यास तो उत्सुक असल्याने त्याने आपल्या मालकाची आज्ञा पाळली नाही, त्यामुळे तो लगेच बाहेर पडला नाही, तर काही वेळ घुटमळून त्यांचं बोलणं ऐकू येतंय का ते पाहू लागला.

ते तिघं इतक्या हळू आवाजात बोलत होते की, ग्रेव्ह्जला वाटलं होतं तितकं काही ऐकू आलं नाही; पण त्याला इतकं कळलं की, कुठल्यातरी पैशांच्या व्यवहाराचं बोलणं सुरू होतं आणि खरं तर ती धमकी होती. त्या संभाषणात मैत्रीपूर्ण असं काहीच नव्हतं. शेवटी उमराव फॉस्कॅटिनीचा आवाज काहीसा वाढला आणि ग्रेव्ह्जला काही शब्द स्पष्ट ऐकू आले :

> ''मला आणखी वाद घालायला आत्ता अजिबात वेळ नाही. सद्गृहस्थहो, जर तुम्ही उद्या रात्री आठ वाजता माझ्याकडे जेवायला आलात, तर आपण हे संभाषण पुढे सुरू करू.''

आपण चोरून ऐकतोय हे मालकाला कळण्याची भीती वाटल्याने ग्रेव्ह्ज घाईघाईने सांगितलेलं काम करायला बाहेर पडला. या रात्री ते दोघं अगदी आठच्या ठोक्याला हजर झाले. जेवताना ते असेच वेगवेगळ्या विषयांवर बोलत होते म्हणजे राजकारण, हवापाणी, नाटकं वगैरे. जेव्हा ग्रेव्ह्जने पोर्टची बाटली आणि कॉफी टेबलावर आणून ठेवली, तेव्हा त्याच्या मालकाने त्याला उरलेल्या रात्रीसाठी सुट्टी देऊन टाकली.

''त्याच्याकडे पाहुणे येत, तेव्हा तो नेहमी तुला अशी सुट्टी द्यायचा का?'' इन्स्पेक्टरने विचारलं.

''नाही, सर. असं नेहमी नाही करायचे ते म्हणूनच मला विचित्र वाटलं आणि शंका आली की, या पाहुण्यांसोबत त्यांना वेगळीच कसलीतरी बोलणी करायची असावीत.''

ग्रेव्ह्जची गोष्ट इतकीच होती. तो ८.३० वाजता बाहेर पडला होता, एका मित्राला भेटून ते दोघं एडवेअर रस्त्यावरच्या मेट्रोपोलिटन म्युझिक हॉलमध्ये गेले होते.

त्या दोन पुरुषांना कोणीही बाहेर पडताना पाहिलं नव्हतं; पण खुनाची वेळ ८.४७ होती हे स्पष्ट झालं होतं. कारण, फॉस्कॅटिनीच्या हाताने लिखाणाच्या टेबलावरचं लहानसं घड्याळ खाली पडलं होतं आणि ते ८.४७ वा. बंद पडलेलं दिसत होतं. मिस रायडरलाही त्याच वेळी फोन आला होता.

पोलीस सर्जनने शवाची तपासणी केली आणि आता ते सोफ्यावर ठेवण्यात आलं. मी पहिल्यांदाच उमरावाचा चेहरा पाहिला. किंचित रापलेला रंग, लांब नाक, मोठी काळी मिशी आणि लालबुंद ओठांमागचे पांढरेशुभ्र दात. फारसा काही सुखद चेहरा नव्हता तो पाहायला.

इन्स्पेक्टर आपली वही घेत म्हणाला, ''ठीकंय तर मग. तशी सरळसोट केस आहे ही. फक्त सिन्योर अ‍ॅस्कानिओला पकडणं जरा अवघड जाईल. त्याचा पत्ता वगैरे या मृत मनुष्याच्या खिशातल्या डायरीत लिहिलेला तर नाहीये ना?''

प्वारोने सांगितलं होतं तसाच फॉस्कॅटिनी अगदी पद्धतशीर मनुष्य होता. त्याच्या लहानशा डायरीत व्यवस्थित अक्षरात लिहिलेलं होतं : 'सिन्योर पाओलो अ‍ॅस्कानिओ, ग्रोसव्हेनर हॉटेल.'

इन्स्पेक्टर फोनपाशी गेला, कोणाशीतरी बोलला आणि मग हसत हसत परतला.

''अगदी वेळेत झालं! आपल्याला हवे असलेले हे गृहस्थ युरोपची आगगाडी पकडायलाच निघाले होते. ठीकंय, जे करण्यासारखं होतं ते झालंय आता. वाईट झालं खरं; पण सरळसोट केस आहे. इटालिअन लोकांचं हे जे वैर वगैरे असतं त्यातलाच प्रकार असणार.''

अशा प्रकारे त्याने विषयच संपवला आणि आम्ही खाली उतरलो. डॉ. हॉकर फारच उत्तेजित झाला होता.

''एखाद्या कादंबरीची सुरुवात वाटतेय ना? फारच उत्तेजनावर्धक! हे जर मी पुस्तकात वाचलं असतं, तर माझा यावर विश्वासच बसला नसता,'' तो म्हणाला.

प्वारो काहीच बोलला नाही. तो विचारात गढला होता. संध्याकाळभर तो फार काही बोललाच नव्हता.

''आमचा तज्ज्ञ गुप्तहेर काय म्हणतोय?'' डॉ. हॉकरने प्वारोच्या पाठीवर थाप मारत विचारलं, ''या प्रकरणात तुझ्या मेंदूच्या करड्या पेशींना काही कामच नाहीये.''

''असं खरंच वाटतं तुला?''

''काय असणारंय?''

''का? उदाहरणार्थ सांगू... ती खिडकी.''

''खिडकी? पण ती तर बंद होती. कोणीच त्यातून आत किंवा बाहेर जाऊ शकणार नाही. माझ्या विशेष लक्षात आली होती ती.''

''का बरं लक्षात आली होती?''

यावर डॉक्टर गोंधळून विचार करू लागला. प्वारो पटकन म्हणाला, ''मी पडद्यांबद्दल बोलत होतो. पडदे ओढून बंद केलेले नव्हते आणि ती कॉफी... ती फारच जास्त काळी दिसत होती.''

''हं; पण त्याचं काय?''

''फारच काळी होती,'' प्वारो पुन्हा म्हणाला, ''त्या संदर्भात आपण पाहू की राइस सूफ्ले फारच कमी खाल्लेलं होतं. या दोन गोष्टींवरून काय समजतं?''

''काय? तू मला चिडवतो आहेस ना?'' हसत हसत डॉक्टर म्हणाला.

''मी कधीच चिडवत नाही. हेस्टिंग्जला माहीत आहे की, मी पूर्ण गंभीरपणेच बोलतोय.''

''हो; पण तू काय दाखवून देतो आहेस ते मलाही कळलेलं नाही,'' मी म्हणालो. ''तुझा त्या नोकरावर संशय आहे का? तो कदाचित त्याच टोळीतला असेल. त्याने कॉफीत काहीतरी मिसळलं असेल. त्याची ॲलिबी बरोबर आहे ना ते पोलीस तपासतील अशी मला आशा आहे.''

''हो, नक्कीच; पण मला सिन्योर ॲस्कानिओच्या ॲलिबीत रस निर्माण झालाय.''

''त्यालापण ॲलिबी आहे?''

''त्याचीच तर मला काळजी वाटतेय; पण लवकरच काय ते कळेल आपल्याला.''

दुसऱ्या दिवशी *डेली न्यूजमाँगरमधून* आम्हाला काही गोष्टी समजल्या.

सिन्योर ॲस्कानिओला उमराव फॉस्कॅटिनीच्या खुनाकरता अटक करण्यात आली होती. अटक होताना त्याने उमरावाला ओळखत नसल्याचं सांगितलं होतं. तो खुनाच्या दिवशी किंवा आदल्या दिवशी सकाळी रीजंट्स कोर्टच्या जवळपासही फिरकला नसल्याचं त्याने सांगितलं आणि तो तरुण मात्र पूर्णपणे गायब झाला होता. सिन्योर ॲस्कानिओ ग्रॉसव्हेनर हॉटेलमध्ये युरोपहून दोन दिवसांपूर्वी एकटाच आलेला होता आणि त्या दुसऱ्या मनुष्याला शोधण्याचे सगळे प्रयत्न व्यर्थ गेले.

ॲस्कानिओवर खटला मात्र चालवला गेला नाही. स्वतः इटालिअन राजदूत पुढे आले आणि त्यांनी पोलिसांसमोर व कोर्टासमोर सांगितलं की, खुनाच्या रात्री आठपासून नऊपर्यंत तो त्यांच्या सोबत दूतावासामध्ये होता, त्यामुळे ॲस्कानिओला सोडून देण्यात आलं. या कारणामुळे बऱ्याच लोकांना वाटू लागलं की, हा खून राजकीय आहे आणि मुद्दाम त्याला दडपण्यात आलं आहे.

या सगळ्या मुद्द्यांमध्ये प्वारोने खूपच रस घेतला होता; पण तरीही एका सकाळी अचानक तो मला म्हणाला की, अकरा वाजता स्वतः ॲस्कानिओ त्याला भेटायला येणार आहे, तेव्हा मला आश्चर्य वाटल्यावाचून राहिलं नाही.

''तो तुझा सल्ला घ्यायला येणार आहे?''

''*अजिबात नाही*, हेस्टिंग्ज. मलाच त्याला काही विचारायचं आहे.''

''कशाबद्दल?''

''रीजंट्स कोर्ट खुनाबद्दल.''

''त्यानेच खून केला हे तू सिद्ध करणार आहेस का?''

''एखाद्या मनुष्यावर दोन वेळा एकाच खुनाबद्दल खटला चालवता येत नाही, हेस्टिंग्ज. इतका तरी विचार कर की. हे बघ, बेल वाजलीच.''

काही मिनिटांतच सिन्योर ॲस्कानिओ आत आला. तो एक लहानखुरा, बारकुडा मनुष्य होता आणि त्याच्या डोळ्यांत काहीतरी लपवाछपवी करत असल्याचा भाव होता, त्याचे डोळे सारखे भिरभिरत होते. तो उभाच राहिला आणि आम्हा दोघांकडे आळीपाळीने संशयाने पाहू लागला.

''मिस्टर प्वारो?''

माझ्या मित्राने स्वतःच्या छातीवर बोट टेकवत तो प्वारो असल्याचं सांगितलं.

''बस ना. तुला माझी चिठ्ठी मिळाली ना. मी या रहस्याच्या तळाशी जाण्याचा निश्चय केला आहे. तुझी मला त्यात लहानशी मदत होऊ शकते. आपण सुरुवात करू. तू आणि आणखी एक मित्र उमराव फॉस्कॅटिनीला भेटायला मंगळवारी, ९ तारखेला सकाळी...''

त्या इटालिअन मनुष्याने रागाने हातवारे केले.

''मी असं काहीही केलं नाही. मी कोर्टात शपथेवर सांगितलं आहे...''

''*अगदी!* आणि मला वाटतं की, तू खोटी शपथ घेतलीस.''

''तू मला धमकी देतोयस? हुं! मला तुझ्यापासून काही भीती नाही. मला निर्दोष मुक्त केलं आहे!''

''अर्थातच आणि मी काही इतका मूर्ख नाही की तुला फाशीची भीती घालेन; पण लोकांमध्ये बोभाटा होईल, अशी भीती घालू शकतो. तुला प्रसिद्धी अजिबात आवडत नाही, असा माझा अंदाज होताच. बरोबर ना? माझ्या या लहान लहान कल्पना, अंदाज फार उपयोगाचे ठरतात, माहितेय? चल, मला सगळं स्पष्ट सांगणं ही तुझी एकमेव संधी आहे. तुला इंग्लंडला आणण्यात कोणाचा अविवेकीपणा आहे हे मी विचारणार नाही; पण मला इतकं माहीत आहे की, तू एका विशिष्ट हेतूने उमराव फॉस्कॅटिनीला भेटायला आला होतास.''

''तो कोणी उमरावबिमराव नाहीये!'' तो इटालिअन मनुष्य गुरगुरला.

''त्याचं नाव *उमराव* किंवा *इतर उच्च पदस्थांच्या* यादीत नाही हे मी आधीच शोधून काढलेलं आहे. ते असो. बऱ्याचदा उमराव हे पद ब्लॅकमेलिंगच्या धंद्यात उपयोगी पडतं, नाही?''

''मला वाटतं, मला आता स्पष्टच सांगायला काही हरकत नाही. तुला बरंच काही माहीत आहे.''

''माझ्या करड्या पेशींनी चांगलं काम केलंय. हं, तर सिन्योर ॲस्कानिओ, तुम्ही दोघं मृत मनुष्याला मंगळवारी सकाळी भेटलात, हो की नाही?''

''हो; पण दुसऱ्या दिवशी रात्री काही आम्ही गेलो नव्हतो. कारण, गरजच नव्हती. मी सगळं सांगतो. इटलीतल्या एका अत्यंत उच्च पदस्थ गृहस्थाची माहिती त्या हरामखोराच्या हाती लागली होती. त्या कागदपत्रांच्या बदल्यात तो भरपूर मोठी रक्कम मागत होता. मी हा सौदा करायला इंग्लंडला आलो होतो. मी वेळ ठरवून घेऊन त्याची भेट घेतली. दूतावासातला एक तरुण सचिवही माझ्या सोबत होता. माझ्या अपेक्षेपेक्षाही तो उमराव बराच समजूतदार निघाला; पण तरी मला त्याला बरीच मोठी रक्कम द्यावी लागली.''

''माफ कर; पण ती रक्कम कशी दिली गेली?''

''कमी मूल्याच्या इटालिअन नोटांमध्ये. मी तिथल्या तिथे त्याला पैसे दिले आणि त्याने मला कागदपत्रं दिली. मग मी पुन्हा त्याला भेटलो नाही.''

''तुला अटक झाली, तेव्हा हे सगळं का सांगितलं नाहीस?''

''माझी परिस्थिती अशी नाजूक होती की, त्या मनुष्यासोबत माझा कसलाही संबंध आल्याला मला नकार देणं भाग होतं.''

''पण मग त्या संध्याकाळी जे काही घडलं त्याबद्दल तू काय सांगशील?''

''मला वाटतं कोणीतरी मुद्दाम माझं नाव घेऊन तिथे गेलं असणार. त्या घरात पैसे सापडले नसतीलच?''

प्वारोने त्याच्याकडे पाहिलं आणि नकारार्थी मान हलवली.

''काय विचित्र गोष्टंय,'' तो पुटपुटला. ''आपल्या सगळ्यांच्याच मेंदूत करड्या पेशी असतात; पण किती कमी लोकांना त्याचा वापर करता येतो. ठीकंय, सिन्योर ॲस्कानिओ, माझा तुझ्या गोष्टीवर विश्वास आहे. मी जशी कल्पना केली होती, त्याच्याशी ती गोष्ट मिळतीजुळती आहे; पण मला खात्री करून घ्यायला तुला भेटायचं होतं.''

आमच्या पाहुण्याचा निरोप घेतल्यानंतर प्वारो खुर्चीत येऊन बसला आणि माझ्याकडे पाहून हसला.

''चला तर मग, कॅप्टन हेस्टिंग्जचं या केसबद्दलचं मत जाणून घेऊ या!''

''अं... मला वाटतं ॲस्कानिओ म्हणाला तसं, कोणीतरी त्याचं नाव घेऊन गेलं असणार.''

''काय रे! देवाने दिलेलं डोकं कधीच वापरणार नाहीस का तू! त्या रात्री त्या घरातून बाहेर पडताना मी काय म्हणालो होतो ते आठव. त्या खिडकीचे पडदे बंद केलेले नाहीत असं म्हणालो. आत्ता जून महिना आहे. आठ वाजतासुद्धा बऱ्यापैकी प्रकाश असतो; पण साडेआठ वाजता अंधारून यायला सुरुवात होते. *यावरून काही*

समजलं तुला? खूप दिवस विचार केलास, तर कदाचित कळेल तुला! बरं, पुढे जाऊ आपण. मी म्हणालो की, कॉफी फारच काळी दिसतेय. उमराव फॉस्कॅटिनीचे दात पांढरेशुभ्र होते. कॉफीने दातांचा रंग पालटतो. यावरून आपल्याला कळलं की, उमरावाने कॉफी प्यायलीच नाही; पण तीनही कपांमध्ये कॉफी होती. मग जर उमराव कॉफी प्यायलाच नसेल, तर तो कॉफी प्यायल्याचं नाटक कशाला करेल?''

मी पूर्णपणे गोंधळून मान हलवली.

''चल, मी तुला मदत करतो. त्या रात्री सिन्योर अॅस्कानिओ आणि एक तरुण तिथे आले, याचा आपल्याकडे कोणता पुरावा आहे? कोणीच त्यांना आत शिरताना पाहिलं नाही की बाहेर पडतानाही पाहिलं नाही. केवळ एका नोकराने तसं सांगितलं आणि टेबलावरच्या निर्जीव वस्तूंमधून तसं दिसत होतं, इतकाच पुरावा आपल्याकडे आहे.''

''म्हणजे याचा अर्थ...''

''म्हणजे रिकाम्या ताटल्या, काटे, सुऱ्या... ओऽह; पण काय हुशारी! ग्रेव्हज चोर आहे आणि हरामखोरही; पण किती व्यवस्थित आणि पद्धतशीर मनुष्य आहे! त्याने सकाळी संभाषणाचा एक तुकडा ऐकला. त्याच्या लक्षात आलं की, अॅस्कानिओ स्वतःचा बचाव करण्याच्या परिस्थितीत नसणार म्हणून त्याने दुसऱ्या दिवशी आठला मालकाला सांगितलं की, त्याला फोन आला आहे, त्यामुळे फॉस्कॅटिनी टेबलाशी गेला, त्याने फोनशी हात नेला आणि ग्रेव्हजने त्याच्या डोक्यावर मागून संगमरवरी पुतळ्याने आघात केला. मग पटकन सर्व्हिसला फोन करून तिघांसाठी जेवण मागवलं. जेवण आल्यावर त्याने टेबल मांडलं. ताटल्या, काटे-सुऱ्या खरकट्या करून ठेवल्या; पण त्याला ते जेवणही संपवायला लागणार होतं. तो केवळ हुशार मनुष्य नाहीये, त्याची भूकही जबरदस्त आहे आणि ठामपणासुद्धा! पण तीन तूर्नेडोज खाल्ल्यावर आणखी राइस सूफ्ले खाणं मात्र त्याला शक्य झालं नाही! त्याने स्वतः एक सिगार आणि दोन सिगारेट्ससुद्धा ओढल्या कारण सगळा आभास नीट निर्माण करायचा होता. आहा! सगळं काय व्यवस्थितपणे केलं त्याने! मग त्याने घड्याळ्याचे काटे फिरवून ८.४७वर केले आणि ते फोडलं, त्यामुळे ते बंद पडलं. त्याने एकच गोष्ट केली नाही, ती म्हणजे पडदे बंद करणं; पण जर खरोखरच तिथे डिनर पार्टी असती, तर अंधारून यायला लागल्याबरोबर पडदे बंद केले गेले असते. मग तो घाईघाईने बाहेर पडला आणि जाताना त्याने पाहुण्यांबद्दल लिफ्टमध्ये काम करणाऱ्याला सांगितलं. त्याने घाईने फोनबूथ गाठलं आणि ८.४७नंतर शक्य तितक्या पटकन डॉक्टरला फोन केला आणि मरायला टेकलेल्या मालकाचं नाटक केलं. त्याची कल्पना इतकी यशस्वी झाली की, कोणीही तपासून पाहिलं नाही की, खरोखरच तो फोन फ्लॅट क्रमांक ११मधून केला गेला होता की नाही.''

“फक्त एर्क्युल प्वारोने ते तपासलं, नाही?” मी उपहासाने म्हणालो.

“नाही, एर्क्युल प्वारोनेही नाही,” माझा मित्र हसून म्हणाला, “पण मी आता त्याची चौकशी करणार आहे. कारण, आधी मला तुला माझा मुद्दा पटवून द्यायचा होता; पण तू बघशीलच, माझं बरोबरच निघेल आणि मग जॅपही शोधून काढेल हे, कारण त्याला मी आधीच थोडी कल्पना दिली आहे. तो ग्रेव्ह्जला अटक करू शकेल. त्या पैशातले त्याने किती खर्च केले असतील कुणास ठाऊक!”

प्वारोचं बरोबरच निघालं, जसं ते *नेहमीच* असतं!

नोकरीच्या शोधात जेन

जेन क्लीव्हलँडने *डेली लीडरची* पानं चाळली आणि सुस्कारा सोडला. तिच्या अगदी आतून तो सुस्कारा आला होता. तिने नाखुशीनेच संगमरवरी पृष्ठभाग असलेल्या समोरच्या टेबलाकडे, त्यावरच्या पोच्ड अंड्याकडे, टोस्टकडे आणि चहाच्या पॉटकडे पाहिलं. तिला भूक नव्हती म्हणून नव्हे, खरं तर तिला भरपूर भूक लागली होती. तिला वाटत होतं आत्ताच्या आत्ता मऊ शिजवलेला बीफचा मोठ्ठाच्या मोठ्ठा तुकडा अख्खा खावा आणि त्यासोबत बटाट्याचे चिप्स आणि फरसबीसुद्धा. त्यासोबत चहापेक्षा जास्त छान काहीतरी प्यायलाही हवं.

पण खिसा अत्यंत हलका असण्याच्या परिस्थितीतल्या तरुण मुलींना हवं ते निवडता येत नाही ना. पोच्ड अंडं आणि चहा मागवता येत होता, हेच जेनचं नशीब म्हणायचं. उद्या तिला हेच खाणं मागवता येईल, याची खात्री नव्हती; पण जर तिला...

तिने पुन्हा एकदा *डेली लीडरच्या* जाहिरातींचा कॉलम पाहिला. स्पष्टच शब्दांत सांगायचं, तर जेनला नोकरी नव्हती आणि तिची परिस्थिती फारच बिकट होत चालली होती. जेन ज्या कळकट बोर्डिंग हाउसमध्ये राहायची तिथली खानदानी दिसणारी प्रमुख बाई काही दिवसांपासून तिच्याकडे संशयाने पाहू लागली होती.

जेन ताठ मानेने स्वतःशीच म्हणाली, 'तरी मी हुशार आहे, दिसायला चांगली आहे आणि चांगली शिकलेली आहे. यापेक्षा जास्त अजून काय हवं?'

डेली लीडरच्या जाहिरातींमधून असं दिसत होतं की, भरपूर अनुभवी टायपिस्ट, विविध व्यवसायांसाठी रक्कम गुंतवू शकणारे मॅनेजर, कुक्कुटपालनाचा नफा वाटून घेण्यासाठी स्त्रिया (इथेही स्वतः पैसा गुंतवावा लागणार होता), तसंच अनेक स्वयंपाकी, नोकराणी आणि पार्लरमेड अशाच नोकऱ्या उपलब्ध होत्या.

'पार्लरमेड व्हायला माझी काही हरकत नाहीये; पण तिथेही अनुभवाशिवाय मला कोणी नोकरी देणार नाही. मी इच्छुक मुलगी म्हणून कुठेतरी जाऊन पाहू शकते; पण मग अनुभव नसलेल्या इच्छुक मुलींना पैसेही फारच कमी देतात लोक,' जेन स्वतःशीच म्हणाली.

तिने पुन्हा सुस्कारा सोडला, वर्तमानपत्र ठेवलं आणि समोरच्या अंड्यावर ताव मारायला सुरुवात केली.

शेवटचा घास खाऊन झाल्यावर तिने चहा पिता पिता वैयक्तिक बाबींवर सल्ला देणारा स्तंभ आणि छोट्या जाहिरातींचा स्तंभ वाचला. तिथे काहीतरी सापडेल, अशी तिची शेवटची आशा होती.

तिच्याकडे जर दोनेक हजार पौंड असते, तर आयुष्य किती सोपं झालं असतं. तिथे किमान सात एकमेवाद्वितीय संधी होत्या. प्रत्येकीतून तीन हजार पौंड तरी वर्षाला मिळाले असते. जेनच्या चेहऱ्यावर थोडं हसू फुटलं. ती मनात म्हणाली, 'माझ्याकडे दोन हजार पौंड असते, तर मी ते असेतसे अजिबात खर्च केले नसते.'

तिने भर्रकन कॉलमच्या खालपर्यंतचं सगळं चाळलं आणि सराइतासारखी पुन्हा वर नजर फिरवली.

एक बाई लोकांचे वापरात नसलेले कपडे चांगल्या किमतीला विकत घेते, असं लिहिलं होतं. घरी येऊन कपडे तपासून जाणारी होती ती. काही गृहस्थ काहीही विकत घेणारे होते; पण मुख्यतः दात! मग काही जाहिराती अशाही होत्या, ज्यात उच्चभ्रू स्त्रिया परदेशी जाताना त्यांचे महागडे फरकोट विकत होत्या. संकटात सापडलेला पाद्री आणि कष्टाळू विधवा स्त्री यांचंही काहीबाही होतं. या सगळ्यांना पन्नासपासून दोन हजार पौंडांपर्यंत पैशांची गरज होती. जेन अचानक थबकली. तिने चहाचा कप खाली ठेवला आणि एक जाहिरात नीट वाचली.

''यात नक्की काहीतरी गोम असणार,'' ती पुटपुटली, ''अशा प्रकारच्या गोष्टींत नेहमी काहीतरी अटी-शर्ती असतातच. मला लक्षपूर्वक पाहावं लागेल; पण तरी...''

ज्या जाहिरातीने जेन क्लीव्हलँडचं लक्ष वेधून घेतलं होतं ती अशी होती :

'पंचवीस ते तीस वर्षं वय असलेली, गडद निळे डोळे, फिकट सोनेरी केस असलेली, काळ्या भुवया आणि पापण्या असलेली, सरळ नाकाची, बारीक अंगकाठीची, पाच फूट सात इंच उंची असलेली मुलगी जर चांगलं फ्रेंच बोलू शकत असेल आणि चांगली नकलाकार असेल, तर ७ एंडरस्ले इथे ५ ते ६ वाजताच्या दरम्यान तिने उपस्थित राहिल्यास तिला तिच्या फायद्याचं काहीतरी मिळू शकेल.'

''अशाच वेळी भोळ्या मुली फसतात,'' जेन स्वतःशी पुटपुटली. ''मला काळजी घेतली पाहिजे; पण अशा प्रकारच्या गोष्टींपेक्षा इथे जरा जास्तच विशिष्ट अपेक्षा ठेवलेल्या दिसतायत. काय बरं असेल... परत बघू जरा,'' असं म्हणून तिने पुन्हा नीट वाचलं.

''पंचवीस ते तीस वय. ठीकंय, मी सव्वीस आहे. डोळे गडद निळे आहेत. फिकट सोनेरी केस, काळ्या भुवया आणि पापण्या... माझ्या आहेत. ठीकंय. सरळ नाक? अं, बऱ्यापैकी आहे. असो, माझ्या नाकाला बाक नक्की नाहीये आणि मी चांगलीच बारीक आहे; पण माझी उंची मात्र पाच फूट सहाच इंच आहे; पण मी उंच टाचांचे बूट घालेन आणि मी नकलाकारही चांगली आहे. फार भारी नाही; पण लोकांच्या आवाजांची नक्कल करू शकते मी. फ्रेंच तर मी एखाद्या फ्रेंच बाईइतकं सफाईने बोलू शकते म्हणजे मी या वर्णनात बरोबर बसतेय! मी त्यांच्याकडे गेले, तर ते खुशीने वेडेच होतील बहुधा! चल, जेन क्लीव्हलँड, जिंकून ये!''

काहीतरी ठरवून जेनने ती जाहिरात नीट फाडून घेतली आणि आपल्या बॅगेत ठेवली. मग तिने मोठ्या आत्मविश्वासाने बिल मागवलं.

पाच वाजायला दहा मिनिटं कमी असताना जेन एंडरस्ले रस्त्याच्या आसपास टेहळणी करत फिरत होती. एंडरस्ले ही खरं तर एक लहानशी गल्ली होती, जी ऑक्सफर्ड सर्कसच्या दोन मोठ्या रस्त्यांच्या मध्ये होती. ती गल्ली रटाळ भासत असली तरी चांगल्या वस्तीतली होती.

सगळ्या घरांपेक्षा ७ क्रमांकाची इमारत काही वेगळी दिसत नव्हती. तिथे काही कार्यालयं असावीत असं वाटत होतं; पण तिथे गेल्यावर अचानक जेनच्या लक्षात आलं की, निळे डोळे, सोनेरी केस, सरळ नाक असलेली बारीक मुलगी काही ती एकटीच नव्हती. लंडनमध्ये अशा वर्णनाच्या शेकडो मुली असाव्यात असं दिसत होतं! आणि त्यातल्या किमान चाळीस-पन्नास जणी ७ क्रमांकाच्या इमारतीबाहेर गोळा झाल्या होत्या.

''स्पर्धा! मला पटकन रांगेत उभं राहायला हवं,'' जेन पुटपुटली.

ती रांगेत उभी राहते न राहते तोच आणखी तीन मुली तिथे आल्या. त्यांच्या मागून आणखीही आल्या. जेनने वेळ घालवायला आपल्या आजूबाजूच्या मुलींचं निरीक्षण सुरू केलं. प्रत्येकीत अपेक्षित वर्णनापेक्षा काही ना काही वेगळं होतं. कोणाच्या पापण्या सोनेरी होत्या, तर कोणाचे डोळे करडे होते, कोणाचे केस रंगवून सोनेरी केलेले होते, नाकं तर बरीच वेगवेगळी होती आणि बारीक अंगकाठी तर फार कोणाचीच नव्हती. जेनच्या आशा पुन्हा पल्लवित झाल्या.

''मला अजूनही संधी मिळू शकते,'' ती स्वत:ला म्हणाली, ''हे सगळं काय असेल बरं?''

रांग हळूहळू; पण सतत पुढे सरकत होती. लवकरच इमारतीतून बाहेर येणाऱ्या मुलींचा ओघ सुरू झाला. त्यातल्या काही चिडून डोकी हलवत होत्या, तर काही नाक मुरडत बाहेर येत होत्या.

'यांची निवड झालेली दिसत नाहीये! मला संधी मिळण्यापूर्वीच जागा भरल्या नाहीत म्हणजे मिळवलं!' जेन आनंदून मनाशी म्हणाली.

...आणि मुलींची रांग पुढे सरकतच राहिली. काही जणी चिंतातुर चेहऱ्याने लहानशा आरशात स्वतःचं रूप तपासत होत्या. काही जणी मेकअप ठीकठाक करत होत्या, लिपस्टिक लावत होत्या.

''माझी हॅट जरा जास्त स्मार्ट असायला हवी होती,'' जेन दुःखी स्वरात पुटपुटली.

अखेर एकदाची तिची पाळी आली. त्या घराच्या आत शिरल्यावर एका बाजूला काचेचं दार होतं, ज्यावर 'मेसर्स कथबर्टसन्स' असं लिहिलेलं होतं. याच काचेच्या दारातून एकेक इच्छुक मुलगी आत जात होती. जेनची पाळी आली. खोल श्वास घेऊन ती आत शिरली.

आत गेल्यावर कारकुनांचं एक कार्यालय होतं. त्याच्या दुसऱ्या टोकाला आणखी एक काचेचं दार होतं. जेनला त्यातून पलीकडे जायला सांगण्यात आलं आणि ती गेली. आत एक लहान खोली होती. एक मोठं टेबल होतं आणि टेबलामागे एक मध्यम वयीन पुरुष बसला होता. त्याची नजर पारखी दिसत होती. परदेशी माणसाप्रमाणे त्याला जाड मिशी होती. त्याने एका नजरेतच जेनला निरखलं आणि डावीकडच्या दाराकडे निर्देश केला.

''तिथे जाऊन थांब, प्लीज,'' तो म्हणाला.

जेनने सांगितल्याप्रमाणे केलं. ती जिथे शिरली तिथे आधीपासूनच पाच मुली बसलेल्या होत्या. सगळ्याच अगदी ताठ्याने एकमेकींकडे बघत होत्या. जेनच्या लक्षात आलं की, तिला पहिल्या फेरीत निवडलं गेलंय आणि त्याने तिला जास्तच उत्साही वाटू लागलं; पण त्या पाच जणींकडे पाहून तिच्या हेही लक्षात आलं की, त्यातल्या प्रत्येकीला तिच्याइतकीच संधी होती. त्या सगळ्याच जाहिरातीच्या वर्णनात बसणाऱ्या होत्या.

वेळ जात होता. बाहेर बहुधा मुली येतच असाव्यात. त्यातल्या बहुतेकींना दुसऱ्या दरवाजातून बाहेर पाठवून दिलं जात होतं; पण अधूनमधून एखादी मुलगी त्यांच्या खोलीत येऊन बसत होती. साडेसहा वाजता तिथे एकूण चौदा मुली होत्या.

जेनला आतल्या ऑफिसातून कोणाचे तरी आवाज ऐकू येऊ लागले. मग तो मघाचा परदेशी दिसणारा गृहस्थ दारात आला. त्याच्या मिशीमुळे तिने मनातल्या मनात त्याला कर्नल असं नाव ठेवलं होतं.

''मी तुम्हाला एकेकीला आता भेटेन. तुम्ही ज्या क्रमाने इथे आलात, त्याच क्रमाने एकेकीने या, प्लीज,'' तो म्हणाला.

जेन चौदांमधली सहावी होती. आधीच्या पाच मुलींची भेट होईपर्यंत वीस मिनिटं गेली. ती कर्नलच्या खोलीत शिरली, तेव्हा तो हात पाठीमागे धरून उभा होता. त्याने तिला भराभर काही प्रश्न विचारले, तिला फ्रेंचचं कितपत ज्ञान आहे ते तपासलं आणि तिची उंची मोजली.

''तू योग्य असू शकतेस, मिस,'' तो म्हणाला, ''मला माहीत नाही; पण असू शकतेस.''

''हे काय काम आहे, मला सांगाल का?'' जेनने स्पष्टपणेच विचारलं.

त्याने खांदे उडवले.

''ते मी आत्ता नाही सांगू शकत. जर तुझी निवड झाली, तर तुला ते सांगूच.''

''हे सगळं जरा रहस्यमयच वाटतंय. काय काम आहे हे न कळता मी ते कसं स्वीकारू? स्टेजवरच्या नाटकाशी वगैरे काही संबंधित आहे का?'' जेनने विचारलं.

''स्टेज? नाही, नाही!''

''ओऽह!'' जेन चकित होऊन म्हणाली.

तो आता तिच्याकडे नीट निरखून पाहत होता.

''तू हुशार आहेस, हो ना? आणि गुप्तता राखू शकतेस?''

''हो; पण पैशाचं काय?'' जेनने शांतपणे विचारलं.

''पंधरा दिवसांच्या कामाचे दोन हजार पौंड मिळतील.''

''ओऽह!'' जेनची बोलतीच बंद झाली. इतकी मोठी रक्कम एकदम मिळणार हे ऐकून तिला काही सुचलंच नाही.

कर्नल पुढे बोलू लागला.

''त्या दुसऱ्या एका मुलीला मी आधीच निवडलंय. तू आणि ती सारख्याच योग्य आहात. बाकीच्यांशी मी अजून बोललो नाहीये. पुढे काय करायचं याच्या सूचना मी तुला देतो. तुला हॅरिजेस हॉटेल माहीत आहे?''

जेनच्या तोंडून आश्चर्योद्गार बाहेर पडला. हॅरिजेस हॉटेल माहीत नसणारा मनुष्य अख्ख्या इंग्लंडमध्ये सापडला नसता. मेफेअरमधल्या एका साध्याशा गल्लीत हे हॉटेल होतं; पण तिथे उच्चभ्रू लोक आणि खानदानी, राजघराण्यातल्या लोकांची ये-जा असायची. आजच सकाळी जेनने वाचलं होतं की, तिथे ऑस्ट्रोव्हाची डचेस पॉलीन आली होती. तिला रशियन निर्वासितांसाठी मोठा बाजार सुरू करायचा होता आणि अर्थातच ती हॅरिजेसमध्ये राहत होती.

''हो,'' जेनने कर्नलच्या प्रश्नाचं उत्तर दिलं.

''गुड. तिथे जा आणि काउंट स्ट्रेप्टिचचं नाव सांग. तुझं कार्ड पाठव. तुझ्याकडे स्वतःचं कार्ड आहे ना?''

जेनने दाखवलं. कर्नलने ते घेऊन त्याच्या एका कोपऱ्यात बारीक अक्षरात 'पी' हे अक्षर लिहिलं. मग कार्ड पुन्हा जेनला दिलं.

''हे पाहून काउंट तुला भेटायला बोलवेल. मी तुला पाठवलं आहे हे त्याला समजेल. अंतिम निर्णय त्याचा आणि आणखी एका व्यक्तीचा आहे. जर त्याला

तू योग्य मुलगी वाटलीस, तर तो पुढचं सगळं सांगेल. मग तू एक तर ती ऑफर स्वीकारू शकतेस किंवा नाकारू शकतेस. ठीकंय?''

''हो, अगदी.''

''एवढं तरी झालं,'' बाहेर रस्त्यावर येता येता ती पुटपुटली. ''अजून तरी मला यात काही अटी-शर्ती दिसल्या नाहीयेत; पण काहीतरी असणारच. काहीच न करता इतके पैसे कोण देईल? काहीतरी गुन्ह्यासाठी तर वापर करणार नाहीत ना! दुसरं काय राहिलंय!''

जेनचा उत्साह वाढला होता. लहानसहान गुन्हा करायला तिची काही हरकत नव्हती. लुटारू मुलींच्या बातम्यांनी त्या दिवसांत वर्तमानपत्रं भरलेली असायची. कोणतीच दुसरी नोकरी मिळाली नाही, तर हेच काम करायचं असं जेनने खरंच ठरवलं होतं!

हॅरिजेसमध्ये शिरताना जेनच्या मनात किंचित भीती होती. बाकी कशाहीपेक्षा आपल्या डोक्यावर नवी हॅट असायला हवी होती, असं तिला वाटत होतं.

पण ती धीटपणे डेस्कपाशी गेली आणि अजिबात न अडखळता बोलत तिने काउंट स्ट्रेप्टिचचं नाव सांगितलं. तिला वाटलं की, हॉटेलचा कारकून तिच्याकडे विचित्र नजरेने पाहतोय की काय; पण त्याने तिचं कार्ड घेतलं आणि एका पोऱ्याला हळू आवाजात काहीतरी सूचना दिल्या. काही वेळात तो पोरगा परत आला आणि जेनला बोलावण्यात आलं. लिफ्टमधून ते वर गेले आणि एका कॉरिडॉरमधून मोठ्या दारावर टकटक करून ती आत शिरली. ती एक मोठी खोली होती. तिथे एक उंच, बारीक मनुष्य उभा होता. त्याची दाढी सोनेरी होती आणि आपल्या गोऱ्यापान हातात त्याने तिचं कार्ड धरलं होतं.

''मिस जेन क्लीव्हलँड,'' तो सावकाश म्हणाला, ''मी काउंट स्ट्रेप्टिच.''

तो दात दाखवत हसला खरा; पण ते हसू आनंदी वाटतच नव्हतं.

''आमची जाहिरात बघून तू आलीस ना? कर्नल क्रॅनिनने तुला इथे पाठवलं,'' तो म्हणाला.

'अच्छा, तो खरंच कर्नल *होता* तर,' जेनच्या मनात आलं. आपला अंदाज बरोबर निघाला म्हणून ती खूश झाली; पण तिने काउंटकडे पाहून केवळ मान तुकवली.

''मी तुला काही प्रश्न विचारले तर चालेल ना?'' त्याने विचारलं.

पण तिच्या उत्तरासाठी न थांबता त्याने कर्नलप्रमाणेच तिच्यावर भराभर प्रश्नांचा मारा केला. तिच्या उत्तरांनी त्याचं समाधान झालेलं दिसलं. एक-दोनदा त्याने मान डोलावली.

''आता तू दारापर्यंत सावकाश चालत जा आणि तशीच परत ये,'' तो तिला म्हणाला.

'कदाचित, कपड्यांच्या प्रदर्शनासाठी त्यांना मॅनिक्विन म्हणून मुली हव्या असतील,' ती मागणी ऐकून जेनच्या मनात आलं. 'पण या कामासाठी ते नक्कीच दोन हजार पौंड देणार नाहीत; पण आत्ताच जास्त प्रश्न विचारायला नकोत,' ती स्वतःशीच म्हणाली आणि तिने चालून दाखवलं.

काउंट स्ट्रेप्टिचच्या चेहऱ्यावर आठ्या पसरल्या. आपल्या बोटाने तो टेबलावर टकटक करत होता. अचानक तो उठला आणि शेजारच्या खोलीचं दार उघडून कोणाशीतरी बोलला.

तो पुन्हा येऊन बसला, तेव्हा शेजारच्या खोलीतून एक मध्यम वयीन बाई तिथे आली. ती गुबगुबीत आणि अतिशय कुरूप होती; पण ती कोणीतरी अतिशय महत्त्वाची व्यक्ती असल्यासारखं तिचं वावरणं होतं.

''हं, ॲना मिखाइलोव्ना, तुझं तिच्याबद्दल काय मत आहे?'' काउंटने विचारलं.

जेन एखादा मेणाचा पुतळा वगैरे असावी अशा प्रकारे त्या बाईने तिच्यावरून नजर फिरवली. तिने तिच्याशी एक शब्दही बोलायची तसदी घेतली नाही.

''चालू शकेल ही,'' शेवटी ती म्हणाली, ''अगदी साम्य म्हटलं तर तसं फारच कमी आहे; पण तिची अंगयष्टी, रंग अगदी सारखा आहे. बाकीच्या सर्व मुलींपेक्षा चांगला. फिओडोर अलेक्झांड्रोविक तुला काय वाटतं?''

''मी सहमत आहे, ॲना मिखाइलोव्ना,'' तो म्हणाला.

''फ्रेंच बोलते का ही?''

''हो, तिचं फ्रेंच फारच चांगलं आहे.''

आपण खरोखरच एखाद्या पुतळ्याप्रमाणे आहोत, असं जेनला अधिकाधिक वाटू लागलं. एक जिवंत मुलगी तिथे उभी आहे याची आठवणच जणू त्या दोघांना नव्हती.

''पण ती गुप्तता राखेल का?'' त्या बाईने आठ्या घालून जेनकडे पाहत विचारलं.

''ही राजकुमारी पोपोरेन्स्की आहे. ती विचारते आहे की, तू गुप्तता बाळगू शकतेस की नाही?'' काउंटने जेनला फ्रेंचमधून विचारलं.

जेनने राजकुमारीकडे पाहून उत्तर दिलं, ''माझं काम नक्की काय असणार आहे, ते समजेपर्यंत मी कोणतंच वचन देऊ शकत नाही.''

''हेच या मुलीमध्ये वेगळं आहे!'' ती बाई उद्गारली, ''मला वाटतं ती हुशार आहे, फिओडोर अलेक्झांड्रोविक. बाकी सगळ्या मुलींपेक्षा हुशार. मला सांग मुली, तू धाडसी आहेस?''

''मला माहीत नाही,'' जेन गोंधळून म्हणाली, ''म्हणजे मला लागलेलं आवडत नाही; पण मी सहन करू शकते.''

''नाही, नाही, मला तसं नव्हतं म्हणायचं म्हणजे धोक्याची परिस्थिती असली तरी तुझी हरकत नाही ना?''

''ओऽह, अच्छा! धोका! मग ठीकंय. मला आवडतं धोके पत्करायला.''

''आणि तू गरीब आहेस? तुला भरपूर पैसा कमवायला आवडेल?''

''अगदीच!'' जेन उत्साहाने म्हणाली.

काउंट स्ट्रेप्टिच आणि राजकुमारी पोपोरेन्स्कीने एकमेकांकडे कटाक्ष टाकला. मग दोघांनी एकाच वेळी माना डोलावल्या.

''बाकीचं मी समजावून सांगू का, ॲना मिखाइलोव्ना?'' काउंटने विचारलं.

राजकुमारीने नकारार्थी मान हलवली.

''राणीसाहेब स्वतः ते करतील,'' ती म्हणाली.

''त्याची गरज नाही आणि ते ठीक नाही होणार.''

''असो; पण राणीसाहेबांची तीच आज्ञा आहे. तुझं या मुलीशी काम झाल्यानंतर लगेचच मी तिला नेणं अपेक्षित होतं.''

स्ट्रेप्टिचने खांदे उडवले. त्याला हे अजिबात आवडलं नव्हतं हे स्पष्ट दिसत होतं; पण तो आज्ञेचं पालन करणार होता हेही उघड होतं. तो जेनला म्हणाला, ''राजकुमारी पोपोरेन्स्की आता तुला राणीसाहेब डचेस पॉलीन यांना भेटवतील. घाबरू नकोस.''

जेन मुळीच घाबरली नव्हती. उलट खऱ्याखुऱ्या डचेसला भेटायला मिळणार म्हणून ती आनंदली होती. जेनला काही समाजवादाचं वगैरे पडलेलं नव्हतं. त्या क्षणी तर ती आपल्या हॅटची चिंताही करत नव्हती.

राजकुमारी पोपोरेन्स्कीने तिला चलायची खूण केली. तिची चाल डौलदार नसली तरी त्यात अदब होती. ते शेजारच्या खोलीतून पलीकडे गेले आणि राजकुमारीने एक दार ठोठावलं. आतून एक आवाज आला आणि राजकुमारीने दार उघडलं. ती आणि जेन आत गेल्या.

''मॅडम, ही जेन क्लीव्हलॅंड,'' राजकुमारी गंभीरपणे म्हणाली.

खोलीच्या टोकाला एका मोठ्या खुर्चीत एक तरुणी बसली होती. ती पटकन उठून धावतच जेनपाशी आली. तिने मिनिटभर जेनकडे टक लावून पाहिलं आणि मग ती आनंदाने हसू लागली.

''वा, ॲना! फारच छान! मला वाटलंच नव्हतं, आपण इतके यशस्वी होऊ! चल, आपण शेजारी शेजारी उभ्या राहून पाहू या.''

जेनचा हात धरून तिने तिला भिंतीवरच्या मोठ्या आरशाजवळ नेलं.

''बघितलंस! आपण अगदी मिळत्याजुळत्या दिसतो!'' ती उद्गारली.

जेनने डचेस पॉलीनकडे पहिली नजर टाकल्या टाकल्याच तिला कामाचा अंदाज येऊ लागला होता. डचेस बहुधा जेनहून एखाददोन वर्षं मोठी असावी. तिचे केस तसेच फिकट सोनेरी होते आणि ती तितकीच बारीक होती. ती जेनपेक्षा थोडी उंच होती खरी; पण शेजारी शेजारी उभ्या राहिल्यावर त्यांच्यातलं साम्य अगदी स्पष्ट दिसत होतं. त्यांचा रंगही अगदी तसाच होता.

डचेसने टाळी वाजवली. ती फारच आनंदी तरुण मुलगी होती असं दिसत होतं.

''यापेक्षा चांगलं काहीच असू शकत नाही! फिओडेर अलेक्झांड्रोविकचे माझ्या वतीने आभार मानशील ना, ॲना? त्याने चांगलं काम केलं आहे.''

''मॅडम, या मुलीने काय काम करायचं आहे ते अजून तिला माहीत नाहीये,'' राजकुमारी पुटपुटली.

''हो, खरंय,'' जरा शांत होत डचेस म्हणाली, ''मी विसरलेच होते. ठीकंय, मी सांगते तिला. ॲना मिखाइलोव्ना, आम्हाला एकटं सोड.''

''पण मॅडम...''

''मी म्हणाले ना, आम्हाला एकटं सोड.''

असं म्हणून तिने रागाने पाय आपटला. नाखुशीनेच ॲना खोलीबाहेर गेली. डचेस बसली आणि तिने जेनलाही बसायची खूण केली.

''या म्हाताऱ्या बायका फार वैताग देतात,'' ती म्हणाली, ''पण त्यांची गरज पडतेच. ॲना मिखाइलोव्ना सगळ्यात बरी आहे. हं, तर... मिस, हां, मिस जेन क्लीव्हलँड, मला आवडलं तुझं नाव. मला तूही आवडलीस. तुला सहानुभूती वाटते असं दिसतं. लोकांकडे सहानुभाव, प्रेमळपणा आहे की नाही ते मी त्यांच्याकडे पाहून क्षणार्धात सांगू शकते.''

''तुम्ही फारच हुशार आहात, मॅम,'' जेन पहिल्यांदाच बोलली.

''हो, मी हुशार आहे,'' पॉलीन शांतपणे म्हणाली, ''ठीकंय, आता मी तुला सगळं समजावते म्हणजे तसं समजवण्यासारखं फार नाहीये. तुला ऑस्ट्रोवाचा इतिहास माहीतच असेल. माझ्या कुटुंबीयांपैकी जवळपास सगळे मरण पावले आहेत. कम्युनिस्टांनी त्यांना खलास केलं. मी बहुधा माझ्या वंशातली शेवटची जिवंत व्यक्ती असेन. मी मुलगी असल्याने गादीवर बसू शकत नाही. मला वाटलं होतं की, त्यामुळे तरी ते माझ्या वाटेला जाणार नाहीत; पण नाही... मी कुठेही गेले तरी माझ्या हत्येचे प्रयत्न होतात. विचित्रच आहे ना? व्होडकामध्ये बुडालेल्या या रानटी लोकांना काही कळतच नाही!''

''हं,'' जेन म्हणाली. आपल्याला काय करावं लागेल, याची तिला कल्पना येऊ लागली होती.

''बराचसा काळ मी अशी निवृत्त झाल्याप्रमाणे बाहेर न पडता राहते म्हणजे मला सर्व खबरदारी घेता येते; पण अधूनमधून मला सार्वजनिक कार्यक्रमांमध्ये जावंच लागतं. जसं की मी इथे आले आहे, तर मला बऱ्याच अर्ध-सार्वजनिक कार्यक्रमांना हजेरी लावावी लागणार आहे. परतीच्या प्रवासात पॅरिसलाही असे कार्यक्रम आहेत. हंगेरीमध्ये माझी मालमत्ता आहे, माहितेय? तिथले खेळ फार चांगले असतात.''

''हो का?'' जेनने विचारलं.

''फार छान. मला खेळ फार आवडतात. आणखी एक गोष्ट खरं तर मी तुला सांगितली नाही पाहिजे; पण तुझा चेहरा इतका प्रेमळ आहे की मी सांगते... तिथेही काही योजना बनवल्या जातायत. अगदी गुपचूप. थोडक्यात काय, तर पुढच्या दोन आठवड्यांत माझी हत्या झाली नाही पाहिजे.''

''पण पोलीस तर नक्कीच...'' जेन काहीतरी बोलू लागली.

''पोलीस? हां, पोलीस चांगलेच आहेत, असा माझा विश्वास आहे आणि आमचेही हेर आहेतच. माझ्या हत्येचा कट असेल, तर बहुधा मला आधी सावधगिरीचा इशारा मिळण्याची शक्यता आहेच; पण तरी, आधी सुगावा नाही लागला असं होऊ शकतंच ना.''

असं म्हणून तिने खांदे उडवले.

''मला समजू लागलंय... मी तुझी जागा घ्यायची आहे ना?'' जेनने विचारलं.

''फक्त काही विशिष्ट प्रसंगी,'' डचेसने उत्साहाने सांगितलं. ''पण तू हाताशी असली पाहिजेस, समजलं ना? पुढच्या पंधरवड्यात तुझी गरज दोनदा, तीनदा, चारदा कधीही पडू शकते. प्रत्येक वेळी एखादा कार्यक्रम असेल तेव्हा. अर्थातच, आमच्या जवळचे थोडेच लोक असलेल्या खासगी प्रसंगी तू माझी जागा घेऊ शकतच नाहीस.''

''हो, अर्थातच.'' जेन म्हणाली.

''तू अगदी योग्य ठरशील. फिओडोर ॲलेक्झांड्रोविकने खरंच चांगलं काम केलंय. त्याला हे जाहिरातीचं सुचलं ते बरं झालं. हो ना?''

''आणि जर माझी हत्या झाली तर?'' जेनने विचारलं.

डचेसने खांदे उडवले.

''तो धोका तर अर्थातच पत्करावा लागेल; पण आमच्या हाती आलेल्या गुप्त माहितीनुसार त्यांना मला पकडून न्यायचं आहे, थेट ठार मारायचं नाहीये. किडनॅप करायचंय; पण मी स्पष्टच सांगते... ते बॉम्ब टाकायचीही शक्यता असू शकते.''

''अच्छा,'' जेन म्हणाली.

पॉलीनसारखंच हलकंफुलकं वागण्याची नक्कल करायचा ती प्रयत्न करत होती. तिला पैशाची बोलणी करायची होती; पण तो विषय कसा काढावा हे तिला कळत नव्हतं; पण पॉलीननेच तिचे कष्ट वाचवले.

पॉलीन बेफिकिरीने म्हणाली, ''आम्ही तुला पैसे तर चांगलेच देऊ. फिओडोर ॲलेक्झांड्रोविकने किती सुचवले होते ते मला नीट आठवत नाहीये. आम्ही फ्रँक्स किंवा क्रोनेनमध्ये काहीतरी ठरवले होते.''

''कर्नल क्रॅनिन दोन हजार पौंड म्हणाले होते,'' जेनने सांगितलं.

''अरे हां, आठवलं!'' पॉलीन खूश होत म्हणाली, ''तेवढे पुरेसे आहेत ना? की तुला तीन हजार हवेत?''

''अं... जर तुम्हाला दोन किंवा तीनने काहीच फरक पडणार नसेल, तर मला तीन हजार पौंड हवेत,'' जेन म्हणाली.

''चांगलीच व्यावसायिकासारखी बोलतेस की तू,'' पॉलीन म्हणाली, ''मलाही वाटतं की, आपण असं असायला हवं; पण मला पैशांचं काहीच कळत नाही. फक्त मला जे हवं असतं, ते अगदी हवंच असतं आणि ते मला मिळतंच, बस्स.''

जेनला वाटलं की, किती साधीसरळ पण कौतुकास्पद वृत्ती आहे ही!

''आणि अर्थातच धोका असणार आहे,'' पॉलीन विचार करत म्हणाली, ''पण तुला धोका पत्करायला काही हरकत असेल, असं वाटत नाही तुझ्याकडे पाहून. मलाही त्याचं काही वाटत नाही, तू मला भित्रट समजत नाहीयेस ना? मी डरपोक आहे म्हणून तुला माझी जागा घ्यायला लावते आहे, असं वाटत नाहीये ना तुला? पण कसंय ना की, ऑस्ट्रोवाच्या भविष्याच्या दृष्टीने माझं लग्न होऊन मला किमान दोन मुलगे होणं अतिशय महत्त्वाचं आहे. त्यानंतर मला काहीही झालं तरी काही फरक पडत नाही.''

''अच्छा...'' जेन म्हणाली.

''मग, तू हे काम स्वीकारते आहेस?''

''हो,'' जेन निश्चयाने म्हणाली.

पॉलीनने जोरजोरात टाळ्या पिटल्या. राजकुमारी पोपोरेन्स्की खोलीत आली.

''ॲना, मी तिला सगळं सांगितलं आहे. ती हे काम करायला तयार आहे आणि तिला तीन हजार पौंड द्यायचे आहेत. फिओडोरला सांग. ती खरंच खूप माझ्यासारखी आहे, नाही? पण मला वाटतं ती माझ्यापेक्षा जास्त चांगली दिसते,'' डचेसने जाहीर केलं.

राजकुमारी बाहेर जाऊन काउंट स्ट्रेप्टिचला घेऊन आली.

''आम्ही सगळं ठरवलं आहे, फिओडोर ॲलेक्झांड्रोविक,'' डचेस म्हणाली.

त्याने कमरेत वाकून तिला अभिवादन केलं.

''ती तिची भूमिका नीट वठवेल ना याचीच मला काळजी आहे,'' तो संशयाने जेनकडे पाहत म्हणाला.

''मी दाखवते तुम्हाला!'' जेन अचानक म्हणाली, ''मॅम, तुमची परवानगी आहे?''

डचेसने आनंदाने मान डोलावली.

जेन उभी राहिली.

''पण हे फारच छान झालं, ॲना,'' जेन म्हणाली, ''आपल्याला इतकं यश मिळेल असं मला वाटलंच नव्हतं. चल, आपण शेजारी शेजारी उभ्या राहून पाहू या.''

...आणि पॉलीनने तिला नेलं होतं, त्याचप्रमाणे तिने पॉलीनला आरशापाशी नेलं.

''पाहिलंस! अगदी योग्य जोडी!''

जेनने शब्द, वागणं, हालचाली यांची नक्कल अगदी बरोबर केली होती. डचेसने ते पाहून कौतुगोद्गार काढला.

''चांगलं केलंस, याने बरेचसे लोक फसतील,'' ती म्हणाली.

''तू फारच हुशार आहेस. मला माझा जीव वाचवायचा असेल तरी कोणाची अशी नक्कल करता येणार नाही,'' पॉलीन म्हणाली.

जेनला तिचं बोलणं पटलं. पॉलीन ही अशी तरुणी होती, जी स्वतःशिवाय कोणासारखंच वागू शकली नसती, हे तिला तोवर कळून चुकलं होतं.

''ॲना तुला बाकीचे तपशील सांगेल,'' डचेस म्हणाली, ''ॲना, तिला माझ्या बेडरूममध्ये ने आणि माझे काही कपडे घालून बघायला सांग.''

तिने जेनचा निरोप घेतला आणि राजकुमारी पोपोरेन्स्कीने जेनला दुसऱ्या खोलीत नेलं.

''राणीसाहेब बाजाराच्या उद्घाटनाला हे घालणार आहेत,'' एक पांढरा-काळा ड्रेस जेनला दाखवत ती बाई म्हणाली, ''ते उद्घाटन तीन दिवसांनी आहे. त्या वेळी कदाचित तुला त्यांची जागा घ्यावी लागेल. आम्हाला अजून माहीत नाही. कारण, काही माहिती अजून मिळालेली नाहीये.''

ॲनाच्या सांगण्यावरून जेनने आपले गबाळे कपडे काढले आणि तो ड्रेस घालून पाहिला. तो तिला अगदी नीट बसला. ॲनानेही मान डोलावली.

''जवळपास नीटच बसतोय. फक्त किंचित लांब वाटतोय, कारण तू राणीसाहेबांपेक्षा इंचभर बुटकी आहेस,'' ती म्हणाली.

''त्यावर सहज उपाय करता येईल,'' जेन म्हणाली, ''डचेस कमी टाचांचे बूट घालतात असं मी पाहिलंय. मी त्याच प्रकारचे; पण उंच टाचांचे बूट घातले की, माझी उंची बरोबर होईल.''

ॲनाने तिला डचेसचे बूट दाखवले. जेनने ते लक्षात ठेवले आणि तसेच पण उंच टाचांचे बूट आणायची नोंद मनाशी करून ठेवली.

''तू डचेसपेक्षा पूर्णपणे वेगळ्याच रंगाचा आणि पोताचा ड्रेस घातलास तर बरं होईल म्हणजे जर अगदी शेवटच्या क्षणी तुमची अदलाबदली करायची असेल, तर कोणाच्या फार काही लक्षात येणार नाही,'' ॲना म्हणाली.

जेनने काही क्षण विचार केला.

''मी लालभडक ड्रेस घातला आणि नुसत्या काचांचा खोटा चश्मा घातला तर? चश्म्यामुळे चेहरा एकदम वेगळा दिसतो ना,'' जेनने सुचवलं.

ॲनाला तिने सुचवलेल्या दोन्ही गोष्टी पटल्या आणि त्यांनी बाकीचे तपशील ठरवून घेतले.

जेन हॉटेलमधून बाहेर पडली, तेव्हा तिच्या पर्समध्ये शंभर पौंड होते आणि तिला त्यातून ठरवल्याप्रमाणे कपडे वगैरे विकत घ्यायचे होते. तिने न्यू यॉर्कहून आलेल्या मिस मॉंट्रेसर या नावाने ब्लिट्झ हॉटेलात खोल्या घ्यायच्या असं ठरलं होतं.

यानंतर दुसऱ्या दिवशी काउंट स्ट्रेप्टिच तिला तिथे भेटायला आला.

''तू पूर्णपणे बदलून गेली आहेस,'' तो तिला झुकून अभिवादन करत म्हणाला.

जेननेही खट्याळपणे त्याला उलट अभिवादन केलं. तिला तिचे नवे कपडे आणि बदललेलं सुखासीन आयुष्य फारच आवडलं होतं.

''हे सगळं फारच छान आहे,'' ती सुस्कारा सोडत म्हणाली, ''पण तू भेटायला आला आहेस याचा अर्थ मला आता माझं काम करायला हवं, हो ना?''

''हो, बरोबर. आम्हाला माहिती मिळाली आहे की, बाजारातून परतीच्या मार्गावर राणीसाहेबांचं अपहरण करायचा प्रयत्न होणार आहे. बाजाराचा कार्यक्रम ओरायन हाउसला होणार आहे हे तुला माहीतच आहे. ते लंडनपासून दहा मैल दूर आहे. राणीसाहेबांना बाजाराच्या कार्यक्रमात स्वतः उपस्थित राहावंच लागेल. कारण, हा कार्यक्रम काउंटेस ऑफ ॲन्चेस्टर यांनी आयोजित केलाय आणि त्या राणीसाहेबांना व्यवस्थित ओळखतात; पण मी एक योजना आखली आहे. ती नीट ऐक.''

त्याने तिला योजना नीट सांगितली आणि तिनेही लक्षपूर्वक ऐकून घेतलं.

तिने काही शंका विचारल्या आणि सगळं नीट जाणून घेतलं. मग तिला जे काम करायचं होतं, ते व्यवस्थित समजलं असल्याचं तिने त्याला सांगितलं.

दुसरा दिवस सुंदर, निरभ्र होता. लंडनच्या मोसमात, ओरायन हाउस येथे होणाऱ्या कार्यक्रमासाठी अगदी सुयोग्य दिवस होता. काउंटेस ऑफ ॲन्चेस्टर यांनी हा बाजाराचा कार्यक्रम ऑस्ट्रोवियन निर्वासितांसाठी आयोजित केला होता.

इंग्लंडमधल्या हवामानाची अनिश्चितता लक्षात घेऊन प्रत्यक्ष बाजाराचा कार्यक्रम ओरायन हाउसच्या आतच होणार होता. हे ठिकाण पाचशे वर्षांपासून अॅन्चेस्टर घराण्याच्या ताब्यात होतं. विविध उच्चभ्रू लोकांकडून त्यांचे कसले कसले संग्रह आणण्यात आले होते. आणखी एक सुंदर भेट म्हणजे शंभर उच्चभ्रू बायकांनी आपापल्या मोत्यांच्या सरांमधला एकेक मोती देऊ केला होता आणि त्यांचा दुसऱ्या दिवशी लिलाव होणार होता. याशिवाय अनेक किरकोळ कार्यक्रम, शोज आणि इतर आकर्षणं तिथे असणार होती.

जेन लवकरच मिस मॉंट्रेसर बनून तिथे पोहोचली. तिने लालभडक ड्रेस आणि लहानशी लाल हॅट घातली होती. तिने राणीसाहेबांसारखेच; पण उंच टाचांचे बूट घातले होते.

डचेस पॉलीनचं आगमन मोठ्या जल्लोशात झालं. तिला स्टेजवर नेण्यात आलं आणि गुलाबाच्या फुलांचा गुच्छ एका लहान मुलाच्या हस्ते भेट देण्यात आला. तिने एक लहानसं; पण सुंदर भाषण केलं आणि बाजार खुला झाल्याचं जाहीर केलं. काउंट स्ट्रेप्टिच आणि राजकुमारी पोपोरेन्स्की तिच्या आवतीभोवतीच होते.

जेनने पाहिलेलाच ड्रेस तिने घातला होता. पांढऱ्या कपड्यावर काळी मोठमोठी नक्षी होती. तिच्या काळ्या हॅटवर पांढरी पिसं लावलेली होती आणि त्यावरून एक लहानशी लेसची जाळी अर्ध्या चेहऱ्यापर्यंत ओढलेली होती. जेन स्वतःशीच हसली.

डचेस बाजारात फिरू लागली. ती प्रत्येक स्टॉलवर जात होती, थोडीफार खरेदी करत होती आणि सगळ्यांशी सारख्याच प्रेमाने बोलत होती. मग ती निघायची तयारी करू लागली.

जेनला आपलं काम सुरू करायचं असल्याचं समजलं. तिने राजकुमारी पोपोरेन्स्कीपाशी जाऊन डचेसला भेटायची विनंती केली.

''अरे हो! मिस मॉंट्रेसर!'' पॉलीन स्पष्ट आवाजात उद्गारली, ''मला आठवतंय तिचं नाव. ती अमेरिकन पत्रकार आहे ना? तिने आपल्या कार्यासाठी बरंच काम केलंय. तिला तिच्या वृत्तपत्रासाठी लहानशी मुलाखत द्यायला मला आवडेलच. आम्हाला दोघींनाच बसता येईल, अशी जागा आहे का कुठे?''

लगेचच डचेसला तशी एक खोली उपलब्ध करून देण्यात आली. काउंट स्ट्रेप्टिचला मिस मॉंट्रेसरला घेऊन यायला पाठवण्यात आलं. तो जेनला घेऊन आला. राजकुमारी पोपोरेन्स्की त्यांच्या सोबत खोलीतच थांबली होती. त्यानंतर काही मिनिटांतच त्यांनी आपापल्या कपड्यांची अदलाबदली केली.

तीन मिनिटांनी डचेस गुलाबांचा गुच्छ घेऊन खोलीतून बाहेर आली.

झुकून अभिवादन करत आणि लेडी ॲन्चेस्टरशी फ्रेंचमध्ये काही शब्द बोलत डचेस तिच्या गाडीमध्ये जाऊन बसली. राजकुमारी पोपोरेन्स्की तिच्या सोबत बसली आणि गाडी धावू लागली.

''चला, काम झालं,'' जेन म्हणाली, ''मिस मॉंट्रेसर नीट असू दे म्हणजे झालं.''

''तिच्याकडे कोणी लक्ष देणार नाही. ती पटकन बाहेर सटकू शकेल.''

''हो, खरंय. मी नीट काम केलं ना?'' जेनने विचारलं.

''अगदी व्यवस्थित.''

''काउंट आपल्या सोबत का नाहीये?''

''त्याला थांबावं लागलं. कोणीतरी राणीसाहेबांची काळजी घ्यायला हवंच ना.''

''कोणी बॉम्ब टाकणार नाही, अशी आशा करू या!'' ती काळजीच्या स्वरात म्हणाली, ''अरेच्चा! आपण मुख्य रस्त्यावरून इथे कुठे वळलो?'' तिने विचारलं.

त्यांची गाडी आता वेगाने एका वेगळ्याच लहान रस्त्यावरून धावू लागली होती.

जेनने पटकन पुढे होत खिडकीतून डोकं बाहेर काढलं आणि चालकाला जाब विचारला. तो केवळ हसला आणि त्याने वेग वाढवला. जेन पुन्हा नीट सीटवर बसली.

''तुमचे हेर बरोबर होते,'' ती हसत म्हणाली, ''ते म्हणाले तसंच घडतंय. मला वाटतं मी जितका जास्त वेळ डचेस असल्याचं नाटक करेन तितका राणीसाहेबांना सुरक्षितपणे लंडनला पोचायला वेळ मिळेल, नाही?''

धोक्याच्या शक्यतेने जेनचा उत्साह दुणावला. तिला बॉम्बबद्दल ऐकून भीती वाटली होती खरी; पण या प्रकारचं साहस तिला आवडायचं.

अचानक करकचून ब्रेक दाबत गाडी थांबली. एक मनुष्य दारापाशी आला. त्याच्या हातात रिव्हॉल्व्हर होतं.

''हात वर!'' तो ओरडला.

राजकुमारी पोपोरेन्स्कीने लगेच हात वर केले; पण जेन त्या मनुष्याकडे पाहत राहिली. तिने त्याची आज्ञा पाळली नाही.

''याचा अर्थ काय विचार त्याला!'' ती फ्रेंचमध्ये ॲनाला म्हणाली.

पण आणखी काही बोलायच्या आत त्या मनुष्याने दार उघडलं आणि तो कोणत्या तरी परदेशी भाषेत बडबड करू लागला.

जेनला काहीच समजत नसल्याने ती काहीच बोलली नाही. तोवर चालकही उतरून त्या मनुष्याच्या शेजारी येऊन उभा राहिला.

''लेडी उतरण्याची तसदी घेतील का?'' त्याने खोट्या अदबीने हसत हसत विचारलं.

जेन बाहेर पडली आणि राजकुमारीही तिच्या मागोमाग आली.

''लेडी या दिशेने कृपया येतील का?'' त्याने पुन्हा विचारलं.

जेनने त्याच्या चिडवणाऱ्या स्वराकडे दुर्लक्ष केलं आणि ताठ मानेने ती बाजूच्या घरापाशी चालत निघाली. ते घर रिकामं वाटत होतं.

पिस्तूल घेतलेला मनुष्य त्यांच्या मागोमाग आला. त्याने भर्रकन एक दार उघडलं आणि त्या दोघी आत शिरल्या. त्या खोलीत केवळ दोन खुर्च्या आणि टेबल होतं.

जेन एकीवर जाऊन बसली. ॲनाही तिच्या मागोमाग आली. त्या मनुष्याने धाडकन दार बंद केलं आणि किल्ली फिरवल्याचा आवाज आला.

जेन खिडकीपाशी जाऊन बाहेर पाहू लागली.

''मी कधीही इथून बाहेर उडी मारू शकते; पण फार दूर जाता येणार नाही,'' ती म्हणाली, ''हं... इथेच थांबावं लागेल आत्तातरी. आपल्याला काही खायलातरी देतील ना?''

अर्ध्या तासाने तिच्या प्रश्नाचं उत्तर तिला मिळालं. वाफाळत्या सूपचं एक मोठं भांडं आणि दोन कोरडे पाव त्यांच्या समोर आणून ठेवले गेले.

''उच्चभ्रूंनाही साधंच जेवावं लागणार असं दिसतंय!'' जेन हसून म्हणाली, ''तू घेतेस की मी सुरुवात करू?''

राजकुमारी पोपोरेन्स्कीने त्या खाण्याकडे पाहून भयंकर चेहरा केला, ''मी कसं काय खाऊ शकेन? माझ्या राणीसाहेबांचं तिकडे काही बरंवाईट झालं असेल तर?''

''ती सुरक्षित असेल,'' जेन म्हणाली, ''मला माझी काळजी वाटतेय. जेव्हा या लोकांना कळेल ना की, त्यांनी चुकीच्या व्यक्तीला पकडलंय, तेव्हा ते भयंकर रागावतील. मी शक्य तितका काळ गर्विष्ठ डचेस असल्याचं नाटक करत राहीन आणि संधी मिळाली तर इथून पळून जाण्याचा प्रयत्न करेन.''

यावर राजकुमारी पोपोरेन्स्की काहीच बोलली नाही.

जेनला चांगलीच भूक लागली होती. तिने सगळं सूप संपवलं. त्याला जरा वेगळीच चव होती; पण ते छान गरमागरम होतं.

नंतर तिला झोप येऊ लागली. राजकुमारी हळूहळू रडते आहे असं तिला दिसलं. जेनने कसंबसं त्या खुर्चीवर स्वतःला नीट बसवलं.

ती झोपून गेली.

ती दचकून उठली. आपण खूप वेळ झोपलो होतो असं तिला जाणवलं. तिचं डोकं जड झालं होतं.

मग तिला अचानक असं काहीतरी दिसलं ज्याने तिची झोप पारच उडाली.

तिच्या अंगावर पुन्हा एकदा लाल ड्रेस होता.

तिने उठून बसून आजूबाजूला पाहिलं. हो, ती अजूनही त्याच घराच्या खोलीत होती; पण दोन गोष्टी आधीसारख्या नव्हत्या. एक म्हणजे राजकुमारी पोपोरेन्स्की आता तिथे नव्हती आणि जेनचे कपडे बदललेले होते.

''हे सगळं स्वप्न तर असू शकत नाही. कारण नाही तर मी इथे आलेच नसते,'' ती स्वतःशीच म्हणाली.

खिडकीबाहेर पाहिल्यावर आणखी एक गोष्ट तिच्या लक्षात आली. ती झोपी गेली तेव्हा ऊन खोलीत आलेलं होतं. आता सूर्य विरुद्ध दिशेला होता.

''या घराचं तोंड पश्चिमेला आहे. मी झोपले तेव्हा दुपार होती म्हणजे आत्ता दुसऱ्या दिवशीची सकाळ असणार. याचा अर्थ सूपमध्ये झोपेचं औषध मिसळलेलं होतं. याचा अर्थ... अरे देवा! काहीच कळत नाहीये!'' ती म्हणाली.

ती उठून दारापाशी गेली. त्याला कुलूप नव्हतं. तिने घरभर फिरून पाहिलं. ते अख्खं रिकामं होतं.

तिने दुखणाऱ्या डोक्याला हात लावत विचार करायचा प्रयत्न केला.

तेवढ्यात दारापाशी पडलेल्या फाटक्या वर्तमानपत्राकडे तिचं लक्ष गेलं. त्यावरच्या मोठ्या हेडलाइनने तिचं लक्ष वेधून घेतलं.

'अमेरिकन लुटारू मुलीचं इंग्लंडमध्ये आगमन' तिने वाचलं, 'लाल ड्रेसमधली मुलगी. ओरायन हाउसमधला सनसनाटी दरोडा!'

जेन धडपडत बाहेर गेली आणि पायऱ्यांवर बसून वाचू लागली. वाचता वाचता तिचे डोळे विस्फारत गेले.

डचेस पॉलीन निघून गेल्यानंतर तीन पुरुष आणि लाल ड्रेसमधल्या एका मुलीने पिस्तुलं काढून बाजारातल्या गर्दीला एका जागी डांबलं होतं. त्यांनी लिलावासाठी आणलेले शंभर मोती घेऊन बाहेरच्या रेसिंग कारमधून पोबारा केला होता. अजूनतरी त्यांचा काही पत्ता लागला नव्हता.

त्या सायंदैनिकात लिहिलं होतं की, लाल ड्रेसमधली ती लुटारू मुलगी ब्लिट्झ हॉटेलात मिस मॉंट्रेसर या नावाने राहते आहे.

''अरे देवा! मला माहीत होतं यात काहीतरी फसवाफसवीचा प्रकार असणारच!'' जेन उद्गारली.

...आणि मग अचानक तिला कसलातरी आवाज ऐकू आला आणि ती दचकली. तो एका पुरुषाचा आवाज होता. तो पुन्हा पुन्हा एकच शब्द उच्चारत होता. ''अरे देवा! अरे देवा!''

जेनला जे मनातून वाटत होतं अगदी तेच तो आवाज म्हणत होता. ती पायऱ्यांवरून धावत खाली गेली. पहिल्या पायरीजवळ एक तरुण पडला होता. तो आपलं डोकं जमिनीवरून वर उचलायचा प्रयत्न करत होता. त्याचा चेहरा जेनला फार छान वाटला. त्याच्या चेहऱ्यावर वांगाचे डाग होते आणि तो जरा गोंधळलेला वाटत होता.

''अरे देवा, माझं डोकं!'' तो तरुण म्हणाला. मग तो जेनकडे पाहत राहिला.

''मी स्वप्नात तर नाही ना?'' त्याने विचारलं.

''मलाही आधी असंच वाटलं होतं; पण आपण स्वप्नात नाही आहोत. तुझ्या डोक्याला काय झालं?''

''कोणीतरी मला मागून येऊन मारलं. नशीब माझं डोकं नाजूक नाहीये!'' असं म्हणून तो उठून बसला.

''काही क्षणांत मला जरा सुधरायला लागेल. मी त्याच जागी पडलोय असं दिसतंय.''

''तू इथे कसा आलास?'' जेनने कुतूहलाने विचारलं.

''बरीच मोठी गोष्ट आहे. ते जाऊ दे. तू ती डचेस नाहीयेस, हो ना?''

''नाही. मी साधी जेन क्लीव्हलँड आहे.''

''असशील; पण तू साधी नक्कीच नाहीयेस,'' तो कौतुकाने तिच्याकडे पाहत म्हणाला.

जेन लाजली.

''मला तुझ्यासाठी पाणी वगैरे आणलं पाहिजे, हो ना?'' तिने साशंकतेने विचारलं.

''हो, खरं तर; पण जर तुला व्हिस्की सापडली तर ती मला जास्त आवडेल!''

जेनला काही व्हिस्की सापडली नाही. तिने आणलेलं पाणी तो प्यायला आणि मग म्हणाला, ''मी माझ्या साहसाची गोष्ट आधी सांगू की तू सांगतेस?''

''तू आधी,'' जेन म्हणाली.

''फार काही नाहीये त्यात. मी बाजारात होतो, तेव्हा माझ्या लक्षात आलं की, डचेस खोलीत जाताना कमी टाचांचे बूट घालून गेली आणि बाहेर येताना उंच टाचांचे घालून आली. ते मला जरा विचित्र वाटलं आणि अशा विचित्र गोष्टींचा मी लगेच छडा लावतो, मला त्या तशा आवडत नाहीत.''

''मी माझ्या मोटरसायकलवर गाडीचा पाठलाग केला. तुला या घरात नेलं ते मी पाहिलं. मग दहाएक मिनिटांनी एक रेसिंग कार आली. त्यातून लाल ड्रेसमधली मुलगी आणि तीन पुरुष बाहेर पडले. तिने कमी टाचांचे बूट घातले होते. तेही या घरात शिरले आणि काही वेळाने बाहेर आले, तेव्हा कमी टाचांचे बूट घातलेली मुलगी काळ्या-पांढऱ्या कपड्यांत होती. ती त्या म्हातारीबरोबर आणि एका सोनेरी

दाढीवाल्याबरोबर पहिल्या गाडीत बसली. बाकीचे रेसिंग कारमधून गेले. मला वाटलं की, सगळे निघून गेलेत म्हणून मी खिडकीतून आत शिरायचा प्रयत्न करत होतो, तर मागून कोणीतरी माझ्या डोक्यावर मारलं. बस्स. आता तुझी पाळी.''

जेनने त्याला सगळी हकिकत सांगितली.

''बरं झालं तू आमच्या मागोमाग आलास ते. नाही तर माझं काय झालं असतं इथे!'' ती म्हणाली, ''त्या डचेसला तर अगदी योग्य ॲलिबी आहे. दरोड्याच्या पूर्वीच ती बाजारातून बाहेर पडली होती आणि स्वतःच्याच गाडीतून लंडनला पोहोचली. माझ्या गोष्टीवर कधी कोणी विश्वास ठेवला असता का?''

''कधीच नाही!'' तो तरुण मनापासून म्हणाला.

ते दोघं एकमेकांना आपापल्या गोष्टी सांगण्यात इतके गुंग झाले होते की, आजूबाजूला काय चाललंय याकडे त्यांचं लक्षच नव्हतं; पण त्यांना अचानक दिसलं की, एक उंच, उदास चेहऱ्याचा मनुष्य घराच्या भिंतीला टेकून त्यांचं बोलणं ऐकत होता. त्याने त्यांच्याकडे पाहून मान डोलावली.

''फारच रंजक गोष्ट आहे,'' तो म्हणाला.

''तू कोण आहेस?'' जेनने विचारलं.

त्या मनुष्याचे डोळे चमकू लागले, ''मी डिटेक्टिव्ह इन्स्पेक्टर फॅरेल,'' तो हळूच म्हणाला, ''मला तुमच्या दोघांच्या गोष्टी ऐकण्यात फार रस होता. एकदोन बाबी आमच्या लक्षात आल्या आहेत म्हणून ठीकंय, नाही तर या मुलीच्या गोष्टीवर विश्वास ठेवणं कठीण होतं.''

''कोणत्या बाबी?''

''पहिली गोष्ट म्हणजे खरी डचेस पॅरिसमध्ये तिच्या गाडीचालकासोबत पळून गेली, अशी बातमी आम्हाला आजच सकाळी मिळाली.''

जेनच्या तोंडून आश्चर्योद्गार बाहेर पडला.

''दुसरी गोष्ट म्हणजे ही अमेरिकन 'लुटारू मुलगी' आपल्या देशात आली आहे हे आम्हाला समजलं होतं, त्यामुळे ते काहीतरी दरोडा वगैरे घालणार याचा अंदाज होताच. आम्ही लवकरच त्यांना पकडू हे नक्की. एक मिनिट हं...'' असं म्हणून तो घरात शिरला.

'हं!' जेन ठसक्यात उद्गारली. ''तो बुटांच्या टाचांतला बदल तुझ्या लक्षात आला म्हणजे फारच हुशार आहेस तू,'' जेन अचानक त्या तरुणाला म्हणाली.

''अजिबात नाही,'' तो म्हणाला, ''आमच्या कुटुंबाचा बुटांचाच धंदा आहे. माझे वडील बुटांच्या व्यवसायातलं बडं प्रस्थ आहेत. मीही त्याच व्यापारात पडावं अशी त्यांची इच्छा होती आणि मग लग्न करावं अशी म्हणजे विशिष्ट एखाद्या मुलीशीच लग्न करावं असं नाही, तर एकंदरीत कोणाशीतरी लग्न करावं, स्थिरस्थावर

व्हावं वगैरे नेहमीचंच; पण मला चित्रकार व्हायचं होतं...'' असं म्हणून त्याने सुस्कारा सोडला.

''अरे, अरे...'' जेन प्रेमळपणे म्हणाली.

''पण मी सहा वर्षं प्रयत्न करतोय. काही जमत नाहीये. मी चांगला चित्रकार नाहीच आहे. आता ते चित्रकलेचं वेड सोडून द्यावं आणि घरी परत जावं असं मला वाटू लागलं आहे. माझ्यासाठी कंपनीत चांगली जागा राखून ठेवली गेली आहे.''

''नोकरी असणं किती चांगलं आहे,'' जेन खेदाने म्हणाली, ''तू मला बूट घालून दाखवण्याची वगैरे एखादी लहानशी नोकरी मिळवून देऊ शकशील का कुठे?''

''मी तुला त्याहून चांगली देईन... जर तू तयार असशील तर...''

''खरंच! काय?''

''आत्ता नाही सांगत, जाऊ दे. तुला माहितेय, कालपर्यंत मला एकही अशी मुलगी भेटली नव्हती, जिच्याशी मला लग्न करावंसं वाटेल.''

''आणि काल?''

''बाजारात एक भेटली. मी तिला पाहिलं... आणि मला कळलं हीच ती!''

असं म्हणून तो एकटक जेनकडे पाहू लागला.

जेनचे गाल लालबुंद झाले. विषय बदलायला म्हणून ती पटकन म्हणाली, ''ही डेल्फिनिअमची फुलं किती छान आहेत ना...''

''ती फुलं ल्युपिन आहेत,'' तो म्हणाला.

''असू दे. काही फरक पडत नाही,'' जेन म्हणाली.

''बरोबर. काहीच फरक पडत नाही,'' असं म्हणून तो तिच्या जवळ सरकला.

मिस्टर डॅवेनहाइम गायब होतो...

इन्स्पेक्टर जॅप, स्कॉयलंड यार्डमधला आमचा मित्र आमच्याकडे चहाला येणार होता. आम्ही टेबलापाशी बसून त्याची वाट पाहत होतो. आमच्या घरी काम करणाऱ्या लँडलेडी कपबश्या टेबलावर कशाही पसरून ठेवत. त्या प्वारोने नुकत्याच नीट मांडल्या होत्या. त्याने चहाच्या भांड्यावर गरम श्वास सोडून ते आपल्या रेशमी रुमालाने पुसून चकचकीत केलं होतं. किटलीतलं पाणी उकळत होतं आणि त्याच्या शेजारच्या पॅनमध्ये दाट, गोड चॉकलेट वितळत होतं. ते प्वारोच्या खास आवडीचं होतं.

आम्हाला खालच्या मजल्यावरचं दार वाजलेलं ऐकू आलं आणि काही मिनिटांतच जॅप घरात आला.

''मला उशीर तर नाही ना झाला,'' तो म्हणाला, ''खरं सांगायचं तर मी मिलरशी बोलत होतो... डॅवेनहाइम केसबद्दल.''

मी कान टवकारले. गेले तीन दिवस, मिस्टर डॅवेनहाइमच्या विचित्ररीत्या गायब होण्याच्या बातम्यांनी सगळी वर्तमानपत्रं भरून वाहत होती. मिस्टर डॅवेनहाइम हा डॅवेनहाइम अँड सामन या प्रसिद्ध बँकर्स आणि फायनान्स कंपनीचा भागीदार होता. शनिवारी तो त्याच्या घरातून चालत बाहेर पडला होता आणि त्यानंतर त्याला कोणीही पाहिलेलं नव्हतं. जॅपकडून काहीतरी रंजक माहिती मिळेल म्हणून मी उत्सुकतेने ऐकू लागलो.

''मला वाटलं होतं की, आजकाल असं कोणी 'गायब' होणं शक्य नाही,'' मी म्हणालो.

प्वारोने ब्रेड-बटरची ताटली किंचित सरकवून नीट केली आणि तीक्ष्णपणे म्हणाला, ''नीट काय म्हणायचंय ते सांग, मित्रा. गायब म्हणजे तुला काय म्हणायचंय? तू कोणत्या प्रकारच्या गायब होण्याबद्दल बोलतो आहेस?''

''म्हणजे? त्यातही वर्गीकरण वगैरे असतं की काय?'' मी हसत म्हणालो.

जॅपही हसला. प्वारोने आम्हा दोघांकडे पाहून आठ्या घातल्या.

''अर्थातच त्याचं वर्गीकरण होऊ शकतं! गायब होण्याचे तीन प्रकार असतात : पहिला, सगळ्यात जास्त आढळून येणारा प्रकार म्हणजे एखादी व्यक्ती स्वतःच्या

मर्जीने निघून जाते, गायब होते. दुसरा प्रकार म्हणजे एखाद्या व्यक्तीची स्मृतीच भ्रष्ट होते... हे दुर्मीळ आहे; पण काही वेळा खरंच हे कारण असू शकतं. तिसरा प्रकार म्हणजे खुनाची आणि प्रेताची बरी-वाईट विल्हेवाट लावली जाणं. तू या तीनही प्रकारांना 'शक्य नाही' असं म्हणत होतास का?''

''अं... हो मला वाटतं. तुमची स्मृती गेली तरी नक्कीच दुसरं कोणीतरी तुम्हाला ओळखू शकतं ना म्हणजे डॅवेनहाइमसारख्या प्रसिद्ध व्यक्तीच्या बाबतीत तरी. तिसऱ्या प्रकारात, प्रेत असं पूर्णपणे गायब करून टाकता येत नाही. कधी ना कधी ते सापडतं, कुठेतरी दूर टाकलेलं, ट्रंकेत कोंबलेलं वगैरे, त्यामुळे खून उघड होईलच. त्याच प्रकारे, वायरलेस टेलिग्राफीच्या या दिवसांत फसवून पळालेला कारकून किंवा चोर, घरकाम करणारा मनुष्य पळाले तरी सापडतील की. परदेशातून, बंदरांवरून, रेल्वे स्टेशनांवरून त्याला शोधून आणता येऊ शकतं. तिथे सगळीकडे पोलिसांचं लक्ष असतं आणि याच देशात तो स्वतःहून लपून बसला असेल, तरी वर्तमानपत्रांमधल्या फोटोंवरून सगळ्यांनाच आता त्याचा चेहरा कळला आहे, त्यामुळे तो विरुद्ध इतर सगळे असा प्रकार आहे.''

''*माझ्या मित्रा*, तू एक चूक करतो आहेस. ज्या माणसाने दुसऱ्याला खतम करायचं ठरवलं आहे किंवा स्वतःहून गायब व्हायचं ठरवलं आहे तो अतिशय पद्धतशीर असा दुर्मीळ मनुष्य असू शकतो, हे तू विचारात घेतलं नाहीयेस. तो हे काम अतिशय बुद्धिमानपणे, काळजीपूर्वक आणि सर्व तपशील विचारात घेऊ करू शकतो. मग तो पोलिसांना गुंगारा देण्यात का यशस्वी होणार नाही?''

''हो; पण *तुला* नाही गुंगारा देऊ शकत,'' जॅप हसून म्हणाला. त्याने माझ्याकडे पाहून डोळा मिचकावला, ''काय, मिस्टर प्वारो? हां?''

प्वारोने नम्र चेहरा करायचा असफल प्रयत्न केला. ''मलाही! का नाही? मी योग्य विज्ञान, गणिती अचूकता वापरून अशा प्रकारच्या समस्या सोडवतो हे खरंय... आणि दुर्दैवाने आजकालच्या गुप्तहेरांच्या पिढीत हे गुण फारच दुर्मीळ झालेत!''

जॅप तोंडभरून हसला., ''ही केस हाताळणारा मिलर चांगला हुशार आहे. त्याच्या नजरेतून एखादाही पावलांचा ठसा, सिगारेटची राख किंवा पावाचा कणही निसटत नाही. त्याचं आणि त्याच्या माणसांचं सर्वत्र लक्ष असतं.''

''तसं लक्ष तर *मित्रा* लंडनच्या चिमण्यांचंही असतं!'' प्वारो म्हणाला, ''पण तरी मिस्टर डॅवेनहाइमची समस्या मी काही कोणत्या चिमणीला सोडवायला सांगणार नाही.''

''काय प्वारो, तू पुरावे म्हणून तपशिलांचं असलेलं मूल्य इतकं कमी करशील का?''

''अजिबात नाही. ते सगळं त्यांच्या त्यांच्या जागी ठीकच आहे. फक्त त्यांना गरजेपेक्षा जास्त महत्त्व मिळण्याचा धोका असतो. बरेचसे तपशील हे अजिबात महत्त्वाचे नसतात, त्यांतले एकदोन अगदी महत्त्वाचे असतात, त्यामुळेच आपण आपल्या डोक्यावर भरवसा ठेवायला हवा,'' प्वारो डोक्यावर बोट आपटत म्हणाला. ''बाकी आपली ज्ञानेंद्रियं आपल्याला फसवू शकतात म्हणूनच सत्यासाठी आत शोध घ्यायला हवा.''

''म्हणजे मिस्टर प्वारो, तुला असं म्हणायचंय का की, या खुर्चीतूनही न उठता तू एखादी केस सोडवू शकतोस?''

''अगदी बरोबर! मला हेच म्हणायचंय म्हणजे माझ्या समोर सगळी तथ्यं असतील तर मी हे करू शकेन. मी तसे सल्ले देणारा तज्ज्ञ मानतो स्वतःला.''

जॅप स्वतःच्या मांडीवर थाप मारत म्हणाला, ''तुझ्या शब्दावर माझा विश्वास आहेच; पण जर एक आठवड्याच्या आत मिस्टर डॅवेनहाइमचा – जिवंत किंवा मृत – पत्ता तू लावला नाहीस, तर तू पैज हरलास! पाच पौंडांची पैज लावू!''

प्वारोने क्षणभर विचार केला. ''*ठीकंय, मित्रा!* मी स्वीकारतो ही बेट. तुम्हा इंग्लिश लोकांना हे खेळ फार आवडतात. ठीकंय तर, मला आता सगळी तथ्यं सांग.''

''गेल्या शनिवारी, नेहमीप्रमाणे मिस्टर डॅवेनहाइमने व्हिक्टोरियाहून चिंगसाइडला जायला १२.४०ची ट्रेन पकडली. चिंगसाइडमध्ये त्याचं सेडार्स हे राजवाड्याप्रमाणे भलमोठं गावाकडचं घर आहे. जेवणानंतर तो बागांमध्ये फिरायला गेला. त्याने माळ्यांना विविध सूचना दिल्या. सगळ्यांनी हे सांगितलं आहे की, त्याचं वागणं अगदी नॉर्मल, नेहमीप्रमाणे होतं. चहानंतर त्याने बायकोच्या खोलीत जाऊन सांगितलं की, तो गावात फेरफटका मारायला चालला आहे आणि काही पत्रं पोस्टात टाकणार आहे. कामानिमित्त कोणी एक मिस्टर लोवेन त्याला भेटायला येणार असल्याचंही त्याने बायकोला सांगितलं. जर त्याच्या परतण्याच्या पूर्वीच मिस्टर लोवेन आला, तर त्याला अभ्यासिकेत वाट पाहायला सांग, अशी सूचना त्याने दिली. मग मिस्टर डॅवेनहाइम पुढच्या दाराने बाहेर पडला, रमतगमत चालत फाटकातून बाहेर पडला आणि मग... त्यानंतर त्याला कोणीही पाहिलं नाही. तो गायब झाला.''

''वा... काय छान समस्या आहे,'' प्वारो पुटपुटला, ''पुढे सांग, मित्रा.''

''तो घरातून बाहेर पडल्यानंतर पंधराएक मिनिटांनी एक उंचापुरा, गडद वर्णाचा आणि जाड काळी मिशी असलेला मनुष्य त्यांच्या घरी आला. त्याची मिस्टर डॅवेनहाइमशी भेट ठरली असल्याचं त्याने सांगितलं. त्याने स्वतःचं नाव लोवेन सांगितलं आणि सूचनेप्रमाणे त्याला अभ्यासिकेत नेण्यात आलं. जवळपास तासाभरानंतरही मिस्टर डॅवेनहाइम परतला नव्हता. शेवटी मिस्टर लोवेनने घंटी

वाजवून नोकराला बोलावलं आणि आणखी जास्त वेळ वाट पाहणं शक्य नसल्याचं सांगितलं. कारण, त्याला पुन्हा ट्रेन पकडायची होती.

''मिसेस डॅवेनहाइमने आपल्या नवऱ्याच्या अनुपस्थितीबद्दल त्याची माफी मागितली. त्याच्याकडे पाहुणा येणार आहे हे माहीत असूनही तो वेळेत परतला कसा नाही हे तिला कळत नव्हतं. मिस्टर लोवेन यानंतर निघून गेला.

''मिस्टर डॅवेनहाइम परतलाच नाही हे सगळ्यांना माहीत आहेच. रविवारी सकाळी लवकर पोलिसांना बोलावण्यात आलं; पण त्यांनाही काही पत्ता लागला नाही. मिस्टर डॅवेनहाइम खरोखरच हवेत गायब झाल्यासारखं भासत होतं. तो पोस्टातही गेला नव्हता. गावातही त्याला कोणीच फेरफटका मारताना पाहिलं नव्हतं. स्टेशनवरच्या लोकांनीही सांगितलं की, तो कोणत्याही ट्रेनमधून कुठे गेला नव्हता. त्याची स्वतःची गाडी गॅरेजमध्येच होती. जर त्याने एखादी गाडी भाड्याने घेतली असती आणि एखाद्या एकांताच्या ठिकाणी बोलावली असती तरी ती आत्तापर्यंत सापडायला हवी होती. कारण, या केसबद्दल माहिती देणाऱ्याला इतकं मोठं बक्षीस जाहीर झालं आहे की, त्या भाड्याच्या गाडीच्या चालकाने पुढे येऊन काहीतरी सांगितलंच असतं. एक गोष्ट खरी आहे की, त्याच्या घरापासून पाच मैलांवर एंटफील्ड इथे रेस मीटिंग होती. जर तो त्या स्टेशनपर्यंत चालत गेला असेल, तर तिथल्या गर्दीत त्याला कोणी पाहिलं नसल्याची शक्यता आहे; पण आता त्याचं वर्णन आणि मोठा फोटो सगळ्या वर्तमानपत्रांतून दिलेला आहे. तरीही कोणी त्याला पाहिल्याचं सांगू शकलेलं नाही. आम्हाला इंग्लंडच्या कानाकोपऱ्यांतून बरीच पत्रं आली आहेत; पण त्यातून काहीच सुगावा हाती लागलेला नाही.

''सोमवारी सकाळी आणखी एक सनसनाटी गोष्ट उघडकीस आली. मिस्टर डॅवेनहाइमच्या अभ्यासिकेत एका पडद्यामागे एक तिजोरी होती. ती फोडून त्यातल्या वस्तूंची चोरी झालेली आढळली. अभ्यासिकेच्या सगळ्या खिडक्या आतून नीट बंद होत्या, त्यामुळे साध्या चोरीचं हे प्रकरण नव्हतं हे स्पष्ट झालं. अर्थात, घरातल्याच कोणीतरी एखाद्या चोराला खिडकीतून आत घेऊन नंतर ती घट्ट बंद केलेली असू शकते. रविवारी त्यांच्या घरात सगळाच गोंधळ माजलेला होता, त्यामुळे ही चोरी शनिवारीच झाली; पण सोमवारपर्यंत लक्षात आली नाही असंही असू शकतं.''

''*अगदीच,*'' प्वारो म्हणाला, ''बरं, त्या *मिस्टर लोवेनला* अटक झाली आहे का?''

जॅप हसला, ''अजून नाही; पण त्याच्यावर बारीक लक्ष ठेवून आहोत.''

प्वारोने मान डोलावली. ''त्या तिजोरीतून काय नेलं गेलंय ते तुम्हाला कळलंय का?''

''त्याच्या कंपनीच्या कनिष्ठ भागीदारासोबत आणि मिसेस डॅवेनहाइमसोबत आमची बोलणी चालू आहेत. असं दिसतंय की, त्या तिजोरीत बऱ्याच किमतीचे बेअरर बाँड्स होते, तसंच रोकडही बरीच होती. कारण, नुकतंच एक मोठं काम पूर्ण होऊन त्याचे पैसे मिळाले होते. काही मौल्यवान दागिनेही होते. मिसेस डॅवेनहाइमचे सगळेच दागिने त्यात असत. वेगवेगळे दागिने विकत घेण्याची तिच्या नवऱ्याला आवडच निर्माण झाली होती आणि तो दर महिन्याला तिच्यासाठी एखादा दुर्मीळ रत्नांचा महागडा दागिना भेट म्हणून आणायचा.''

''हं... म्हणजे मोठाच डल्ला मारता आलाय,'' प्वारो विचार करत म्हणाला, ''बरं, या लोवेनबद्दल काय सांगू शकशील? तो कशासाठी डॅवेनहाइमला भेटायला आला होता?''

''अं, त्या दोघांचं खरं तर एकमेकांशी पटायचं नाही. लोवेन हा एक किरकोळ सट्टेबाज आहे; पण एकदोनदा त्याने डॅवेनहाइमकडून बरीच रक्कम मिळवली होती; पण ते एकमेकांना प्रत्यक्षात कधीच भेटले नव्हते. दक्षिण अमेरिकन शेअर्सच्या संदर्भात मिस्टर डॅवेनहाइमने त्याला भेटायला बोलावलं होतं.''

''म्हणजे मिस्टर डॅवेनहाइमची दक्षिण अमेरिकेत मोठी गुंतवणूक आहे वाटतं?''

''असं दिसतंय. मिसेस डॅवेनहाइम बोलता बोलता म्हणाली की, गेल्या शरद ऋतूचा पूर्ण काळ तो ब्युनॉस एरिसमध्येच होता.''

''त्याचे घरातल्यांशी संबंध कसे होते? नवरा-बायकोचं नातं चांगलं होतं का?''

''त्याचं कौटुंबिक आयुष्य शांत आणि फार काही सनसनाटी न घडणारं होतं असं दिसतंय. मिसेस डॅवेनहाइम छान बाई आहे, फारशी बुद्धिमानही नाही वाटली. अगदीच सामान्य बाई म्हणता येईल.''

''मग या रहस्याचं उत्तर तिथे शोधायला नको. बरं, त्याचे कोणी शत्रू होते?'' प्वारोने विचारलं.

''फायनान्सच्या जगतात त्याचे प्रतिस्पर्धी बरेच होते आणि असेही बरेच असतील जे त्याचं वाईट चिंतत असतील; पण त्याला कोणी मारून वगैरे टाकेल, असा कोणी शत्रू दिसत नाही... आणि जर तसं घडलं असेलच, तर त्याचं प्रेत कुठे गेलं?''

''बरोबर. हेस्टिंग्ज म्हणतो तसं, प्रेतं कुठेही लपवली तरी कधी ना कधी सापडतात.''

''हां, एका माळ्याने घराच्या एका बाजूने गुलाबांच्या बागेपाशी एक आकृती जाताना पाहिली होती. याच गुलाबाच्या बागेत अभ्यासिकेची मोठी फ्रेंच विंडो उघडते. मिस्टर डॅवेनहाइम बगऱ्याचदा त्यातूनच ये-जा करायचे; पण तो माळी

बराच दूर काकड्यांच्या वेलांसाठी बांबू रोवत होता, त्यामुळे ती आकृती त्याच्या मालकाची होती की नाही हेही त्याला कळलं नाही. शिवाय तेव्हा नक्की किती वाजले होते तेही त्याला माहीत नाहीये. सहाच्या आधीच असणार, कारण सहा वाजता माळ्यांचं काम संपतं.''

''आणि मिस्टर डॅवेनहाइमने किती वाजता घर सोडलं?''

''साधारण साडेपाचला.''

''त्या गुलाबांच्या बागेपलीकडे काय आहे?''

''एक तलाव.''

''तिथे बोटहाउस आहे?''

''हो. त्यात दोनेक लहान, अरुंद होड्या ठेवलेल्या असतात. प्वारो, ही आत्महत्या असावी असा तू विचार करतो आहेस का? तुला सांगतो, मिलर उद्याच तिथे पाण्यापाशी तपास करायला जाणार आहे. मी सांगितलं होतं ना, खूप हुशार आहे तो.''

प्वारोने मंद स्मित केलं आणि माझ्याकडे पाहून म्हणाला, ''हेस्टिंग्ज, मला तो *डेली मेगाफोन* दे रे. मला आठवतंय त्याप्रमाणे त्यात डॅवेनहाइमचा चांगला सुस्पष्ट फोटो आला होता.''

हेस्टिंग्जनं उठून वर्तमानपत्रातलं ते पान शोधून दिलं. प्वारोने त्याचा फोटो नीट निरखून पाहिला.

''हं...'' तो पुटपुटला, ''याचे केस बरेच लांब आणि थोडे कुरळे आहेत. मोठी मिशी आणि पूर्ण वाढलेली दाढी आहे. भुवया जाड आहेत. डोळे गडद आहेत का याचे?''

''हो.''

''केस आणि दाढी पांढरी होऊ लागलीये?''

जॅपने मान डोलावली. ''मग, मिस्टर प्वारो? काय म्हणणं आहे तुझं? सगळं स्पष्ट झालंय की काय तुला?''

प्वारो म्हणाला, ''उलट, फारच अनाकलनीय आहे...''

जॅपच्या चेहऱ्यावर खुशी पसरली.

''पण त्यामुळेच मी ही समस्या सोडवू शकेन, अशी मला आशा आहे,'' तेवढ्यात प्वारोने शांतपणे आपलं वाक्य पूर्ण केलं.

''अं?''

''एखादी केस अशी अनाकलनीय वाटते, तेव्हा ते चांगलं चिन्ह असतं. जर एखादी केस सूर्यप्रकाशाइतकी सुस्पष्ट वाटत असेल, तर त्यात काहीतरी गडबड नक्कीच असते! मुद्दामहून कोणीतरी तसा आभास निर्माण केलेला असतो.''

जॅपने दयनीयपणे मान हलवली. ''ठीकंय, प्रत्येकाचं आपापलं मत असतं; पण आपल्याला जर डोळ्यांसमोर आपला मार्ग स्पष्ट दिसत असेल, तर चांगलंच नाही का?''

''मी कधी बघत नाही. मी डोळे बंद करून विचार करतो,'' प्वारो उत्तरला.

जॅपने सुस्कारा सोडला. ''बरं... तुला विचार करायला एक आठवडा आहे.''

''आणि नवीन काही माहिती मिळाली तर तू मला येऊन सांगशील? म्हणजे तुझ्या त्या हुशार मिलरने काही शोधलं तर?''

''हो, नक्कीच,'' जॅप म्हणाला.

''फारच वाईट दिसतंय हे, नाही? जणू एखाद्या लहान मुलाकडून काहीतरी हिरावून घ्यावं तसं,'' दारापाशी सोडायला गेल्यावर जॅप मला म्हणाला.

मलाही ते पटून हसू आलं. मी पुन्हा खोलीत शिरलो, तेव्हाही माझ्या चेहऱ्यावर हसू होतं.

''हं, तुम्ही दोघं पापा प्वारोची खिल्ली उडवताय ना?'' प्वारोने आपलं बोट नाचवत विचारलं, ''तुम्हाला माझ्या करड्या पेशींवर विश्वास नाहीये? अरे, असा गोंधळून जाऊ नकोस. ये, आपण जरा चर्चा करू. अजून मला सगळं स्पष्ट कळलेलं नाहीये; पण एकदोन मुद्दे कुतूहलजनक वाटतायत.''

''तो तलाव! हो ना?'' मी म्हणालो.

''हो आणि त्याहीपेक्षा जास्त ते बोटहाउस!''

मी प्वारोकडे कटाक्ष टाकला, तर तो गूढ हसत होता. मला वाटलं की, आत्ता त्याला काही विचारण्यात अर्थ नाहीये.

दुसऱ्या दिवशी संध्याकाळपर्यंत जॅपकडून आम्हाला काही समजलं नाही. नऊ वाजता तो आमच्या घरी आला. त्याच्याकडे पाहिल्या पाहिल्याच मला कळलं की, काहीतरी बातमी सांगायला तो उतावीळ झाला आहे.

''*काय मित्रा?* सगळं ठीकंय?'' प्वारो म्हणाला, ''मिस्टर डॅवेनहाइमचं प्रेत तलावात सापडलं असं मात्र सांगू नकोस. कारण, माझा त्यावर विश्वास बसणार नाही.''

''त्याचं प्रेत नाही; पण त्याचे *कपडे* मिळाले आम्हाला. तो त्या दिवशी जे कपडे घालून बाहेर पडला तेच कपडे. आता काय म्हणशील?''

''दुसरे कुठले कपडे घरातून गायब झालेत का?''

''नाही, त्याच्या नोकराने खात्रीपूर्वक हे सांगितलंय. त्याच्या कपाटातले बाकीचे कपडे तसेच्या तसे आहेत. आणखी एक गोष्ट. आम्ही लोवेनला अटक केलीये. घरातल्या बेडरूमच्या खिडक्या बंद करण्याची जबाबदारी ज्या नोकराणीवर होती तिने सांगितलं की, सव्वासहाच्या सुमारास तिने लोवेनला गुलाबाच्या बागेतून

अभ्यासिकेच्या *दिशेने* येताना पाहिलं. तो त्या घरातून बाहेर पडला त्याच्या दहा मिनिटं आधीची ही वेळ आहे.''

''आणि याबद्दल तो स्वतः काय म्हणतोय?''

''पहिल्यांदा तर तो अभ्यासिकेतून बाहेर गेलाच नाही असं त्याने सांगितलं; पण ती नोकराणी खात्रीपूर्वक सांगत होती. मग गुलाब बघायला बाहेर पडलो होतो आणि सांगायला विसरलो, असं तो म्हणू लागला. किती दुबळं कारण! शिवाय त्याच्या विरुद्ध ताजा पुरावाही मिळाला आहे. मिस्टर डॅवेनहाइम कायम उजव्या हाताच्या करंगळीत हिरा जडवलेली जाड सोन्याची अंगठी घालत. ती अंगठी शनिवारी रात्री बिली केलेट नामक इसमाने लंडनच्या बाजारात गहाण टाकायला आणली! तो पोलिसांच्या यादीत आधीपासूनच होता, कारण घड्याळ चोरल्याबद्दल गेल्या वर्षी त्याला तीन महिन्यांची शिक्षाही झाली होती. त्याने ती अंगठी गहाण ठेवायचा पाच ठिकाणी प्रयत्न केला, पाचव्या ठिकाणी त्याला यश मिळालं. मिळालेल्या पैशातून तो भरपूर दारू प्यायला, एका पोलिसावर त्याने हल्ला केला आणि त्याबद्दल पकडला गेला. मी मिलरसोबत जाऊन त्याला भेटून आलो. खुनाचा गुन्हा दाखल होण्याची भीती आम्ही त्याला घातली आणि मग त्याने सगळं सांगितलं. त्याची गोष्ट जशीच्या तशीच सांगतो.''

जॅप पुढे सांगू लागला, ''तो शनिवारी एंटफील्डच्या रेसेसच्या ठिकाणी आलेला होता. तो खरं तर सट्टेबाजी करत नाही, तर स्कार्फ, टायच्या पिना विकण्याचं काम करतो. असो. तर त्या दिवशी त्याचं नशीब चांगलं नव्हतं. तो असाच भटकत चिंगसाइडच्या रस्त्याने चालला होता आणि गावात शिरायच्या आधी कडेला एका खोलगट ठिकाणी विश्रांती घ्यायला बसला. काही मिनिटांनी त्याने एका मनुष्याला त्या रस्त्याने येताना पाहिलं. तो गडद वर्णाचा, मोठ्या मिशा असलेला, शहरी दिसणारा मनुष्य होता, असं वर्णन त्याने केलं.

''केलेट एका दगडांच्या ढिगामागे असल्याने रस्त्यावरच्या कोणाला दिसला नसता. तो मनुष्य केलेटच्या समोरून जाण्याच्या क्षणभर आधी इकडे तिकडे पाहू लागला. कोणीच दिसलं नाही म्हटल्यावर त्याने खिशातून एक लहानशी वस्तू काढली आणि झुडपांच्या कुंपणापलीकडे फेकली. मग तो स्टेशनच्या दिशेने निघून गेला. त्याने फेकलेली वस्तू क्लिंक असा आवाज करून पडली असल्याने केलेटचं कुतूहल चाळवलं गेलं. त्याने शोधल्यावर त्याला ती अंगठी सापडली! ही केलेटची गोष्ट आहे. लोवेन मात्र ती पूर्णपणे नाकारतो आहे आणि अर्थातच केलेटसारखा इसम विश्वासार्ह नाहीच आहे. अशी एक शक्यता आहे की तो डॅवेनहाइमला एखाद्या गल्लीत भेटला, त्याने त्याला लुटलं आणि त्याचा खून केला.''

प्वारोने नकारार्थी मान हलवली.

''अशी शक्यता फारच कमी आहे, *मित्रा.* त्याला त्या प्रेताची विल्हेवाट लावणं शक्य नसतं झालं. ते प्रेत आत्तापर्यंत सापडलं असतं. दुसरी गोष्ट म्हणजे ज्या उघडपणे तो ती अंगठी गहाण टाकायला गेला, त्यावरून त्यानेच खून केला असेल असं दिसत नाही. तिसरी गोष्ट म्हणजे भुरटे चोर जवळपास कधीच खुनी नसतात. चौथी गोष्ट म्हणजे तो शनिवारपासून पोलिसांच्या कोठडीत असल्याने, त्याने प्रत्यक्षच लोवेनला पाहिलं असणार. नाही तर तो त्याचं इतकं अचूक वर्णन सांगू शकणार नाही.''

जॅपने मान डोलावली, ''तुझं बरोबर नाहीये असं मी म्हणत नाही; पण तरी हे खरंय की, अशा भुरट्या चोराच्या बोलण्यावर ज्युरी विश्वास ठेवणार नाही. मला यातली विचित्र गोष्ट ही वाटतेय की, लोवेनने त्या अंगठीची विल्हेवाट लावायला आणखी हुशारीचा कुठला मार्ग का शोधला नाही.''

''असं असू शकतं की, ती अंगठी गावाच्याच आसपास सापडली, तर ती डॅवेनहाइमच्याच बोटातून पडली असेल असं म्हणता येऊ शकतं,'' प्वारो खांदे उडवत म्हणाला.

''पण ती अंगठी त्याच्या बोटातून काढून घ्यायचीच कशाला?'' मी मोठ्याने विचारलं.

''त्यामागे एक कारण असणार,'' जॅप म्हणाला, ''त्या तलावाच्या पलीकडे एक लहानसं फाटक आहे. त्यातून गेलं की, टेकडी लागते आणि तीनेक मिनिटं चालल्यावर काय असेल असं वाटतंय... *चुन्याची भट्टी!*''

''बाप रे!'' मी ओरडलो, ''म्हणजे चुनाभट्टीमध्ये प्रेत पूर्ण नष्ट होईल; पण अंगठीच्या धातूला काही झालं नसतं?''

''बरोबर.''

''मला वाटतं आता सगळं उघड झालं आहे,'' मी म्हणालो, ''किती भयंकर खून!''

आम्ही दोघंही प्वारोकडे पाहू लागलो. तो विचारात गढलेला दिसत होता. त्याच्या कपाळावर आठ्यांचं जाळं होतं. आता तो काहीतरी बोलणार असं मला वाटू लागलं. तो पहिले शब्द कोणते उच्चारेल? पण आम्हाला फार वेळ वाट पाहावी लागली नाही. त्याच्या आविर्भावातला ताण निवळला आणि त्याने जॅपला विचारलं, ''मित्रा, मिस्टर आणि मिसेस डॅवेनहाइम एकाच बेडरूममध्ये झोपायचे की नाही याबद्दल तुला काही माहीत आहे?''

तो प्रश्न त्या क्षणी इतका विचित्र वाटत होता की, आम्ही दोघंही त्याच्याकडे पाहतच राहिलो. मग जॅप अचानक हसू लागला. ''मिस्टर प्वारो! मला वाटलं तू काहीतरी सनसनाटी गोष्ट सांगणार आहेस; पण तुझ्या प्रश्नाचं उत्तर माझ्याकडे नाही.''

''पण तू ते शोधू शकतोस ना?'' प्वारोने चिकाटी सोडली नाही.

''हो अर्थातच. तुला जर ते इतकंच *जाणून* घ्यायचं असेल तर...'' जॅप म्हणाला.

''*थँक्यू मित्रा.* तू मला ती गोष्ट शोधून सांगितलीस तर बरं होईल.'' जॅप तरीही काही वेळ प्वारोकडे बघत राहिला; पण प्वारो जणू आम्हा दोघांचं अस्तित्व विसरूनच गेला होता. जॅपने मान हलवत माझ्याकडे पाहिलं आणि पुटपुटला, ''बिचारा म्हातारा! युद्धामुळे फारच परिणाम झालाय त्याच्यावर.'' मग तो हळूच निघून गेला.

प्वारो दिवास्वप्नात हरवलेला दिसत होता. मी एक कागद घेतला आणि वेळ घालवायला त्यावर नोंदी करू लागलो. अचानक माझ्या मित्राच्या आवाजाने माझी तंद्री भंगली. तो बहुधा दिवास्वप्नातून जागा झाला होता.

''*मित्रा, काय करतोयस तू?*'' त्याने मला विचारलं.

''मला या प्रकरणातले महत्त्वाचे वाटलेले मुद्दे टिपून ठेवत होतो.''

''वा! शेवटी एकदाचा तू पद्धतशीरपणे काम करायला लागलास तर!'' तो कौतुकाने म्हणाला.

मला झालेला आनंद लपवत मी म्हणालो, ''माझे मुद्दे तुला वाचून दाखवू?''

''हो, हो.''

मी घसा खाकरून सुरुवात केली.

''पहिला मुद्दा : सगळ्या पुराव्यांनुसार असं दिसतं आहे की, लोवेननेच तिजोरी फोडली.

''दुसरा मुद्दा : त्याच्या मनात डॅवेनहाइमबद्दल सुडाची भावना होती.

''तिसरा मुद्दा : अभ्यासिका सोडून गेलोच नाही, असं तो पहिल्यांदा खोटं बोलला.

''चौथा मुद्दा : बिली केलेटची गोष्ट खरी मानली, तर लोवेनच गोत्यात येणार.''

प्वारोकडे पाहून मी म्हणालो, ''मग? कारण, मला वाटत होतं की, मी सगळ्या महत्त्वाच्या मुद्द्यांचा योग्य विचार केला आहे.''

प्वारोने माझ्याकडे दयेच्या नजरेने पाहिलं आणि हळूच मान हलवली. ''बिच्चारा माझा मित्र! तुझ्याकडे माझ्यासारखी अद्‌भुत कला नाहीये हेच खरंय! खरा महत्त्वाचा मुद्दा तुझ्याकडून दुर्लक्षिला गेलाय! शिवाय तुझी कारणमीमांसाही चुकली आहे.''

''कसं काय?''

‘‘तुझेच चार मुद्दे घेऊन तुला समजावतो.’’

‘‘एक : आपल्याला तिजोरी उघडण्याची संधी मिळेल हे मिस्टर लोवेनला आधीपासून माहीत असणं शक्य नाही. तो कामासाठी भेटायला आला होता. मिस्टर डॅवेनहाइम पत्र टाकायला गेला असेल हे त्याला आधी माहीत नव्हतं म्हणजेच तो अभ्यासिकेत एकटा असणार आहे हेही त्याला आधी माहीत असणं शक्य नाही ना.’’

‘‘त्याने मिळालेल्या संधीचा अचानक फायदा घेतला असेल,’’ मी सुचवलं.

‘‘कोणता शहरी मनुष्य असा तिजोरी फोडायला लागणारी हत्यारं बरोबर घेऊन फिरत असतो? आणि ती तिजोरी साध्या लहानशा चाकूने वगैरे उघडणं शक्य नाही.’’

‘‘बरं. दुसऱ्या मुद्याचं काय?’’

‘‘तू म्हणतोयस की, लोवेनच्या मनात सूडभावना होती; पण खरं तर एकदोन वेळा तो त्याच्या वरचढ ठरला होता इतकंच आणि कदाचित त्या वेळचे व्यवहार त्याच्या फायद्याच्या दृष्टीनेच केले गेले असतील. तुम्ही ज्याच्यावर कुरघोडी करता त्याच्या विरुद्ध सूडभावना ठेवता असा काही नियम नाहीये. खरं तर अशा परिस्थितीत उलटं व्हायला हवं ना. कोणाच्या मनात सूडभावना असेलच, तर ती मिस्टर डॅवेनहाइमच्या मनात असली पाहिजे.’’

‘‘हो; पण अभ्यासिकेतून तो बाहेरच पडला नाही असं तो खोटं बोललाच ना? ते तू नाकारू शकत नाहीस.’’

‘‘नाही; पण कदाचित तो घाबरला असेल. आठवतंय ना, गायब झालेल्या माणसाचे कपडे नुकतेच तलावात सापडले होते; पण हे बरोबर आहे की तो खरं बोलला असता तर बरं झालं असतं.’’

‘‘आणि चौथा मुद्दा?’’

‘‘तो तुझा मुद्दा मी मान्य करतो की, जर केलेटची गोष्ट खरी असेल तर लोवेन गोत्यात येणार, त्यामुळेच तर हे प्रकरण इतकं कुतूहलजनक झालंय.’’

‘‘म्हणजे माझ्या *लक्षात* एक तरी महत्त्वाचा मुद्दा आला होता ना?’’

‘‘हो; पण दुसरे दोन सगळ्यात महत्त्वाचे मुद्दे तुझ्या लक्षात आलेच नाहीयेत आणि त्यातच सगळ्या प्रकरणाचा उलगडा लपलाय.’’

‘‘कोणते मुद्दे?’’

‘‘एक म्हणजे मिस्टर डॅवेनहाइमला गेल्या काही वर्षांपासून दागिने विकत घ्यायची जी आवड निर्माण झाली तो मुद्दा आणि गेल्या शरद ऋतूत तो ब्युनॉस एरिसला गेला होता हा दुसरा मुद्दा.’’

‘‘प्वारो, तू विनोद करत नाहीयेस ना?’’

‘‘मी अतिशय गंभीरपणे सांगतोय. जॅप मी सांगितलेलं काम विसरणार नाही, अशी आशा करू.’’

पण जॅपला तो विनोद वाटला असला तरी ते सगळं नीट लक्षात होतं. दुसऱ्या दिवशी अकराच्या सुमारास प्वारोला टेलिग्राम आला. त्याच्या सांगण्यावरून मी तो वाचला :

> ''मागच्या हिवाळ्यापासून नवरा आणि बायको वेगवेगळ्या खोल्यांत झोपत आहेत.''

''आऽहा! आणि आता जून महिना चालू आहे!'' प्वारो ओरडला, ''रहस्य उलगडलेलं आहे!''

मी चकित होऊन त्याच्याकडे पाहतच राहिलो.

''*मित्रा,* डॅवेनहाइम अँड सामन बँकेत तुझे पैसे तर नाहीत ना?'' त्याने मला विचारलं.

''नाही; पण का?'' मी गोंधळून विचारलं.

''जर असते तर मी तुला ते काढून घ्यायला सांगितले असते. फार उशीर व्हायच्या आधी.''

''का? काय होईल अशी तुझी अपेक्षा आहे?''

''शेअर प्रचंड पडतील असं मला वाटतं. कदाचित, काही दिवसांत किंवा त्याहूनही लवकरच. त्यावरून आठवलं, जॅपच्या चिठ्ठीला उत्तर पाठवलं पाहिजे. एक पेन्सिल आणि कागद देतोस? हां... 'या बँकेत तुझे काही पैसे असतील, तर ताबडतोब काढून घे.' ही चिठ्ठी वाचून जॅपचं कुतूहल चाळवलं जाईल नक्की. त्याचे डोळे विस्फारतील! त्याला कळणार काहीच नाही... उद्यापर्यंत किंवा परवापर्यंत.''

मी अजूनही जरा साशंकच होतो; पण दुसऱ्या दिवशी मला माझ्या मित्राच्या विलक्षण बुद्धिमत्तेची प्रचिती आली. दुसऱ्या दिवशीच्या सगळ्या वर्तमानपत्रांमध्ये डॅवेनहाइम बँक बुडीत निघाल्याची मोठी बातमी होती. बँकेचे आर्थिक व्यवहार समोर आल्यानंतर त्याच्या प्रमुखाच्या गायब होण्याला पूर्णपणे वेगळाच अर्थ प्राप्त झाला.

आम्ही नाश्ता करत असताना दार धाडकन उघडून जॅप आत घुसला. त्याच्या डाव्या हातात एक कागद होता आणि उजव्या हातात प्वारोचा टेलिग्राम. तो त्याने टेबलावर आपटला.

''मिस्टर प्वारो, तुला कसं कळलं? तुला हे कळलंच कसं?''

प्वारो शांतपणे हसला, ''*मित्रा,* तुझ्या टेलिग्रामनंतर तर ते पूर्णच स्पष्ट झालं. सुरुवातीपासूनच मला ती तिजोरी फोडून केलेली चोरी जरा विचित्रच वाटत होती. तिजोरीत बेअरर बाँड्स, रोकड, दागिने सगळं इतकं सोईस्करपणे कसं काय तयारच

ठेवलेलं होतं? कोणासाठी ठेवलेलं होतं ते? अर्थातच मिस्टर डॅवेनहाइमसाठीच होतं ते. इतरांच्या आधी स्वतःच्याच गरजांकडे पाहणारा स्वार्थी मनुष्य होता तो! मला जवळपास खात्रीच वाटली की, त्याने ते स्वतःसाठीच ठेवलेलं होतं. त्यातच काही वर्षांपासून दागिने खरेदी करायची त्याची आवड! किती साधी गोष्ट वाटते ना! त्याने पैशांची जी जी अफरातफर केली, त्या सगळ्या रकमांचे दागिने घेऊन ठेवले. कदाचित, त्याने दागिने आणि सगळा पैसा दुसरीकडे सुरक्षित ठिकाणी, दुसऱ्याच नावाने ठेवून दिला, जो त्याला सगळ्यांना गुंगारा दिल्यानंतर मजेत खर्च करत राहता येणार होतं. सगळी तयारी झाल्यानंतर त्याने लोवेनला भेटायला बोलावलं (हाच मनुष्य भूतकाळात एकदोनदा त्याच्या वरचढ ठरलेला होता). त्याने तिजोरीत ड्रिलने भोक पाडलं. पाहुण्याला अभ्यासिकेत बसवायच्या सूचना देऊन ठेवल्या आणि घरातून सरळ बाहेर चालत गेला; पण कुठे?'' इतकं बोलून प्वारो थांबला. त्याने आणखी एक उकडलेलं अंडं घेतलं. मग आठ्या घालून तो पुटपुटला, ''प्रत्येक कोंबडी वेगवेगळ्या आकाराची अंडी का घालते! नाश्ता करताना काहीच नीट समसमान दिसत नाही मग! किमान दुकानात तरी आकारानुसार डझनाचे गट करून ती विकली पाहिजेत.''

''ती अंडीबिंडी जाऊ दे,'' जॅप अधीरपणे म्हणाला, ''चौकोनी अंडी घातली कोंबड्यांनी तरी घालू दे त्यांना. आपला डॅवेनहाइम कुठे गेलाय ते मला सांग म्हणजे तुला माहीत असेल तर...''

''अर्थातच तो त्याच्या ठरलेल्या लपून राहायच्या जागी गेला आहे. या मिस्टर डॅवेनहाइमच्या करड्या पेशी दुष्ट असतील; पण त्या आहेत मात्र फारच चांगल्या!''

''तो कुठे लपलाय तुला माहीत आहे?''

''अर्थातच आणि तीच सगळ्यात मोठी हुशारी आहे त्याची!''

''देवा रे! मग सांग ना आम्हाला!''

प्वारोने हळूच आपल्या ताटलीतून अंड्याच्या टरफलाचे सगळे तुकडे बाहेर काढून अंड्याच्या कपात ठेवले आणि मोठा अर्धा टरफलाचा भाग त्यावर उपडा ठेवला. एवढं सगळं करून झाल्यावर तो त्या नीटनेटक्या कपाकडे समाधानाने पाहून हसला. मग आमच्या दोघांकडे पाहून तो प्रेमळपणे मनापासून हसला.

''चला, मित्रांनो! तुम्ही दोघंही हुशार आहात. मी स्वतःला जो प्रश्न विचारला तो तुम्हीही स्वतःला विचारून पाहा : *मी* जर हा मनुष्य असतो, तर कुठे लपलो असतो? हेस्टिंग्ज, तुला काय वाटतं?''

''अं, मला वाटतं मी पळून जायचा प्रयत्न नसता केला. मी लंडनमध्येच राहिलो असतो. ट्यूब, बसने फिरलो असतो. गर्दीत मला कोणीच ओळखलं नसतं अशी जास्त शक्यता आहे.''

''जॅप, तुला काय वाटतं?'' प्वारोने विचारलं.

''मला नाही हे पटत. मी असतो तर एकदाच पूर्ण दूर गेलो असतो. तीच एक संधी असती. मला आधीच सगळी तयारी करायला भरपूर वेळ मिळाला असेल, तर माझ्यासाठी यॉट वाट बघत थांबवली असती आणि मी जगाच्या अगदी दूरच्या एखाद्या कोपऱ्यात जाऊन नव्याने आयुष्याची सुरुवात केली असती!''

आम्ही दोघांनी प्वारोकडे पाहिलं. ''तुला काय वाटतं?''

क्षणभर तो काही बोलला नाही. मग त्याच्या चेहऱ्यावर एक वेगळंच हसू उमटलं.

''मित्रांनो, *मी* जर पोलिसांपासून लपत असतो, तर कुठे लपलो असतो सांगू? *तुरुंगात!*''

''काय?''

''तुम्ही आता मिस्टर डॅवेनहाइमला का शोधताय, तर पकडून तुरुंगात टाकायला, त्यामुळे तो आधीपासूनच तुरुंगात आहे का हे तपासायचं तुमच्या मनातही येणार नाही, बरोबर?''

''म्हणजे काय म्हणायचंय तुला?''

''तू मला सांगितलंस की, मिसेस डॅवेनहाइम फारशी हुशार बाई वाटत नाही; पण तरी जर तुम्ही तिला बो स्ट्रीटवर बिली केलेटच्या समोर नेलंत तर ती ओळखेल त्याला! त्याने त्याची दाढी आणि मिशी काढून टाकली आहे, भुवयाही कमी केल्या आहेत, केस बारीक कापले आहेत तरी बायको आपल्या नवऱ्याला कशीही ओळखेलच ना. बाकीचं जग फसलं तरी बायको नाही!''

''बिली केलेट? पण पोलीस तर त्याला आधीपासून ओळखत होते!''

''मी सांगितलं ना, हा डॅवेनहाइम फार हुशार आहे म्हणून! त्याने त्याची ॲलिबी खूप आधीच तयार करून ठेवली होती. तो गेल्या शरद ऋतूत ब्युनॉस एरिसला नव्हताच. तो बिली केलेटचं पात्र निर्माण करत होता. तीन महिने तुरुंगात होता ना तो तेव्हा! त्यामुळे जेव्हा वेळ येईल, तेव्हा पोलिसांना संशय येणार नाही याची त्याने तजवीज करून ठेवली. लक्षात ठेवा की, तो फार मोठ्या संपत्तीसाठी हे सगळं करत होता आणि स्वातंत्र्यासाठीही, त्यामुळे त्याने सगळं अगदी व्यवस्थित घडवून आणलं. ती किंमत मोजायला तो तयार होता. फक्त...''

''काय?''

''फक्त नंतर तीन महिन्यांच्या तुरुंगवासानंतर त्याला पुन्हा खोटी दाढी, मिशी लावून घरी जावं लागलं आणि खोट्या केसांत झोपणं कठीण असतं. कारण, तुम्ही पकडले जाऊ शकता! त्यामुळे तो बायकोसोबत एकाच खोलीत झोपायचा धोका पत्करू शकत नव्हता. माझ्या सांगण्यावरून तू शोधून काढलंस की, ते दोघं गेल्या

सहा महिन्यांपासून वेगळे झोपत आहेत म्हणजेच जेव्हा तो तथाकथित ब्युनॉस एरिसहून परतला त्यानंतर. ही गोष्ट कळल्यावर माझी खात्री पटली! सगळं काही बरोबर बसत होतं. ज्या माळ्याने एक आकृती पाहिली ती त्याच्या मालकाचीच होती. तो बोटहाउसपाशी गेला. तिथे ठेवलेले भिकाऱ्यासारखे कपडे त्याने घातले. हे कपडे त्याने नोकराची नजर चुकवून आधीच तिथे ठेवले असणार. स्वतःचे कपडे त्याने तलावात फेकले. मग मुद्दाम उघडपणे ती अंगठी गहाण ठेवायला तो बाजारात गेला. मुद्दाम त्याने पोलिसावर हल्ला चढवला आणि सुरक्षितपणे तुरुंगात गेला! तिथे कधीच कोणी त्याला शोधायचा विचार स्वप्नातही केला नसता!''

''अशक्य!'' जॅप पुटपुटला.

''मिसेस डॅवेनहाइमला विचार.''

दुसऱ्या दिवशी प्वारोला एक पत्र आलं. त्याने ते उघडलं तर त्यात पैज हरल्याने जॅपने दिलेले पाच पौंड होते. माझ्या मित्राच्या भुवया उंचावल्या.

''*अरे देवा!* पण मी याचं करू काय? मला पश्चात्ताप होतोय. *बिचारा जॅप!* हां, एक कल्पना सुचलीये! आपण तिघं जेवायला जाऊ या. मग मला बरं वाटेल. हे खरं तर फारच सोपं होतं. मला लाज वाटतेय. मी, *लहान मुलाकडून* काही हिसकावू न शकणारा...! *मित्रा,* तू इतका का हसतो आहेस?''

राजाचा पाचू

मोठ्या कष्टाने जेम्स बाँडने आपलं लक्ष हातातल्या पिवळ्या रंगाच्या पुस्तकाकडे वळवलं. पुस्तकाच्या मुखपृष्ठावर साध्या; पण प्रसन्न अक्षरात शीर्षक लिहिलेलं होतं: 'तुम्हाला तुमचा पगार वर्षाला ३०० पौंडांनी वाढायला हवा आहे का?' त्या पुस्तकाची किंमत एक शिलिंग होती. जेम्सने नुकतीच त्यातली दोन पानं वाचली होती. त्यात त्याला पुढील गोष्टी कळल्या होत्या – 'तुमच्या बॉसच्या डोळ्यांत डोळे घालून बघा आणि बोला, तुमचं व्यक्तिमत्त्व भारदस्त बनवा, तुम्ही अतिशय कार्यक्षमपणे काम करता हे लोकांना जाणवू द्या.' आता तो एका दुसऱ्या विषयापर्यंत पोहोचला होता – 'स्पष्ट बोलायची एक वेळ असते, तशीच मौन बाळगायचीही वेळ असते.' त्या लहानशा पुस्तकाने त्याला सल्ला दिला – 'मनाने कणखर असलेला मनुष्य त्याला माहीत असलेलं *सगळं* बोलून टाकत नाही.' जेम्सने पुस्तक मिटलं आणि समोरच्या अथांग निळ्या समुद्राकडे पाहिलं. त्याच्या मनात एका भयंकर शंकेची पाल चुकचुकली की, तो कणखर नव्हता. कारण, तो खंबीर, कणखर मनुष्य असता, तर तो आत्ताच्या परिस्थितीला आपल्या ताब्यात ठेवू शकला असता. त्याचा बळी बनला नसता. सकाळपासून सोळाव्यांदा तरी जेम्सने स्वतः केलेल्या चुकांची उजळणी केली होती.

तो खरं तर सुट्टीवर होता. 'सुट्टी? हाऽहा!' तो उपहासाने हसला. 'किम्प्टन-ऑन-सी' नामक या समुद्राकाठच्या फॅशनेबल रिसॉर्टला यायला त्याला कोणी गळ घातली होती? ग्रेसने. त्याच्या खिशाला परवडणार नाही इतका खर्च कोणी करायला लावला होता? ग्रेसने आणि त्यानेही उतावीळपणे तिच्या योजनेला मान्यता दिली होती. तिनेच त्याला इथे आणलं होतं आणि त्याचा परिणाम काय झाला होता? तो समुद्रकिनाऱ्यापासून दीडेक मैल दूर असलेल्या एका साध्या बोर्डिंग हाउसमध्ये राहत होता आणि खरं तर ग्रेसनेही तशाच एखाद्या ठिकाणी राहायला हवं होतं. (दोघं एकाच ठिकाणी राहू शकत नव्हते. कारण, जेम्सच्या वर्तुळात ते अशोभनीय ठरलं असतं); पण ग्रेस त्याला एकटं टाकून स्वतः समुद्राकाठच्या एस्प्लनेड हॉटेलमध्ये राहत होती.

तिचे मित्रमैत्रिणी तिथे होते म्हणे! 'मित्र!' पुन्हा एकदा जेम्स उपहासाने हसला. गेली तीन वर्षं त्याचे आणि ग्रेसचे प्रेमसंबंध होते; पण त्यात घाईगडबड अजिबात नव्हती. पहिल्यांदा त्याचं तिच्याकडे लक्ष गेलं आणि त्यांची ओळख झाली, तेव्हा ती किती खूश झाली होती. हाय स्ट्रीटवरच्या मेसर्स बार्टल्स यांच्या हॅट्स, टोप्या आणि तत्सम गोष्टी विकणाऱ्या महागड्या दुकानात ती नोकरीला होती आणि कालांतराने वर वरच्या पायऱ्या चढत गेली होती, तेव्हा मात्र तिची सुरुवातीची खुशी टिकली नव्हती. सुरुवातीच्या दिवसांत जेम्स जास्त भारी असल्याचं भासवायचा; पण आता! आता सगळंच चित्र पालटलं होतं. ग्रेस जास्त चांगले पैसे कमावत होती, त्यामुळे ती गर्विष्ठ बनली होती. फारच अहंकारी! जेम्सला अचानक एका कवितेच्या ओळी आठवल्या, ज्यांचा अर्थ होता की, एक चांगला तरुण माझ्यावर प्रेम करतोय, याबद्दल मी सदैव देवाचे आभार मानेन; पण ग्रेसच्या बाबतीत आता असं काही उरलं नव्हतं. एस्प्लनेड हॉटेलमधल्या उत्तम नाश्त्यावर ताव मारून आलेली ग्रेस आता तिच्या तरुण प्रेमिकाकडे पूर्णच दुर्लक्ष करत होती; पण क्लॉड सॉपवर्थ नामक दुसऱ्या एका मूर्ख श्रीमंत तरुणासोबत मात्र ती बरीच रमलेली दिसत होती. जेम्सच्या मते त्या क्लॉड नामक तरुणाला नैतिकतेची शून्य चाड होती.

जेम्सने पावलाने वाळूत खड्डा केला आणि रागाने तो वेडीवाकडं तोंड करू लागला. किम्प्टन-ऑन-सी. त्याच्या डोक्यावर कसलं भूत सवार झालं आणि तो इथे यायला तयार झाला, असा त्याला प्रश्न पडला. हे रिसॉर्ट श्रीमंत आणि फॅशनेबल लोकांकरता होतं. तिथे दोन मोठी हॉटेलं होती आणि आलिशान बंगल्यांची एक अख्खी रांग होती. फॅशनेबल अभिनेत्री, श्रीमंत ज्यू लोक आणि उमराव वगैरे पदं धारण करणारे, श्रीमंत बायकांशी लग्न केलेले उच्चभ्रू घराण्यांमधले लोक अशांचे ते बंगले होते. त्यांतल्या लहानात लहान बंगल्याचं भाडंही आठवड्याला २५ गिनीज इतकं होतं. मग मोठ्या बंगल्यांचं भाडं किती असेल, याची कल्पनाही करता येत नव्हती. जेम्स बसला होता, त्याच्या अगदी मागेच एक राजवाडा होता. प्रसिद्ध खेळाडू लॉर्ड एडवर्ड कॅम्पियन याचा तो राजवाडा होता आणि या क्षणाला तिथे अनेक प्रसिद्ध व उच्चभ्रू पाहुणे राहायला आले होते. त्यात मारपुत्नाचा राजाही होता, जो त्याच्या संपत्तीसाठी प्रसिद्ध होता. सकाळीच जेम्सने त्या राजाबद्दल सगळी माहिती स्थानिक वर्तमानपत्रात वाचली होती. भारतातली त्याची मालमत्ता, त्याचे राजवाडे, त्याचा दागिन्यांचा संग्रह... त्यात एका प्रसिद्ध पाचूचा उल्लेख होता. तो म्हणे कबुतराच्या अंड्याच्या आकाराइतका मोठा होता. जेम्स शहरातच वाढला असल्याने कबुतराचं अंडं नक्की किती मोठं असतं हे त्याला नीट आठवत नव्हतं; पण तरी त्या पाचूची गोष्ट त्याच्या मनात रेंगाळत होती.

"माझ्याकडेही असा एखादा पाचू असायला हवा होता. मग दाखवलं असतं मी ग्रेसला!" तो दात-ओठ खात पुटपुटला.

हे बोलणं म्हणजे हवेत मारलेला तीर असला, तरी त्यामुळे जेम्सला जरा बरं वाटलं. तेवढ्यात मागून हसण्याखिदळण्याचे आवाज आले म्हणून त्याने वळून पाहिलं, तर ग्रेस आली होती. तिच्या सोबत क्लॅरा सॉपवर्थ, ॲलिस सॉपवर्थ, डोरोथी सॉपवर्थ आणि देवा रे – तो क्लॉड सॉपवर्थही होता! त्या सगळ्या मुली हातात हात घालून खिदळत आल्या.

''अरे, हा कोण अनोळखी मनुष्य!'' ग्रेस खट्याळपणे म्हणाली.

''हो ना!'' जेम्स उपरोधिक स्वरात म्हणाला.

आणखी सणसणीत काहीतरी बोलायला हवं होतं असं त्याला नंतर वाटलं. कारण, केवळ 'हो ना' या शब्दांतून त्याचं प्रभावी व्यक्तिमत्त्व दिसलं नाही ना. त्याने अत्यंत तिटकाऱ्याने क्लॉड सॉपवर्थकडे पाहिलं. एखाद्या सांगीतिक सिनेमातल्या हिरोसारखे त्याचे कपडे सुंदर होते. जेम्सला वाटलं किनाऱ्यावरच्या एखाद्या कुत्र्याने येऊन ओल्या वाळूने भरलेले त्याचे पंजे त्याच्या शुभ्र पांढऱ्या पँटवर उमटवावेत. जेम्स स्वतः गडद करड्या फ्लॅनेलच्या जुन्या पँटमध्ये होता.

''किती छान हवा आहे ना?'' क्लॅरा खोल श्वास घेत म्हणाली, ''तुमचा मूडच बदलून जातो, नाही?''

असं म्हणून ती खिदळली.

''अगं तो ओझोन आहे,'' ॲलिस म्हणाली, ''ओझोन तर टॉनिकसारखा असतो, माहितेय?'' आणि तीही खिदळू लागली.

जेम्सला वाटलं, 'यांची मूर्ख डोकी धरून एकमेकांवर आपटावीत. सारख्या कशाला हसत असतात? काही गमतीशीर बोलतही नाहीयेत.'

क्लॉड पुटपुटला, ''आपण समुद्रस्नानाला जायचं का? की जरा अतिच होईल?''

पण सगळ्याच मुलींना समुद्रस्नानाची कल्पना भयंकर आवडली. त्यांनी किंकाळ्या फोडून अनुमोदन दिलं. जेम्सही त्यांच्या सोबत चालू लागला आणि त्याने हुशारी करून काहीतरी कारण काढत ग्रेसला जरा मागे ओढलं.

तो तिला तक्रारीच्या सुरात म्हणाला, ''हे बघ! मला तू भेटतच नाहीयेस नीट!''

''हुं! आत्ता तर आहोत ना आपण सगळे एकत्र,'' ग्रेस म्हणाली, ''आणि तू आमच्या सोबत हॉटेलमध्ये जेवायला येऊ शकतोस. निदान...''

असं म्हणून तिने साशंकपणे त्याच्या पायांकडे पाहिलं.

''काय झालं? मी पुरेसा स्मार्ट दिसत नाहीये वाटतं?'' जेम्स रागावून म्हणाला.

''मी इतकंच म्हणेन की, जरा नीट लक्ष देऊन तयार होत जा. इथले सगळे लोक किती स्मार्ट कपड्यांत असतात बघ. क्लॉड सॉपवर्थकडेच बघ ना!''

''बघतो आहेच मी त्याच्याकडे!'' जेम्स रुसक्या आवाजात म्हणाला, ''अगदी मूर्ख दिसतोय तो त्या कपड्यांत.''

ग्रेसने ताठ मानेने त्याच्याकडे पाहिलं, ''जेम्स, माझ्या मित्रांना नावं ठेवायची काही गरज नाहीये. हे शोभतं का आपल्याला! या हॉटेलमधले सगळे तरुण जसे तयार झालेत तसेच कपडे क्लॉडनेही घातलेत.''

''हुं!'' जेम्स तुच्छतेने म्हणाला, ''तुला माहितेय, मी एकदा वर्तमानपत्रात काय वाचलं होतं? की कुठलातरी उमराव हा इतका विचित्र कपडे घालायचा की, अख्ख्या इंग्लंडमधला तो सर्वांत वाईट कपडे घालणारा मनुष्य असेल! म्हणजे बघ!''

''असू दे; पण तो उमराव होता ना!'' ग्रेस म्हणाली.

''मग? मीही एक दिवस सरदार वगैरे झालो, तर काय वाईट आहे? किंवा अगदी उमराव नाही, तरी तसाच कोणीतरी बडा?'' जेम्सने विचारलं.

त्याने खिशातल्या पिवळ्या पुस्तकाला कुरवाळत ग्रेसला एक लांबलचक यादीच सांगितली, ज्यात जेम्सपेक्षाही गरीब घरातून आलेले लोक आयुष्यात नंतर मोठमोठे उच्च पदस्थ झाले होते. ग्रेस ते ऐकून फक्त खिदळली.

''इतकाही भावुक होऊ नकोस, जेम्स, विचार कर तू किम्प्टन-ऑन-सीचा सरदार!''

जेम्सने तिच्याकडे चिडून आणि हताश होऊन पाहिलं. या किम्प्टन-ऑन-सीची हवा नक्कीच ग्रेसच्या डोक्यात गेली होती.

किम्प्टनचा किनारा लांबलचक आणि सरळसोट वाळूचा पट्टा होता. दीडेक मैल दूरवर समुद्रस्नानासाठी बांधलेल्या झोपड्या आणि छोट्या खोल्या होत्या. ते सगळे येऊन थांबले त्या सहा झोपड्यांसमोर लिहिलं होतं - 'एस्प्लनेड हॉटेलच्या पाहुण्यांकरता राखीव'.

''हे बघ आलोच; पण तुला नाही येता येणार,'' ग्रेस म्हणाली, ''तुला त्या सार्वजनिक तंबूंमधून कपडे बदलून यावं लागेल. पलीकडे समुद्रातच भेटू आता.''

''भेटू!'' असं म्हणून जेम्स दुसऱ्या दिशेला चालू लागला.

बारा मोडकळीस आलेले तंबू रांगेने उभे होते. एक म्हातारासा मनुष्य तिथे पहाऱ्याला उभा होता. त्याच्याकडे निळ्या कागदाचा एक रोल होता आणि तो प्रत्येकाकडून एकेक नाणं घेत होता. जेम्सनेही त्याला नाणं दिल्यावर त्याने निळं तिकीट फाडून दिलं. एक टॉवेल त्याच्या दिशेने भिरकावला आणि अंगठ्याने खूण करत म्हणाला, ''तुझ्या पाळीसाठी थांब आता.''

तेव्हा कुठे जेम्सला समजलं की, तिथे आत जाण्यासाठी किती स्पर्धा होती ते. त्याच्याखेरीज आणखी बऱ्याच जणांना समुद्रस्नानाला जायचं होतं, त्यामुळे प्रत्येक तंबूत कोणी ना कोणी गेलेलं होतं आणि तंबूबाहेर लोकांचा घोळका एकमेकांकडे

खाऊ की गिळू नजरेने बघत आत घुसण्यासाठी टपलेला होता. जेम्सही एका घोळक्यात जाऊन उभा राहिला आणि वाट पाहू लागला. तंबूतून काही क्षणांनी एक सुंदर तरुणी कमी कपड्यात बाहेर आली. रमतगमत चालत जात ती समुद्रापाशी वाळूत जाऊन बसली.

''असा तर कधीच नंबर लागणार नाही,'' असं म्हणून जेम्स दुसऱ्या एका घोळक्यात जाऊन उभा राहिला.

पाच मिनिटांनंतर समोरच्या तंबूतून आवाज येऊ लागले आणि त्यातून एक जोडपं आणि त्यांची चार मुलं बाहेर पडले. पुढच्याच क्षणी दोन तरुणींनी जागा पटकावायला आत उडी घेतली.

''एक मिनिट,'' पहिली धापा टाकत दुसरीला म्हणाली.

''तूच बाजू हो,'' दुसरी पहिलीला म्हणाली.

''मी तुझ्या दहा मिनिटं आधीपासून वाट बघतेय,'' पहिली म्हणाली.

''मी तर पंधरा मिनिटांपासून इथे उभी आहे,'' दुसरी रागाने म्हणाली.

''काय झालं? एक मिनिट,'' असं म्हणत तो म्हातारासा पहारेकरी जवळ आला.

दोघी जणी उच्च रवात त्याला काय काय सांगू लागल्या. त्यांचं ऐकून घेऊन त्याने दुसऱ्या तरुणीला सांगितलं, ''तू जा पहिल्यांदा.'' आणि तो निघून गेला. पुढचा विरोध त्याने ऐकूनही घेतला नाही. कोणाची बाजू बरोबर होती याने त्याला काही फरक पडत नव्हता; पण तिथे तो जे म्हणेल ते अंतिम होतं. जेम्स धावतच त्याच्यापाशी गेला.

''अहो! ऐका!''

''काय?''

''मला तंबू मिळायला किती वेळ लागेल?''

त्या मनुष्याने निर्विकारपणे गर्दीकडे एक कटाक्ष टाकला आणि म्हणाला, ''तासभर लागू शकतो किंवा दीड तास, काही सांगू शकत नाही.''

त्याच क्षणी जेम्सला ग्रेस आणि सॉपवर्थ बहिणी समुद्राच्या दिशेने धावत जाताना दिसल्या.

''अरे यार! काय हे!'' तो पुटपुटला.

तो पुन्हा एकदा त्या मनुष्याला म्हणाला, ''दुसरीकडे कुठे तंबू मिळणार नाही का? त्या तिकडच्या लहानशा झोपड्यांचं काय? त्या तर रिकाम्या दिसतायत.''

''त्या झोपड्या खासगी आहेत,'' तो मनुष्य उत्तरला आणि मग निघून गेला.

जेम्सला वाटलं आपण फसवले गेलोय. तो गर्दीपासून दूर भटकत निघाला. अतिच झालं होतं! फारच म्हणजे अगदी फारच झालं होतं! चालता चालता

त्याने रागाने तिथल्या सुंदर झोपड्यांकडे पाहिलं. अचानक त्याच्यातल्या स्वतंत्र, उदारमतवादी तरुणाच्या जागी समाजवादी तरुण जागा झाला! 'श्रीमंताना सुंदर झोपड्या का? त्यांना हवं तेव्हा समुद्रावर का जाता येतं? ही आपली सगळी व्यवस्थाच *चुकीची* आहे!' जेम्सच्या मनात आलं.

समुद्राच्या दिशेने नाजूक किंकाळ्यांचा आवाज येत होता. पाणी अंगावर उडवलं गेल्याने ग्रेस किंचाळत होती आणि क्लॉड सॉपवर्थ हा हा करून हसत होता!

जेम्सने रागाने दात-ओठ खाल्ले. तो अचानक थांबला आणि समुद्राकडे पाठ करून फॅशनेबल झोपड्यांकडे पाहू लागला. श्रीमंतांनी आपापल्या झोपड्यांनाही भारी भारी नावं दिली होती – ईगल्स नेस्ट, ब्यूना व्हिस्टा, माँ देझीर. ईगल्स नेस्ट हे नाव फारच मूर्ख आहे असं जेम्सला वाटलं. ब्यूना व्हिस्टा हे नाव कळण्याइतकी त्याची भाषिक झेपच नव्हती; पण त्याला इतकं फ्रेंच येत होतं की, माँ देझीर या नावाचा अर्थ कळेल!

तेवढ्यात त्याच्या हेही लक्षात आलं की, बाकी झोपड्यांची दारं घट्ट बंद असली तरी माँ देझीरचं उघडंच होतं. त्याने चटकन आजूबाजूला नजर टाकली. या भागात बऱ्याचशा आया आणि त्यांची लहान मुलं अशी गर्दी होती आणि त्या सगळ्या आपापल्या मुलांकडे लक्ष देण्यातच गर्क होत्या. फक्त दहा वाजले होत,. त्यामुळे किम्प्टन-ऑन-सीमधले उच्चभ्रू अजून समुद्रस्नानाला यायला वेळ होता.

''आपापल्या हॉटेलांच्या खोलीत बसून नोकरांनी आणलेलं क्रेल आणि मशरूम खात असतील,'' जेम्स पुटपुटला. ''हुं! कोणी इथे बाराच्या आधी येणार नाही.''

त्याने पुन्हा समुद्राकडे नजर टाकली. अजूनही ग्रेसच्या किंकाळ्या आणि क्लॉडचं हसणं ऐकू येत होतं.

''मी करूनच दाखवतो,'' असं म्हणून जेम्सने पटकन माँ देझीरचं दार उघडलं आणि तो आत शिरला. त्याला खुंटीवर टांगलेले कपडे दिसल्याने तो क्षणभर दचकला; पण क्षणभरातच तिथे कोणी नसल्याचं त्याच्या लक्षात आलं. झोपडीचे दोन भाग केलेले होते. उजव्या बाजूला एका मुलीचा पिवळा स्वेटर, हॅट आणि किनाऱ्यावर घालायचे बूट होते. डाव्या बाजूला पुरुषाच्या पँट आणि पुलओव्हर टांगलेला होता. जेम्स पटकन पुरुषांच्या बाजूला शिरला आणि त्याने कपडे उतरवले. तीन मिनिटांनी तो अतिशय महत्त्वाची व्यक्ती असल्याच्या थाटात समुद्रावर गेला आणि पट्टीचा पोहणारा असल्यागत हात मारत पोहू लागला.

''अरे आलास का!'' ग्रेस म्हणाली, ''मला वाटलं गर्दीतून यायला खूप वेळ लागेल तुला.''

''हो?'' जेम्स बेफिकीरीने म्हणाला.

त्याला पिवळ्या पुस्तकाची आठवण झाली. 'कणखर पुरुष सगळं काही खरं सांगून टाकत नाहीत.' आता त्याचा रागही शांत झाला होता. ग्रेसला पोहणं शिकवणाऱ्या क्लॉड सॉपवर्थला त्याने गमतीत; पण ठामपणे सांगितलं, ''नाही, नाही, तू चुकीचं दाखवतोयस. *मी* दाखवतो तिला.''

त्याच्या आवाजातला ठामपणा पाहून क्लॉड मागेच सरला; पण जेम्सचा विजय फार काळ टिकला नाही. कारण, इंग्लंडच्या समुद्रांचं पाणी इतकं गार असतं की, काही वेळातच ग्रेस आणि सॉपवर्थ बहिणी कुडकुडायला लागल्या. त्यांचं अंग निळं पडू लागलं. त्या धावत पाण्याबाहेर गेल्या. जेम्सही पुन्हा एकटाच माँ देझीरच्या दिशेने निघाला. अंग पुसून कपडे घालताना तो स्वतःवर चांगलाच खूश झाला होता. पुस्तकात सांगितल्यासारखं प्रभावी व्यक्तिमत्त्व आज त्याने दाखवून दिलं होतं.

अचानक तो घाबरून स्तब्ध उभा राहिला. त्याला झोपडीच्या बाहेरून मुलींचे आवाज ऐकू आले. ते ग्रेस आणि तिच्या मैत्रिणींचे नव्हते. क्षणार्धात त्याला कळलं की, माँ देझीरचे खरे मालक आलेले आहेत. जर जेम्सचे पूर्ण कपडे घालून झालेले असते, तर कदाचित तो शांतपणे तिथे थांबला असता आणि त्याने त्याच्या तिथे असण्याचं कारण समजवायचा प्रयत्न केला असता; पण आत्ता त्याने भीतीने जे सुचेल ते केलं. माँ देझीरच्या खिडक्यांना गडद हिरवे पडदे होते. त्यातून काही दिसलं नसतं. जेम्स एकदम दाराला टेकून उभा राहिला आणि त्याने दाराचा नॉब आतून घट्ट धरून ठेवला. बाहेरून मुलींनी दार उघडण्याचा प्रयत्न केला पण ते उघडलं नाही.

''दार बंद आहे. पेग तर म्हणाला होता की उघडं आहे,'' एक मुलगी म्हणाली.

''पेग नाही, वॉगल म्हणाला होता.''

''वॉगल तर अतिच आहे! काय यार, आता किल्ली आणायला परत जावं लागणार,'' दुसरी म्हणाली.

दोघींच्या पावलांचा आवाज त्याला दूर गेलेला ऐकू आला. त्याने सुटकेचा नि:श्वास सोडला. मग भराभर त्याने उरलेले कपडे घातले आणि दोन मिनिटांत तो बाहेर पडला. अतिशय आत्मविश्वासाने आणि बेफिकिरीचा, निरागसतेचा आव आणून तो किनाऱ्यावर फिरू लागला. पंधराएक मिनिटांनी ग्रेस आणि सॉपवर्थ बहिणी आल्या. उरलेली सकाळ दगड भिरकावण्यात, वाळूत लिहिण्यात आणि हास्यविनोदात छान पार पडली. मग क्लॉडने घड्याळाकडे पाहिलं.

''जेवायची वेळ झालीये. परत निघायला हवं,'' तो म्हणाला.

''मला फार भूक लागलीये,'' ॲलिस म्हणाली. बाकी सगळ्या मुलींनाही फारच भुका लागल्या होत्या.

''तू येतोयस का जेम्स?'' ग्रेसने विचारलं.

जेम्सची मनःस्थिती एवढ्या-तेवढ्याने चिडण्यासारखीच झाली होती. ग्रेसच्या स्वराने तो चिडला.

"माझे कपडे तुला बरे वाटत नसतील, तर नाही येणार मी," तो रागावून म्हणाला. "तसंही तुला विशिष्टच गोष्टी आवडतात ना. मग नाहीच येत मी."

यावर ग्रेसने विरोध दर्शवणं आणि आग्रह करणं अपेक्षित होतं; पण समुद्राची हवा तिच्या डोक्यातच गेली होती जणू. ती फक्त इतकंच म्हणाली, "नसेल यायचं तर नको येऊस. दुपारी भेटू मग."

जेम्स बघतच राहिला. ते सगळे निघून गेले तसा तो काहीतरी पुटपुटला आणि घुश्शातच चालू लागला. तो फिरत फिरत गावात पोहोचला. किम्प्टन-ऑन-सीमध्ये दोन कॅफे होते. दोन्हींमध्ये भरपूर उकाडा, गोंगाट आणि गर्दी होती. पुन्हा एकदा त्या तंबूप्रमाणेच जेम्सला आपली पाळी येण्याची वाट बघावी लागली. खरं तर जेव्हा एक सीट रिकामी झाली, तेव्हा एक बाई त्याच्या मागून येऊन पुढे घुसली आणि जेम्सला आणखी थोडा वेळ थांबावं लागलं. शेवटी एकदाचं त्याला एक लहानसं टेबल मिळालं. त्याच्या शेजारी बॉबकट केलेल्या तीन मुली जोरजारोत इटालिअन ऑपेराबद्दल बडबड करत होत्या. त्याने निरुत्साहानेच मेनू पाहिला. 'मला जे काही हवं असेल ते संपलेलंच असेल, माझ्या बाबतीत नेहमी असंच होतं,' त्याच्या मनात आलं.

त्याने उजवा हात खिशात घातला, तर त्याच्या हाताला छोट्या दगडासारखं काहीतरी लागलं. मोठा गोल दगड असल्यासारखं.

"मी कधी माझ्या खिशात दगड टाकला?" त्याने विचार केला.

त्याने तो दगड खिशातच हातात घेतला. तेवढ्यात वेटर मुलगी आली.

"फ्राइड प्लाइस आणि चिप्स् पोटॅटोज," जेम्सने ऑर्डर दिली.

"फ्राइड प्लाइस नाहीये," वेटर मुलगी छताकडे पाहत पुटपुटली.

"मग करीड् बीफ द्या,'

'तेपण नाहीये."

"तुमच्या या भंगार मेनूमधलं काय मिळेल आत्ता?" जेम्सने ओरडून विचारलं.

वेटर मुलीने वाकडं तोंड करत हारिको मटणावर बोट ठेवलं. जेम्सला आता त्याचीच ऑर्डर देण्याबाचून काही पर्याय नव्हता. या कॅफेबद्दल रागाने विचार करत त्याने तो दगड खिशातून बाहेर काढला. त्याच्याकडे पाहताच तो बाकी सगळं विसरला आणि धक्का बसून पाहतच राहिला. त्याच्या तळहातावर दगड नव्हताच, तो पाचू होता. प्रचंड मोठा पाचू! जेम्स घाबरून त्याकडे पाहतच राहिला. नाही नाही, हा पाचू असणं शक्यच नाही. हिरव्या रंगाची काच असेल. इतक्या मोठा आकाराचा पाचू कसा असेल? पण जर तो... त्याच्या डोळ्यांसमोर वर्तमानपत्रातले शब्द नाचू

लागले – 'मारापुत्राच्या राजाचा प्रसिद्ध पाचू कबुतराच्या अंड्याच्या आकाराचा आहे.' हा तोच... असू शकेल? खरंच? वेटर मुलगी तेवढ्यात मटण घेऊन आली. जेम्सने पटकन हाताची मूठ बंद करून पाचू लपवला. त्याला एकाच वेळी खूप गरम आणि थंडगार असं वाटत होतं, अंगावर काटा येत होता. त्याच्या मनात द्वंद्व माजलं होतं. जर तो तोच पाचू असेल तर... पण तो खरंच असेल का? त्याने पुन्हा एकदा *त्या* पाचूकडे निरखून पाहिलं. जेम्स काही मौल्यवान खड्यांमधला तज्ज्ञ नव्हता; पण तो पाचू इतका तेजस्वी होता की, तो खरा असणार अशी त्याला खात्री वाटली. तो एका तंद्रीत आलेल्या मटणाकडे पाहून पुढे काय करायचं याचा विचार करू लागला. नीट विचार करायला हवा होता. जर हा राजाचा पाचू असेल, तर जेम्स काय करणार होता? अचानक त्याच्या मनात पोलिसांचा विचार आला. जर काहीही मौल्यवान सापडलं, तर आपण ते पोलिसांकडे नेऊन देतो ना. असंच तर जेम्स लहानपणापासून शिकला होता.

हो; पण त्याच्या पँटच्या खिशात तो पाचू आलाच कसा? हा प्रश्न तर पोलीस नक्कीच विचारतील. हा प्रश्न जरा अवघड होता आणि जेम्सकडे त्या क्षणी तरी त्याचं उत्तर नव्हतं. आपल्या पँटच्या खिशात कसा आला हा पाचू? त्याने खाली पाहिलं, तर एकदम त्याच्या डोक्यात प्रकाश पडला. त्याने पुन्हा नीट पाहिलं. कोणतीही जुनी फ्लॅनेलची करडी पँट दुसऱ्या तशाच पँटसारखी दिसते; पण तरी जेम्सच्या लक्षात आलं की, ही पँट त्याची नव्हती. हा शोध लागल्यावर धक्का बसून तो काही क्षण तसाच स्तब्ध बसून राहिला. नक्की काय घडलं होतं ते आता त्याला कळलं. त्या झोपडीतून बाहेर पडण्याच्या घाईगडबडीत त्याने चुकीची पँट घातली होती. तिथे आधीपासून खुंटीवर लटकत असलेल्या जुन्या पँटच्या शेजारच्याच खुंटीवर त्याने आपली पँट लटकवली होती ते त्याला आठवलं. हं, तर असाच तो चुकीची पँट घालून बाहेर पडला होता. ते ठीकंय... पण तरी हजारो पौंड किमतीचा तो पाचू तिथल्या जुन्या पँटमध्ये कसा काय होता? त्याने यावर जितका विचार केला तितकी ती गोष्ट त्याला विचित्र वाटू लागली. तो अर्थातच पोलिसांना समजावू शकला असता की...

पण त्याने जे केलं होतं ते समजावून सांगताना त्याला फारच अवघडल्यासारखं झालं असतं. तो मुद्दाम कोणाच्या तरी दुसऱ्याच्या झोपडीत घुसला होता हेही कबूल करावं लागलं असतं. तो काही फार मोठा गुन्हा नव्हता; पण तरी सुरुवातीलाच पोलिसांचं त्याच्याबद्दल वाईट मत होऊ शकलं असतं.

''आणखी काही हवंय का सर?'' ती वेटर मुलगी विचारू लागली.

त्याने मटणाला हातही लावला नव्हता हे ती बघत होती. जेम्सने पटकन त्यातलं थोडं वाढून घेतलं आणि बिल आणायला सांगितलं. मग पैसे देऊन तो बाहेर पडला. रस्त्यातच अनिश्चितपणे उभा असताना अचानक त्याचं लक्ष

समोरच्या पोस्टरकडे गेलं. शेजारच्या हार्चेस्टर या गावातून एक सायंदैनिक निघायचं. त्याच्याच एका पोस्टरकडे जेम्सचं लक्ष गेलं होतं. त्यात लिहिलं होतं – 'राजाच्या पाचूची चोरी'. 'अरे बाप रे!' जेम्स कसाबसा पुटपुटला. त्याला शेजारच्या खांबाचा आधार घ्यावा लागला. क्षणभराने तो जरा सावरला आणि त्याने त्या दैनिकाची एक प्रत विकत घेतली. त्याला हवी ती बातमी शोधायला वेळ लागला नाही. पहिल्याच पानावर मोठी बातमी होती – 'लॉर्ड एडवर्ड कॅम्पिअनकडे सनसनाटी चोरी. सुप्रसिद्ध ऐतिहासिक पाचूची चोरी. मारापुत्नाच्या राजाचं भयंकर नुकसान.' बातमीत साध्या सोप्या भाषेत तथ्यं दिलेली होती. आदल्या दिवशी संध्याकाळी लॉर्ड कॅम्पिअन यांनी बऱ्याच पाहुण्यांना बोलावलं होतं. तिथल्या एका पाहुण्या लेडीला आपला पाचू दाखवण्यासाठी राजा तो आणायला गेला; पण त्याला तो सापडला नाही. मग पोलिसांना बोलावण्यात आलं. अजूनपर्यंत पोलिसांना काहीही सुगावा लागलेला नव्हता. जेम्सच्या हातातून वर्तमानपत्र गळून पडलं. अजूनही त्याला समजत नव्हतं की, किनाऱ्यावरच्या एका झोपडीतल्या पँटच्या खिशात तो पाचू आला कसा? पण त्याला क्षणोक्षणी हे जाणवत होतं की, पोलीस त्याच्या कहाणीवर विश्वास ठेवणार नाहीत. आता काय करायचं? इथे तो किम्प्टनच्या मुख्य रस्त्यावर उभा होता आणि त्याच्या खिशात राजाचा पाचू निवांत पहुडला होता आणि सगळे पोलीस त्याच पाचूच्या शोधात व्यग्र होते. त्याच्या समोर दोन पर्याय होते. एक म्हणजे सरळ पोलीस स्टेशनला जायचं आणि सगळी हकिकत सांगायची; पण जेम्सला हा पर्याय निवडण्याची खूप भीती वाटत होती हे कबूल करायला हवं. दुसरा पर्याय म्हणजे काहीतरी करून त्या पाचूची विल्हेवाट लावायची. त्याला असंही सुचलं की, तो पाचू एका लहानशा पाकिटात गुंडाळून राजाला पाठवून द्यावा. मग त्याने डोकं हलवलं. त्याने गुप्तहेरांच्या भरपूर गोष्टी वाचलेल्या होत्या. कोणीही चांगला गुप्तहेर अर्ध्या तासातच पाकीट कोणी पाठवलंय, त्याचा व्यवसाय, वय, दिसणं, सवयी सगळं काही शोधून काढू शकतो. त्यांच्याकडे काय काय भारी उपकरणं असतात हे जेम्सला माहीत होतं. मग काही तासांतच त्याला पोलीस शोधून काढतील. मग अचानक त्याला एक साधी; पण उत्तम कल्पना सुचली.

जेवायची वेळ होती, त्यामुळे समुद्रकिनाऱ्यावर फारशी गर्दी नसणार, तर जेम्स माँ देझीरला पुन्हा जाणार होता, ती पँट पुन्हा जागेवर लटकावणार होता आणि स्वतःची पँट घालून येणार होता. हे मनाशी ठरवून तो भराभर किनाऱ्याच्या दिशेने चालू लागला.

पण तरी त्याच्या सदसद्विवेकबुद्धीमुळे त्याला थोडीशी टोचणी लागली होती. खरं तर तो पाचू राजाला परत मिळायला पाहिजे. जेम्सच्या मनात आलं की, पँटची अदलाबदली केल्यानंतर थोडं गुप्तहेरासारखं काम करावं का? हे ठरवून तो त्या

मघाच्या म्हाताऱ्या पहारेकऱ्याकडे गेला. त्याच्याकडे किम्प्टनच्या सर्व प्रकरणांची बित्तंबातमी असणार असा त्याचा अंदाज होता.

''माफ करा; पण माझ्या एका मित्राची इथे झोपडी आहे. मिस्टर चार्ल्स लॅम्प्टन. माँ देझीर नाव आहे, मला वाटतं त्या झोपडीचं,'' जेम्स त्याला म्हणाला.

तो म्हातारासा पहारेकरी खुर्चीत बसून पाइप ओढत समुद्राकडे पाहत होता. त्याने समुद्रावरची नजर न काढताच उत्तर दिलं, ''माँ देझीर लॉर्ड कॅम्पिअनची झोपडी आहे हे सगळ्यांना माहीत आहे. मी चार्ल्स लॅम्प्टनचं नाव कधी ऐकलं नाहीये. तो इथे नवीन असावा.''

''थँक्यू,'' असं म्हणून जेम्स निघाला.

मिळालेल्या माहितीमुळे जेम्सला धक्काच बसला होता. राजाने स्वतः तो त्या पँटच्या खिशात टाकला आणि विसरला असं होणार नाही. जेम्सने मान हलवली. हा अंदाज त्याला समाधानकारक वाटला नाही; पण याचा अर्थ त्या पार्टीतलाच कोणीतरी पाहुणा चोर असणार. त्याच्या आवडीच्या काही कादंबऱ्यांतल्या गोष्टी त्याला आठवल्या.

ते काहीही असलं तरी त्याने जे ठरवलं होतं, ते बदलणार नव्हतं. त्याच्या अपेक्षेनुसार समुद्रकिनाऱ्यावर कोणी नव्हतं. तो आणखी एका बाबतीत नशीबवान ठरला. कारण, माँ देझीरचं दार पुन्हा उघडंच होतं. तो क्षणार्धात आत घुसला. तो त्याची स्वतःची पँट घेणार, इतक्यात मागून आवाज आला, ''मी तुला शेवटी पकडलं तर!''

जेम्स तोंडाचा 'आ' वासून पाहतच राहिला. माँ देझीरच्या दारात चाळिशीचा एक अनोळखी मनुष्य उभा होता. त्याचे कपडे चांगल्यापैकी होते. त्याचा चेहरा एखाद्या शिकारी पक्ष्यासारखा होता.

''मी पकडलं तुला!'' तो पुन्हा म्हणाला.

''तू... तू कोण आहेस?'' जेम्सने चाचरत विचारलं.

''डिटेक्टिव्ह इन्स्पेक्टर मेरिलीस, स्कॉटलंड यार्ड,'' तो म्हणाला, ''आता मुकाट्याने तो पाचू इकडे दे.''

''प... पाचू?'' जेम्स वेळ काढायचा प्रयत्न करत म्हणाला.

''हो. पाचू. ऐकू नाही आलं?'' इन्स्पेक्टर मेरिलीस म्हणाला.

तो कामापुरतं बोलणारा दिसत होता. जेम्सने स्वतःला कसंबसं सावरलं.

''तू काय बोलतोयस मला कळत नाहीये,'' तो म्हणाला.

''हो का! मला वाटतं तुला नीट कळतंय.''

''ही सगळी एक मोठी चूक झालीये. मी नीट समजावू शकतो...'' असं म्हणून जेम्स थबकला.

इन्स्पेक्टरच्या चेहऱ्यावर कंटाळ्याचा भाव उमटला.

''सगळे नेहमी असंच म्हणतात,'' तो पुटपुटला, ''तू काय सांगशील... की किनाऱ्यावर फिरताना तुला पाचू सापडला किंवा असंच काहीतरी. हो ना?''

जेम्सच्या लक्षात आलं की, त्याची कहाणीपण ऐकणाऱ्याला साधारण अशीच वाटणार होती; पण तरी त्याला वेळ काढायची गरज होती.

''मला कसं कळणार की, तू खरंच पोलीस आहेस की नाही ते?'' त्याने कसंबसं विचारलं.

मेरिलीसने कोट बाजूला सरकवत बॅज दाखवला. जेम्स डोळे विस्फारून पाहत राहिला.

''हं, तर आता तुला कळलं ना! तू फारच नवशिका दिसतोयस. पहिलंच काम आहे का हे तुझं?'' त्याने विचारलं.

जेम्सने मान डोलावली.

''हं, वाटलंच मला. आता दे तो पाचू इकडे की मीच येऊन शोधू?''

जेम्स धीर एकवटून म्हणाला, ''पाचू आत्ता माझ्याकडे नाहीये.'' तो पटकन काहीही विचार करत म्हणाला.

''तू राहतोयस तिथे ठेवून आलायस?'' मेरिलीसने विचारलं.

जेम्सने मान डोलावली.

''ठीकंय तर मग, आपण दोघं तिथे जातोय.''

त्याने जेम्सचा दंड पकडला.

''तू पळून जाऊ शकशील अशी कोणतीही संधी मी तुला देणार नाही. आपण तुझ्या हॉटेलवर जातोय आणि तिथे तू मला पाचू देणार आहेस.''

जेम्स थरथरत्या आवाजात म्हणाला, ''पाचू दिला तर तू मला सोडून देशील?''

मेरिलीस जरा शरमल्यासारखा दिसला. ''हा पाचू कसा पळवला गेला ते आम्हाला माहीत आहे आणि त्यात कोण स्त्री सहभागी होती तेही माहीत आहे आणि... अर्थातच, राजाला या प्रकरणाची वाच्यता नको आहे. हे भारतीय राजे कसे असतात, माहितेय ना?'' तो म्हणाला.

जेम्सला अर्थातच भारतीय राजांबद्दल *काडीचीही* माहिती नव्हती; पण तरी त्याने सगळं समजलं असल्यासारखी उतावीळपणे मान डोलावली.

''असं एरवी कधीच घडत नाही; पण या वेळी तुला *सोडून* देण्यात येऊ शकेल,'' डिटेक्टिव्ह म्हणाला.

पुन्हा जेम्सने मान डोलावली. ते एस्प्लनेडवरून चालत जाऊन आता गावात शिरणार होते. जेम्स कुठे जायचं ती दिशा दाखवत होता; पण त्याच्या दंडावरची पकड सैल झाली नाही.

अचानक जेम्स थबकला आणि काहीतरी म्हणू लागला. मेरिलीसने झटकन त्याच्याकडे पाहिलं आणि मग तो हसला. ते पोलीस स्टेशनसमोरूनच चालले होते आणि जेम्स घाबरून तिकडे पाहतो आहे हे त्याच्या लक्षात आलं.

''मी तुला पहिल्यांदा एक संधी देतोय,'' तो हसून म्हणाला.

त्याच क्षणी बरंच काही घडलं. जेम्स मोठ्याने ओरडला आणि त्याने त्या मनुष्याचा दंड घट्ट पकडून ठेवला. ''चोर! चोर! लवकर या! चोर!'' असं तो बेंबीच्या देठापासून ओरडू लागला.

एक मिनिटभराच्या आत त्यांच्या भोवती गर्दी जमली. मेरिलीस आपला हात सोडवायचा प्रयत्न करत होता.

''हा चोर आहे! याने माझं पाकीट मारलं!'' जेम्स ओरडत म्हणाला.

''काय ओरडतोयस तू मूर्खा?'' मेरिलीस म्हणाला.

तेवढ्यात पोलीस स्टेशनातून एक हवालदार बाहेर आला. मिस्टर मेरिलीस आणि जेम्स दोघांनाही चौकीवर नेण्यात आलं. जेम्सने तक्रार नोंदवली.

''या माणसाने माझा खिसा कापला आत्ता,'' तो उत्तेजित स्वरात म्हणाला, ''त्याच्या खिशात माझं पाकीट आहे. ते बघा, उजव्या खिशात!''

''हा मनुष्य वेडा आहे!'' मेरिलीस म्हणाला, ''इन्स्पेक्टर, तुम्हीच बघा की, तो खोटं बोलतोय.''

इन्स्पेक्टरने खूण केल्यावर हवालदाराने मेरिलीसचे खिसे तपासले. त्याने काहीतरी वस्तू बाहेर काढली आणि त्याच्या तोंडून आश्चर्योद्गार बाहेर पडला.

''देवा रे! हा तर राजाचा पाचू दिसतोय!'' आपण पोलीस आहोत हे विसरून इन्स्पेक्टरही ओरडला.

सगळ्यात जास्त आश्चर्य मेरिलीसला वाटलं!

''हे भयंकर आहे! याच माणसाने तो पाचू माझ्या खिशात टाकला असणार. आम्ही चालत येत असताना त्याने मुद्दाम टाकला,'' तो अडखळत बोलू लागला.

मेरिलीसच्या ठामपणामुळे इन्स्पेक्टर संभ्रमात पडला. तो संशयाने जेम्सकडे पाहू लागला. त्याने हवालदाराच्या कानात काहीतरी सांगितलं आणि हवालदार बाहेर गेला.

''तर आता मी दोघांचेही जबाब नोंदवून घेणार आहे,'' इन्स्पेक्टर म्हणाला.

''नक्कीच,'' जेम्स म्हणाला, ''मी किनाऱ्यावरून चाललो होतो, तेव्हा मला हा मनुष्य भेटला. तो माझ्या ओळखीचा असल्याचं त्याने भासवलं. मला पूर्वी कधी त्याला भेटल्याचं आठवत नव्हतं; पण मी नम्रपणामुळे तसं काही म्हणालो नाही. मग आम्ही एकत्र चालू लागलो. मला जरा त्याचा संशय येतच होता आणि आम्ही इकडे पोलीस स्टेशनजवळ आलो, तेव्हा मला जाणवलं की, त्याचा हात माझ्या खिशात जातोय. मी त्याचा हात धरून ठेवला आणि ओरडायला लागलो.

इन्स्पेक्टर मेरिलीसकडे पाहू लागला, "आता तू सांग."

मेरिलीस जरासा शरमिंदा दिसत होता.

"असंच घडलंय बरंचसं..." तो सावकाशीने म्हणाला, "पण अगदी असं नाही. मी त्याच्याशी ओळख असल्याचं नाटक केलं नाहीये. त्यालाच त्या पाचूची विल्हेवाट लावायची होती आणि आम्ही बोलत असताना त्याने तो माझ्या खिशात टाकला."

इन्स्पेक्टर लिहून घ्यायचा थांबला.

"हो का! आता काही मनिटांतच इथे एक गृहस्थ येतील जे आपल्याला सगळं स्पष्ट करून सांगतील."

मेरिलीसच्या कपाळावर आठ्या पडल्या.

"मी थांबू नाही शकत," आपलं घड्याळ पाहत तो पुटपुटला, "माझी एक कामाची भेट ठरलेली आहे. खरंच सांगा इन्स्पेक्टर, मी पाचू चोरी करून तो असा माझ्या खिशात घेऊन फिरेन का?" तो म्हणाला.

"तशी शक्यता कमी आहे मला मान्य आहे; पण पाच-दहा मिनिटंच थांबावं लागेल आणि हे प्रकरण स्पष्ट होऊन जाईल. अरे हे बघा, लॉर्ड आलेच!" इन्स्पेक्टर म्हणाला.

चाळिशीचा एक उंच मनुष्य आत शिरला. त्याने जुनी पँट आणि स्वेटर घातला होता.

"काय झालं इन्स्पेक्टर? काय आहे हे सगळं?" त्याने विचारलं, "पाचू तुमच्या हाती लागला आहे तर? फारच चांगलं काम केलंत! हे दोघं कोण आहेत?"

त्याने जेम्सवर नजर टाकून मग मेरिलीसकडे पाहिलं. त्याबरोबर मेरिलीसचा सगळा ताठा गळून पडल्यासारखा झाला.

"अरे, जोन्स तू?" लॉर्ड कॅम्पिअन उद्गारला.

"तुम्ही या मनुष्याला ओळखता, लॉर्ड?" इन्स्पेक्टरने तीक्ष्णपणे विचारलं.

"हो अर्थातच," लॉर्ड कोरडेपणाने म्हणाला, "तो माझा नोकर आहे. महिन्याभरापूर्वी माझ्याकडे कामाला लागला होता. लंडनहून पाचू चोरीचा तपास करायला आलेले लोक लगेचच याच्याकडे संशयाने वळले होते; पण याच्या सामानात त्यांना पाचू सापडला नाही."

"तो त्याच्या कोटाच्या खिशात होता," इन्स्पेक्टरने सांगितलं, "या सद्गृहस्थांनी त्याला पकडून दिलं," जेम्सकडे निर्देश करत तो म्हणाला.

जेम्ससोबत लॉर्ड कॅम्पिअनने अत्यंत आत्मीयतेने हस्तांदोलन करून त्याचे आभार मानले.

"मित्रा, तुला याच्यावर आधीपासून संशय आला होता का?" लॉर्ड कॅम्पिअनने विचारलं.

''हो म्हणूनच पोलीस स्टेशनपाशी आल्यावर याने माझा खिसा कापल्याचं मी नाटक केलं.''

''अरे वा! फारच चांगलं काम केलंस! तू आमच्या सोबत जेवायला यायला हवंस. तुझं जेवण झालं नाहीये ना अजून? मला माहितेय जरा उशीरच झालाय... दोन वाजलेत जवळपास.''

''नाही, माझं जेवण व्हायचंय अजून; पण...'' जेम्स म्हणाला.

''पणबिण काही नाही,'' लॉर्ड कॅम्पिअन म्हणाला, ''तू पाचू मिळवून दिलास म्हणून राजाला तुझे आभार मानायचे असतील. खरं तर मला अजून काय घडलं ते नीट कळलेलं नाहीये...''

ते दोघं बोलत बोलत पोलीस स्टेशनातून बाहेर पडले होते आणि बाहेर पायऱ्यांवर उभे होते.

जेम्स म्हणाला, ''खरं सांगायचं तर मला तुम्हाला आता सगळी खरीखरी गोष्ट सांगायला आवडेल.''

असं म्हणून त्याने खरं घडलेलं सगळं सांगून टाकलं. लॉर्ड कॅम्पिअनला चांगलीच गंमत वाटली.

''मी माझ्या आयुष्यात इतकी चांगली रंजक गोष्ट ऐकली नसेल,'' तो म्हणाला. ''आता मला सगळं कळलं. जोन्स चोरी केल्यानंतर घाईघाईने त्या झोपडीत गेला असणार. कारण, त्याला माहीत होतं. पोलीस आमचं घर नीट शोधतील. मी कधी कधी मासेमारी करायला जाताना ती जुनी पँट घालतो. कोणीच त्याला हात लावायचं काही कारण नव्हतं, त्यामुळे जोन्सला तो पाचू पुन्हा कधीही तिथे जाऊन काढून घेता आला असता. आज तो गेला असेल, तेव्हा पाचू गायब झालेला पाहून त्याला धक्काच बसला असेल; पण तो खरा डिटेक्टिव्ह नाहीये हे तू कसं ओळखलंस?''

''कणखर मनुष्याला कधी स्पष्ट बोलायचं आणि कधी जास्त बोलायचं नाही हे बरोबर समजतं,'' जेम्स म्हणाला.

तो हळूच हसला आणि त्याने कोटावरून हात फिरवला. त्याच्या कोटाच्या आत तसाच एक चांदीचा बॅज होता. तो एका फारशा प्रसिद्ध नसलेल्या, लहानशा मर्टन पार्क सुपर सायकलिंग क्लबचा बॅज होता. किती योगायोगाची गोष्ट होती की, जोन्ससुद्धा त्याच क्लबचा सदस्य असावा! पण असं झालं होतं खरं!

''हॅलो जेम्स!''

त्याने वळून पाहिलं. ग्रेस आणि सॉपवर्थ बहिणी त्याला रस्त्याच्या पलीकडून हाका मारत होत्या. तो लॉर्ड कॅम्पिअनकडे वळला.

''एक मिनिटात येतो, चालेल?''

असं म्हणून तो रस्ता ओलांडून गेला.

''आम्ही सिनेमा पाहायला चाललोय,'' ग्रेस म्हणाली, ''तुला यायचंय का?''

''सॉरी,'' जेम्स म्हणाला; ''पण मला लॉर्ड एडवर्ड कॅम्पिअनसोबत जेवायला जायचं आहे. हो हो, आरामदायी, जुने कपडे घातलेले ते सद्गृहस्थ दिसतायत ना तेच लॉर्ड कॅम्पिअन. ते मला मारापुत्नाच्या राजाला भेटायला नेतायत.''

असं म्हणून हॅट उंचावून त्यांना अभिवादन करत, तो नम्रपणे पुन्हा लॉर्ड कॅम्पिअनकडे गेला.

डेल्फीमधली कौल मागण्याची जागा

मिसेस विलार्ड जे. पीटर्सला ग्रीसबद्दल खास प्रेम नव्हतं आणि खरं तर मनातून तिचं डेल्फीबद्दल तर काहीच मत नव्हतं. तिला पॅरिस, लंडन आणि रिव्हिएरा ही शहरं घरासारखी वाटायची. तिला हॉटेलमध्ये राहणं आवडायचं; पण हॉटेल म्हणजे कसं हवं, तर मऊ मऊ गालिचे, आरामदायक मोठा पलंग, विविध दिव्यांची प्रकाशयोजना, पलंगाच्या शेजारी असलेला दिवा, भरपूर गार आणि गरम पाणी आणि पलंगाशेजारीच ठेवलेला फोन, ज्याच्यावरून चहा, जेवण, पाणी मागवता येईल आणि मित्रमैत्रिणींशी बोलता येईल.

पण डेल्फीमधल्या हॉटेलात यांपैकी काहीच नव्हतं. खिडकीतून सुंदर दृश्य दिसायचं, पलंग नीटनेटका होता आणि पांढऱ्या रंगवलेल्या भिंती असलेली ती खोलीही स्वच्छ होती. त्यात एक खुर्ची, ड्रॉवर असलेलं टेबल, कपडे वाळत घालायचा स्टँड होता. अंघोळीसाठी आधी सांगावं लागायचं आणि कधी कधी गरम पाणी मिळायचं नाही.

'मी डेल्फीला जाऊन आले हे सांगणं प्रतिष्ठेचं असावं,' असं मिसेस पीटर्सला वाटत होतं आणि तिने प्राचीन ग्रीसमध्ये रस दाखवायचा खरोखर प्रयत्न केला; पण तिला ते कठीण जात होतं. ग्रीक पुतळे किती अर्धवट वाटत होते. डोकं, हात, पाय नसलेले! मनातल्या मनात तिला मिस्टर विलार्ड पीटर्सच्या कबरीवरचा सुंदर संगमरवरी, पंख असलेला यक्षाचा पुतळा आठवला. तो कितीतरी जास्त सुंदर होता, असं तिला वाटलं.

पण तिची ही मतं तिने मनातल्या मनातच ठेवली होती. कारण, ती बोलून दाखवली तर तिचा मुलगा विलार्ड तिचा तिरस्कार करेल, अशी तिला भीती वाटत होती. विलार्डसाठीच ती तिथे यायला तयार झाली होती आणि या गारठा असलेल्या, आरामदायी नसलेल्या खोलीत राहत होती. एक लहरी नोकराणी आणि वैतागलेला गाडीचालकही त्यांच्या सोबत होता.

विलार्ड (ज्याला आत्ता आत्तापर्यंत विलार्ड ज्यूनिअर म्हटलं जायचं आणि जे त्याला अजिबात आवडायचं नाही) हा मिसेस पीटर्सचा अठरा वर्षांचा मुलगा होता

आणि तिचं त्याच्यावर इतकं प्रेम होतं की, जणू काही तिला दुसरं काही सुचायचंच नाही. विलार्डला प्राचीन कलांची फारच आवड होती, विचित्र वाटेल इतकी जास्त. पांढुरक्या वर्णाच्या, बारकुड्या, चश्मा असलेल्या आणि चिडचिड्या स्वभावाच्या विलार्डने आपल्या प्रेमळ आईला ग्रीसच्या प्रवासाला आणलं होतं.

ते ऑलिम्पियाला जाऊन आले होते आणि मिसेस विलार्डच्या मते ते सगळे फार दुःखी अवशेष होते. तिला पार्थेनॉन आवडलं होतं; पण अथेन्स शहर आवडलं नव्हतं आणि कोरिन्थ व मायसिने शहराला भेट देणं, तर तिच्या सोबतच गाडीचालकासाठीही डोकेदुखी ठरलं होतं.

मिसेस पीटर्सच्या मनात आलं की, डेल्फीने या सगळ्यावर कडी केलीये. रस्त्याने चालत आजूबाजूचे पडके अवशेष बघायचे याहून दुसरं करायला काहीच नव्हतं. विलार्ड तासन्तास गुडघ्यावर बसून ग्रीक कोरीवकाम आणि शिलालेख वाचायचा प्रयत्न करत असे आणि आईला सांगत असे, ''आई, हे बघ काय लिहिलंय! किती भारी आहे ना!'' असं म्हणून तो काहीतरी वाचून दाखवत असे, जे मिसेस पीटर्सला अत्यंत कंटाळवाणं वाटत असे.

त्या दिवशी सकाळी विलार्ड लवकरच बाहेर पडला होता. त्याला बायझंटाइन मोझाइक पाहायचे होते. मिसेस विलार्डची खात्री होती की, ते पाहण्यात तिला काडीचाही रस नसेल, त्यामुळे ती विलार्डसोबत गेली नव्हती.

''मला समजतंय आई, तुला थिएटरमध्ये किंवा स्टेडियममध्ये एकटीला बसून राहायचं असेल ना. सगळा इतिहास आत मुरवून घेत...'' विलार्ड म्हणाला.

''अगदी बरोबर, बाळा,'' मिसेस पीटर्स म्हणाली.

''मला माहीतच होतं, तुला ही जागा फार आवडणार ते,'' तो आनंदाने म्हणाला आणि बाहेर पडला.

आता मिसेस पीटर्स सुस्कारा सोडून उठली आणि नाश्ता करायला जायचा विचार करू लागली.

ती हॉटेलच्या जेवायच्या खोलीत आली, तेव्हा ती बरीचशी रिकामीच होती. तिथे फक्त चार लोक होते. एक आई व मुलगी मिसेस पीटर्सच्या मते विचित्र कपडे घालून आल्या होत्या. त्या दोघी नृत्यातल्या स्व-अभिव्यक्तीबद्दल बोलत होत्या. एक गुबगुबीत मध्यमवयीन सद्गृहस्थ बसला होता, ज्याचं नाव थॉमसन होतं. ती जेव्हा ट्रेनने आली होती, तेव्हा याच मनुष्याने तिची सूटकेस काढून दिली होती आणि चौथी व्यक्ती म्हणजे कालच संध्याकाळी तिथे आलेला एक मनुष्य होता. तोही मध्यम वयीन होता आणि त्याला टक्कल पडलं होतं.

नाश्ता करायला आलेल्यांपैकी तोच शेवटी तिथे उरला आणि मिसेस पीटर्स त्याच्याशी बोलू लागली. ती मनमिळाऊ होती आणि तिला लोकांशी बोलायला

आवडायचं. मिस्टर थॉमसन फारसा बोलका दिसत नव्हता (ब्रिटिश लोक असेच असतात असं मिसेस पीटर्सचं त्यावरचं मत होतं) आणि ती आई व मुलगी चांगल्याच उच्चभ्रू आणि स्वतःला फार व्यासंगी समजणाऱ्या भासत होत्या; पण त्यातल्या मुलीचं विलार्डशी चांगलं पटलं होतं.

हा नवीन आलेला मनुष्य फार छान होता. त्याला बरीच माहिती होती; पण तो उगाच त्याचा आव आणत नव्हता. त्याने तिला ग्रीकांबद्दल बरेच लहानसहान, रंजक तपशील सांगितले, त्यामुळे तिला अखेर एकदाचा त्यात रस वाटू लागला की, ग्रीक हेही माणसंच होते आणि तो केवळ पुस्तकातला कंटाळवाणा इतिहास नाही.

मिसेस पीटर्सने त्या मनुष्याला विलार्डबद्दल सगळं सांगितलं. तो किती हुशार होता, त्याला विविध संस्कृतींची कशी आवड आणि माहिती होती वगैरे. हा मनुष्य प्रेमळ आणि काहीसा 'बेचव' वाटत असल्यानेच तिला त्याच्याशी गप्पा मारणं फार सहजसोपं वाटलं.

तो कोण होता, काय करायचा, त्याचं नाव हे मात्र मिसेस पीटर्सला कळलं नाही. त्याने इतकंच सांगितलं की, तो प्रवास करत होता आणि कामातून त्याने विश्रांतीसाठी सुट्टी घेतली होती; पण तो काय काम करतो हे मात्र त्याने सांगितलं नाही. तो स्वतःबद्दल फारसं बोलत नव्हता.

तो दिवस अपेक्षेपेक्षा फारच भर्रकन गेला, असं मिसेस पीटर्सला वाटलं. ती आई व मुलगी आणि मिस्टर थॉमसन दिवसभर इतर कोणाच्यात मिसळले नाहीत. त्या दोघांना मिस्टर थॉमसन संग्रहालयातून बाहेर येताना दिसला; पण त्यांना पाहून तो पटकन दुसऱ्या दिशेला तोंड वळवून निघून गेला.

मिसेस पीटर्सच्या नव्या मित्राने लहानशी आठी घालून त्याच्याकडे पाहिलं, ''हा कोण आहे काय माहीत?'' तो म्हणाला.

मिसेस पीटर्सने त्याला मिस्टर थॉमसनचं नाव सांगितलं; पण बाकी काही तिलाही माहीत नव्हतं.

''थॉमसन... थॉमसन... नाही, मला त्याला पूर्वी कधी भेटलोय असं वाटत नाही; पण तरी मला त्याचा चेहरा ओळखीचा वाटतोय. कुठे पाहिलाय ते कळत नाहीये,'' तो मनुष्य म्हणाला.

दुपारी एका छान सावलीच्या जागी मिसेस पीटर्सने मस्त डुलकी काढली. तिने वाचायला सोबत पुस्तकही नेलं होतं. तिच्या मुलाने तिला दिलेलं ग्रेशियन आर्टवरचं ते पुस्तक नव्हतं, तर *रिव्हर लाँच मिस्टरी* नावाचं रहस्यकथेचं पुस्तक होतं! त्यात चार खून, तीन अपहरणं आणि भरपूर धोकादायक गुंड-टोळ्या होत्या. ते वाचताना मिसेस पीटर्सला पुन्हा उत्साह संचारल्यासारखं आणि त्याच वेळी शांत वाटलं.

चार वाजता ती पुन्हा हॉटेलवर गेली. तिला खात्री होती की, विलार्ड तोवर परतलेला असेल. कुठल्याही भयंकर गोष्टीच्या जाणिवेपासून ती इतकी दूर होती की, तिच्या नावे एक अनोळखी मनुष्य चिठ्ठी ठेवून गेलाय असं हॉटेलच्या माणसाने सांगितलं तरी ती चिठ्ठी बघायला जवळपास विसरणारच होती.

ती चिठ्ठी अतिशय घाणेरड्या कागदावर लिहिली होती. तिने ते पाकीट फाडून चिठ्ठी वाचायला सुरुवात केल्यावर तिचा चेहरा पांढराफटक पडला. हाताने बाजूचं टेबल धरत तिने स्वतःला सावरलं. ते हस्ताक्षर परदेशी माणसाचं वाटत होतं; पण चिठ्ठी इंग्रजीतच लिहिली होती.

''लेडी, तुला हे सांगायला ही चिठ्ठी लिहिली आहे की, तुझा मुलगा आमच्या ताब्यात आहे. अत्यंत सुरक्षित अशा ठिकाणी त्याला आम्ही ठेवलं आहे. तू जर आमच्या आज्ञा नीट पाळल्यास, तर तुझ्या मुलाला काही होणार नाही. दहा हजार इंग्लिश पौंड स्टर्लिंग आम्हाला हवेत. तू जर याबद्दल हॉटेलच्या मालकाला किंवा पोलिसांना किंवा इतर कोणालाही कळवलंस, तर तुझ्या मुलाला मारण्यात येईल. आज याबद्दल विचार कर. उद्या पैसे कसे पोहोचते करायचे त्याच्या सूचना मिळतील. जर तू आमच्या सांगण्यानुसार केलं नाहीस, तर तुझ्या मुलाचे कान कापून तुला पाठवू, तरीही ऐकलं नाहीस तर त्याच्या दुसऱ्या दिवशी त्याला मारण्यात येईल. पुन्हा एकदा सांगतो, ही पोकळ धमकी नाही. नीट विचार कर आणि सगळ्यात महत्त्वाचं म्हणजे... याची वाच्यता नको.''

– डिमेट्रिअस द ब्लॅक ब्रोऽड

मिसेस पीटर्सच्या मनाची अवस्था काय सांगावी! ती चिठ्ठी हास्यास्पद आणि बालिश पद्धतीने लिहिली असली तरी ती वाचून मिसेस पीटर्सच्या मनात भीती दाटली. विलार्ड... तिचा लाडका मुलगा, तिचं बाळ, तिचा नाजूक, गंभीर विलार्ड!

तिला वाटलं लगेच पोलिसांकडे जायला हवं. आजूबाजूच्या सगळ्यांना सावध करायला हवं..; पण तसं केलं तर तिचा मुलगा... ती शहारली.

मग उठून ती हॉटेल मालकाला शोधत निघाली. त्याला एकट्यालाच इंग्लिश येत होतं.

''उशीर झालाय, माझा मुलगा अजून परतला नाहीये,'' ती त्याला म्हणाली.

''खरंय. तुमच्या मुलाने गाढवं परत पाठवली, त्याला चालतच यायचं होतं,'' तो मनुष्य प्रसन्न हसून म्हणाला, ''आत्तापर्यंत तो यायला हवा होता. कदाचित, वाटेत काहीतरी बघायला थांबला असणार,'' तो म्हणाला.

''मला सांगा, या परिसरात कोणी वाईट चालीची माणसं आहेत?'' तिने अचानक विचारलं.

वाईट चालीची माणसं म्हणजे कशी, हे कळण्याइतकं त्याचं इंग्लिश चांगलं नव्हतं. मिसेस पीटर्सने त्याला आणखी स्पष्ट करून सांगितलं. त्यावर तो म्हणाला की, डेल्फीतली सगळी माणसं शांत, प्रेमळ आहेत. सगळी परदेशी पाहुण्यांप्रति चांगली वागतात.

त्याला सांगून टाकण्यासाठी तिच्या अगदी ओठावर शब्द आले होते; पण ती मोठ्या प्रयासाने गप्प राहिली. त्या भयंकर धमकीमुळे तिचं तोंड शिवल्यागत झालं होतं. कदाचित, ती खोटीच धमकी असेल; पण जर खरी असेल तर? अमेरिकेत तिच्या एका मैत्रिणीच्या मुलाचं असं अपहरण झालं होतं आणि तिने पोलिसांना कळवल्यावर तिच्या मुलाला त्यांनी मारलं होतं म्हणजे अशा गोष्टी खरंच घडू शकतात.

ती आता वेडीपिशी झाली होती. आता काय करायचं? दहा हजार पौंड... म्हणजे चाळीस ते पन्नास हजार डॉलर्स! विलार्डच्या सुरक्षिततेच्या बदल्यात ती रक्कम कमीच होती; पण ती इतके पैसे कुठून आणणार होती? पैसे आणि तेही रोकड काढून आणणं ही काही सोपी गोष्ट नव्हती. तिच्यापाशी त्या क्षणी फक्त काही शे पौंडांचं हमीपत्र होतं.

ते गुंड हे समजून घेतील का? ते व्यावहारिकपणे वागतील का? ते *थांबतील* का?

तिची नोकराणी आली, तेव्हा तिने रागाने तिला दूर पाठवून दिलं. जेवणाची घंटा झाली आणि बिचाऱ्या मिसेस पीटर्सला जेवायच्या खोलीत जावंच लागलं. तिने यांत्रिकपणे जेवण संपवलं. ती कोणालाही भेटली नाही. जणू तिच्या दृष्टीने ती खोली रिकामीच होती.

तिच्या खोलीत फळांसोबत एक चिठ्ठी ठेवण्यात आली. ती पाहूनच तिला भीती वाटली; पण यातलं हस्ताक्षर पूर्ण वेगळं होतं. नीट, कारकुनी हस्ताक्षरात इंग्रजी लिहिलेलं होतं. तिने फारसा रस न दाखवता ती चिठ्ठी उघडली; पण ती वाचताच ती खिळल्यागत झाली.

> ''आता तुम्ही डेल्फीतल्या *कौल मागण्याच्या जागी जाऊन देवाचा सल्ला घेऊ शकत नाही; पण मिस्टर पार्कर* पाइनला भेटून त्याचा सल्ला घेऊ शकता.''

त्याखाली वर्तमानपत्रातल्या एका जाहिरातीचं कात्रण लावलेलं होतं आणि त्याखाली एक लहानसा फोटो लावला होता. तो सकाळच्याच टक्कल असलेल्या मनमिळाऊ गृहस्थाचा होता.

मिसेस पीटर्सने ते कात्रण दोन-दोनदा वाचलं -

'तुम्ही खूश आहात? नसाल तर मिस्टर पार्कर पाइनचा सल्ला घ्या.'

'खूश? खूश! मी कधीच इतकी नाखूश आणि दुःखी नव्हते.' जणू तिच्या प्रार्थनेचं उत्तर तिला मिळालं होतं.

घाईघाईने तिने एक कागद घेतला आणि त्यावर खरडलं -

'मला प्लीज मदत कर. दहा मिनिटांत हॉटेलबाहेर भेटशील का?'

तिने ती चिठ्ठी पाकिटात घालून वेटरला खिडकीपाशी बसलेल्या गृहस्थाला नेऊन द्यायला सांगितली. दहा मिनिटांनी गारठ्यासाठी फर कोट घालून मिसेस पीटर्स हॉटेलबाहेर पडली. ती सावकाश चालत पडक्या अवशेषांपाशी पोहोचली. तिथे मिस्टर पाइन तिची वाट पाहत होता.

''देवाचीच कृपा म्हणायची की, तू इथे आहेस,'' मिसेस पीटर्स धापा टाकत म्हणाली. ''पण मी भयंकर संकटात सापडले आहे हे तुला कसं कळलं? हे मला जाणून घ्यायचंय.''

''कोणत्याची व्यक्तीच्या हावभावांवरून कळतं, मॅडम... तुझ्याकडे पाहून मला लगेच कळलं की, काहीतरी झालंय; पण काय झालंय ते तू मला सांगायची मी वाट पाहतोय.'' मिस्टर पार्कर पाइन म्हणाला.

मिसेस पीटर्सने भडाभडा सगळं सांगून टाकलं. त्याला ती चिठ्ठीही दाखवली. त्याने ती लहानशा टॉर्चच्या प्रकाशात वाचली.

''हं... लक्षणीय... फारच विलक्षण. यात असे काही मुद्दे आहेत जे...''

पण मिसेस पीटर्सला त्या चिठ्ठीतल्या बारीक तपशिलांची चर्चा अजिबात करायची नव्हती. विलार्डचं काय? तिचा नाजूक विलार्ड!

मिस्टर पार्कर पाइनने तिला शांत केलं. त्याने ग्रीक गुंडांचं चांगलंच रसभरीत वर्णन केलं. विलार्ड हा सोन्याचं अंडं देणारी कोंबडी असल्याने ते गुंड त्याची नीट काळजी घेतील, असं तो म्हणाला. हळूहळू त्याने तिला समजावत शांत केलं.

''पण मी करू तरी काय?'' मिसेस पीटर्स रडत म्हणाली.

''उद्यापर्यंत थांब म्हणजे पोलिसांकडे लगेचच जायचा तुझा विचार नसेल तर,'' मिस्टर पार्कर पाइन म्हणाला.

पोलीस म्हटल्याबरोबर मिसेस पीटर्स भीतीने किंचाळली. नाही नाही, तिच्या लाडक्या विलार्डचा खून झाला असता!

''विलार्ड माझ्याकडे सुरक्षितपणे धडधाकट परत येईल असं वाटतं तुला?''

''अगदी नक्की.'' मिस्टर पार्कर पाइन हळुवारपणे म्हणाला, ''प्रश्न हा आहे की दहा हजार पौंड न देता तुला तुझा मुलगा परत मिळवता येईल की नाही.''

''मला काही झालं तरी माझा मुलगा परत हवाय, बस्स!''

''हो, हो...'' मिस्टर पार्कर पाइनने पुन्हा तिला शांत केलं, ''बरं, ही चिठ्ठी कोणी आणून दिली?''

''हॉटेलचा मालक त्याला ओळखत नव्हता. कोणीतरी अनोळखी माणूस होता.''

''अच्छा! मग इथे आपल्याला एक संधी आहे. उद्या जो माणूस चिठ्ठी आणून देईल त्याचा पाठलाग करता येऊ शकतो. तुझ्या मुलाच्या अनुपस्थितीबद्दल तू हॉटेलमध्ये काय सांगितलंयस?''

''मी तो विचारच नाही केलाय अजून.''

''हं... मला वाटतं तो परतला नाही असं म्हणून तू चिंतेत आहेस असं स्पष्टच दिसू दे सगळ्यांना. कोणीतरी त्याला शोधायलाही बाहेर जाऊ शकतं,'' मिस्टर पार्कर पाइन म्हणाला.

''पण हे गुंड लोक त्याला...'' मिसेस पीटर्स हुंदका देत म्हणाली.

''नाही नाही, जोवर अपहरण किंवा खंडणीविषयी कोणाला कळणार नाही, तोवर ते काही वाईट करणार नाहीत. कारण, तुझा मुलगा गायब झाला आणि तू काहीच केलं नाहीस तरी ते विचित्रच वाटेल ना?''

''मी सगळं तुझ्यावर सोडू का?''

''हो. माझं ते कामच आहे,'' मिस्टर पार्कर पाइन म्हणाला.

ते दोघं हॉटेलच्या दिशेने निघाले; पण कोणीतरी धिप्पाड व्यक्ती अचानक त्यांच्या समोर आली आणि मग निघून गेली.

''कोण होतं ते?'' मिस्टर पार्कर पाइनने तीक्ष्णपणे विचारलं.

''मला वाटतं तो मिस्टर थॉमसन होता.''

'ओऽह!' मिस्टर पार्कर पाइन कसल्यातरी विचारात पडला.

''थॉमसन का? अच्छा... थॉमसन, हं...'' तो म्हणाला.

झोपायला जाताना मिसेस पीटर्सच्या मनात आलं की, मिस्टर पार्कर पाइनची चिठ्ठी देणाऱ्याबद्दलची कल्पना चांगली होती. चिठ्ठी ज्या कोणी आणून दिली, तो त्या गुंडांच्या संपर्कात असणार. तिचं सांत्वन झालं आणि ती गाढ झोपली. इतक्या पटकन आपल्याला झोप लागेल, असं तिला वाटलंच नव्हतं.

दुसऱ्या दिवशी सकाळी ती तयार होत होती, तेव्हा तिला खिडकीजवळ पडलेलं काहीतरी दिसलं. तिच्या काळजात चर्र झालं, तसंच मळकट, घाणेरडं पाकीट होतं. तिने ते टर्रकन फाडलं.

'गुड मॉर्निंग लेडी. तुझा विचार करून झाला का? तुझा मुलगा व्यवस्थित आहे, त्याला कोणतीही इजा पोहोचलेली नाही. तुला ही रक्कम जमा करणं सोपं नसणार हे आम्हाला माहीत आहे; पण आम्हाला असं समजलंय की, तुझ्याकडे हिऱ्यांचा एक हार आहे. खूप चांगल्या प्रतीच्या हिऱ्यांचा. आम्ही पैशाऐवजी तो हार स्वीकारायला तयार आहोत. ऐकून घे, तुला काय करायचं आहे ते. तू किंवा तू ज्याला कोणाला पाठवशील त्या व्यक्तीने हा हार स्टेडियमपाशी घेऊन यायचा. तिथल्या मोठ्या खडकापाशी जे झाड आहे तिथे जायचं. एकच व्यक्ती आली आहे ना याकडे आम्ही लक्ष ठेवून असू. मग हाराच्या बदल्यात तुझ्या मुलाला परत देऊ. उद्या सकाळी सूर्योदयाच्या सुमारास सहा वाजता यायचं आहे. जर नंतर तू पोलीस आमच्या मागे सोडलेस, तर तुमची गाडी स्टेशनकडे जाताना आम्ही तुझ्यावर आणि मुलावर गोळ्या झाडू.

'ही आमच्याकडून शेवटची चिठ्ठी. उद्या हार मिळाला नाही, तर मुलाचे कान पाठवणार. त्याच्या दुसऱ्या दिवशी तो मरणार.'

– डेमेट्रिअस

मिसेस पीटर्स ताबडतोब मिस्टर पार्कर पाइनला भेटायला गेली आणि तिने ते पत्र त्याला दाखवलं.

''हिऱ्यांच्या हाराबद्दल जे म्हटलंय ते खरंय का?'' त्याने विचारलं.

''हो, अगदी खरंय. माझ्या नवऱ्याने त्या हारासाठी एक लाख डॉलर्स मोजले होते.''

''आपल्या चोरांना सगळ्याची पक्की खबर दिसतेय,'' मिस्टर पार्कर पाइन पुटपुटला.

''काय म्हणालास?''

''मी फक्त या प्रकरणाच्या काही बाबींचा विचार करत होतो.''

''मिस्टर पाइन, आपल्याकडे विचार करत बसायला वेळ नाहीये. मला माझ्या मुलाला परत मिळवायचंय.''

''पण मिसेस पीटर्स, तू एक खंबीर बाई आहेस. तुला कोणी अशा आज्ञा सोडलेल्या आणि फसवून दहा हजार पौंड घेतलेले आवडेल का? ऐऱ्यागैऱ्या चोरांच्या हाती तू असाच तुझा महागडा हिऱ्यांचा हार देऊन टाकशील?''

''हो ना म्हणजे आता तू असं म्हणतोयस तर...!'' तिच्यातली खंबीर बाई आणि प्रेमळ आई यांच्यात द्वंद्व सुरू झालं. ''मला तर त्यांना अस्सा धडा शिकवायला आवडेल. भित्रट गुंड कुठले! ज्या क्षणी माझा मुलगा परत मिळेल ना, मिस्टर पाइन, मी या परिसरातले सगळे पोलीस त्यांच्या मागावर सोडेन. मी रेल्वे स्टेशनवर जायला विलार्ड आणि माझ्यासाठी सशस्त्र गाडी बोलवेन!'' बोलता बोलता तिचा चेहरा लालबुंद झाला.

''हो...'' मिस्टर पार्कर पाइन म्हणाला. ''प्रिय मॅडम, एक लक्षात घे, तू असं करशील हे त्यांना माहीत असेलच ना आणि ते तयारीत असतील. त्यांना माहीत आहे की, ज्या क्षणी विलार्ड तुला परत मिळेल, त्या क्षणी तू पोलिसांना सावध करशील. यावरून मला असं वाटतं की, त्यानंतरची खेळी त्यांनी विचार करून तयार ठेवली असणार.''

''बरं, मग तुझं काय म्हणणं आहे?''

मिस्टर पार्कर पाइन हसला. ''माझी एक योजना आहे, जी मला अमलात आणून पाहायची आहे.'' त्याने जेवायच्या खोलीत नजर फिरवली. ती रिकामी होती आणि दोन्ही बाजूची दारं बंद होती. ''मिसेस पीटर्स, मी अथेन्समध्ये एकाला ओळखतो... तो जवाहिऱ्या आहे. तो चांगल्या प्रतीचे खोटे हिरे बनवतो. अगदी उत्तम!'' मग तो कुजबुजत्या स्वरात म्हणाला, ''मी त्याला फोन करतो. तो दुपारी इथे येईल आणि बऱ्याच प्रकारचे हिरे घेऊनच येईल.''

''म्हणजे?''

''तो तुझ्या हारातले खरे हिरे काढून, त्या जागी खोटे बसवून देईल.''

''वा! काय विलक्षण योजना आहे! मी इतकी चांगली योजना ऐकलीच नव्हती कधी!'' कौतुकाने मिस्टर पार्कर पाइनकडे पाहत ती म्हणाली.

''श्श! हळू बोल. तू माझ्यासाठी काहीतरी करशील का?''

''नक्कीच.''

''मी फोनवर बोलत असताना कोणी आसपास येत नाहीये ना, ऐकत नाहीये ना याकडे लक्ष ठेव.''

मिसेस पीटर्सने मान डोलावली.

हॉटेलचा फोन मॅनेजरच्या ऑफिसमध्ये होता. त्याने मिस्टर पार्कर पाइनला ऑफिस रिकामं करून दिलं. त्याआधी त्याला नंबरही मिळवून दिला. मॅनेजर बाहेर आला, तेव्हा त्याला मिसेस पीटर्स भेटली.

''मी मिस्टर पार्कर पाइनसाठी थांबले आहे. आम्ही फेरफटका मारायला जाणार आहोत,'' ती मॅनेजरला म्हणाली.

''हो, मॅडम.''

मिस्टर थॉमसनसुद्धा हॉलमध्ये होता. तो त्यांच्यापाशी आला आणि मॅनेजरशी बोलू लागला.

''डेल्फीत भाड्याने मिळतील असे मोठे बंगले आहेत का?'' त्याने विचारलं. ''नाही? पण हॉटेलच्या वरच्या भागात तर एक तसा व्हिला आहे ना?''

''तो एका ग्रीक सद्गृहस्थाचा आहे. तो कोणाला भाड्याने देत नाही.''

''आणि तसे बाकी कुठले बंगले नाहीत?''

''एक आहे एका अमेरिकन लेडीचा. तो गावाच्या दुसऱ्या टोकाला आहे. सध्या बंद आहे. आणखी एक एका इंग्लिश गृहस्थांचा आहे. ते चित्रकार आहेत. त्यांचा व्हिला कड्याच्या टोकाशी आहे.''

मिसेस पीटर्स मध्येच बोलली. तिचा आवाज चांगला खणखणीत होता आणि आत्ता ती मुद्दाम जास्तच जोरात बोलत होती. ''मलाही फार आवडेल असा एखादा व्हिला!'' ती जोरात म्हणाली, ''किती नैसर्गिक आणि सुंदर वाटेल. मला तर हे ठिकाण इतकं आवडलंय ना! तुम्हाला, मिस्टर थॉमसन? पण तुम्हालाही आवडलं असणारच, नाही तर तुम्ही कशाला व्हिलाची चौकशी कराल, नाही का? तुम्ही पहिल्यांदाच आलाय का इथे? खरंच?''

मिस्टर पार्कर पाइन ऑफिसातून बाहेर येईपर्यंत ती अशीच मोठ्या आवाजात काहीबाही बोलत राहिली. त्याने तिच्याकडे कटाक्ष टाकत अगदी हळूच स्मित केलं.

मिस्टर थॉमसन पायऱ्यांवरून हळूहळू चालत, बाहेर उभ्या असलेल्या त्या उच्चभ्रू आई व मुलीकडे गेला. त्या दोघींना फारच थंडी वाजत होती असं दिसत होतं.

सगळं काही नीट पार पडलं. जेवायच्या आधी तो जवाहिऱ्या आला. त्याच्या सोबत गाडी भरून इतर पर्यटक आले होते. मिसेस पीटर्सने आपला हार त्याच्या खोलीत नेला. त्याने फ्रेंचमध्ये बोलायला सुरुवात केली.

''मॅडम, काळजी करू नका. मी सगळं नीट करून देतो.'' मग आपल्या लहान बॅगेतून त्याने काही साधनं काढली आणि कामाला सुरुवात केली.

अकरा वाजता मिस्टर पार्कर पाइनने मिसेस पीटर्सच्या दारावर टकटक केली, ''हां, आलास का!'' ती म्हणाली.

त्याने तिच्याकडे एक लहान थैली सोपवली. तिने आत पाहिलं.

''माझे हिरे!''

''श्श! हा घे हार, यात खोटे हिरे बसवले आहेत. चांगला वाटतोय ना?''

''फारच उत्तम!''

''ॲरिस्टोपोलस हुशार आहे.''

''त्यांना संशय येणार नाही ना?''

''कसा येईल? त्यांना माहीत आहे की तुझ्याकडे हार आहे. तू तो दिलास की झालं. त्यांना हे कसं कळेल?''

''मला वाटतं हा फारच उत्तम बनला आहे. तू घेऊन जाशील का हा हार? की मी फारच अपेक्षा ठेवते आहे आणि तुलाच सगळं काम सांगते आहे?''

''हो, मी घेऊन जाईन की. फक्त ते पत्र मला दे म्हणजे मला सूचना नीट लक्षात येतील. थँक्यू आणि घाबरू नकोस. उद्या नाश्त्याच्या वेळेपर्यंत तुझा मुलगा तुझ्याकडे परतलेला असेल.''

''ओऽह, असं झालं तर किती बरं होईल!''

''आता काही काळजी करू नकोस. माझ्यावर सोड सगळं.''

मिसेस पीटर्सला रात्रभर नीट झोप लागली नाही. जेव्हा डोळा लागायचा, तेव्हा भयंकर स्वप्नं पडायची. त्यात सशस्त्र गुंड विलार्डच्या दिशेने गोळीबार करत गाडीतून जात असायचे. ती रात्रीच्या कपड्यात डोंगरावरून खाली धावत असायची.

जेव्हा उठायची वेळ झाली, तेव्हा तिला हायसं वाटलं. पहाटेचे पहिले किरण दिसू लागले. तिने उठून कपडे बदलले आणि ती वाट बघत बसून राहिली.

सात वाजता तिच्या खोलीचं दार ठोठावलं गेलं. तिच्या घशाला इतकी कोरड पडली होती की, तिला बोलताच येत नव्हतं.

''आत या,'' ती कशीबशी म्हणाली.

दार उघडून मिस्टर थॉमसन आत आला. ती त्याच्याकडे पाहतच राहिली. तिच्या तोंडून शब्दच फुटेना. काहीतरी गडबड असल्याची जाणीव तिला झाली; पण त्याचा आवाज अतिशय नैसर्गिक आणि शांत होता. तो म्हणाला, ''गुड मॉर्निंग मिसेस पीटर्स.''

''तुझी हिंमत कशी झाली? तुझी हिंमत...''

''मी इतक्या सकाळी आलो त्याबद्दल माफ कर; पण माझं एक काम आहे,'' तो म्हणाला.

मिसेस पीटर्स दोषारोप केल्यासारखी त्याच्याकडे पाहत म्हणाली, ''म्हणजे तू माझ्या मुलाचं अपहरण केलं होतंस तर! म्हणजे ते कोणी गुंड नव्हतेच!''

''नक्कीच नाही. तो भाग फारच हास्यास्पद रीतीने केला गेला होता असं मला वाटतं. त्यात काहीच कलाकारी नव्हती!''

मिसेस पीटर्स अचानक ओरडली, ''माझा मुलगा कुठे आहे?'' तिचे डोळे चवताळलेल्या वाघिणीसारखे झाले होते.

''खरं सांगायचं तर तो दाराबाहेरच आहे,'' मिस्टर थॉमसन म्हणाला.

''विलार्ड!''

दार उघडून पांढराफटक, नाजूक, दाढी न केलेला, चश्मा घातलेला विलार्ड आत आला आणि आईने त्याला छातीशी कवटाळलं. मिस्टर थॉमसन सौम्यपणे त्यांच्याकडे पाहत होता.

अचानक सावरत मिसेस पीटर्स म्हणाली, ''मी तुला सोडणार नाही. कायद्याच्या कचाट्यात अडकवेन. नक्कीच!''

''आई, तुझा गैरसमज झालाय. या गृहस्थांनी मला वाचवलं,'' विलार्ड म्हणाला.

''तू कुठे होतास?''

''कड्याच्या टोकावरच्या एका बंगल्यात. इथून मैलभर अंतरावर.''

''आणि मिसेस पीटर्स, तुझी मालमत्ता परत देतो आता,'' असं म्हणून मिस्टर थॉमसनने तिला टिश्यू पेपरमध्ये गुंडाळलेली एक वस्तू दिली. कागद बाजूला झाल्यावर मिसेस पीटर्सला दिसला तिचा हिऱ्याचा हार!

''हिरे ठेवलेली ती दुसरी थैली जपून ठेवण्याची काही गरज नाही,'' मिस्टर थॉमसन हसून म्हणाला, ''खरे हिरे या हारातच आहेत. त्या थैलीत खोटे; पण उत्तम नकली खडे आहेत. तुझा मित्र म्हणाला होता, तसा तो ॲरिस्टोपोलस आहे खरा हुशार.''

''मला काही म्हणजे काहीच समजत नाहीये,'' मिसेस पीटर्स खिन्नपणे म्हणाली.

''माझ्या दृष्टिकोनातून आता या केसकडे बघ,'' मिस्टर थॉमसन सांगू लागला, ''एका विशिष्ट नावाचा उच्चार ऐकून माझं लक्ष वेधलं गेलं, त्यामुळे मी तुझा आणि तुझ्या त्या गुबगुबीत मित्राचा पाठलाग केला. मी सरळच सांगतो की, मी लपून तुमचं दोघांचं बोलणं ऐकलं. ते फारच रंजक होतं. ते मला इतकं सूचक वाटलं की, मी लगेच मॅनेजरला माझ्या विश्वासात घेतलं. तुझ्या तथाकथिक मित्राने ज्या नंबरवर फोन केला होता, तो नंबर मी मॅनेजरकडून मिळवला आणि सकाळी एका वेटरला मी तुमच्या दोघांचं संभाषण लपून ऐकायला लावलं होतं.

''ही सगळी योजना अगदी स्पष्ट होती. दोन अतिशय हुशार रत्न चोरणारे चोर आहेत, त्यांच्या योजनेची तू बळी ठरलीस. त्यांनी तुझ्या हिऱ्याच्या हाराची सगळी माहिती काढली होती. ते तुमचा पाठलाग करत इथवर आले, तुझ्या मुलाचं अपहरण केलं आणि ते हास्यास्पद गुंडांचं पत्र वगैरे लिहिलं आणि अशी योजना आखली की, तू त्या मुख्य चोरालाच विश्वासात घेऊन सगळं सांगशील.

''हे करणं तसं सोपं होतं. त्या मनुष्याने तुला खोट्या, नकली खड्यांची थैली दिली आणि खरा हार घेऊन तो त्याच्या साथीदारासोबत सटकला. आज सकाळी जेव्हा तुझा मुलगा परतला नसता, तेव्हा तू फार अस्वस्थ झाली असतीस. तुला

वाटलं असतं की, हार घेऊन गेलेल्या तुझ्या मित्रालाही त्यांनी पकडलं असावं. मला वाटतं त्यांनी उद्या कोणाला तरी त्या व्हिलामध्ये पाठवायची व्यवस्था केलेली असावी. त्या मनुष्याला तुझा मुलगा सापडला असता; पण तुम्ही दोघं भेटून तुम्हाला खरं काय ते समजेपर्यंत ते दोघं पळून गेले असते.''

''आणि आता?''

''आता? आता त्यांना पकडून डांबून ठेवलेलं आहे. मी ती सगळी व्यवस्था केली होती.''

मिसेस पीटर्सला आठवलं, तिने कसा चोरावरच पूर्ण विश्वास टाकला होता, ''काय तो दुष्ट मनुष्य!''

''खरंय, अजिबातच चांगला माणूस नाहीये तो,'' मिस्टर थॉमसन म्हणाला.

''पण मला कळतच नाहीये की तुम्हाला हे सगळं लक्षात कसं आलं?'' विलार्डने विचारलं, ''फारच हुशार आहात तुम्ही!'' तो कौतुकाने म्हणाला.

मिस्टर थॉमसनने डोकं हलवलं. ''नाही नाही, जेव्हा तुम्ही कोणाच्याही नकळत दुसरं नाव धारण करून प्रवास करत असता आणि तुमचंच नाव कोणीतरी घेतलेलं तुम्ही ऐकता तेव्हा...''

मिसेस पीटर्स चकित होऊन त्याच्याकडे पाहू लागली. ''कोण आहेस तू?'' तिने अचानक विचारलं.

''मीच आहे मिस्टर पार्कर पाइन!'' त्या सद्गृहस्थाने सांगितलं.

भयंकर अनोळखी मनुष्याचं साहस

''किती कंटाळवाणा दिवस आहे,'' टॉमी जांभई देत म्हणाला.

''चहाची वेळ झालीच आहे जवळपास,'' टपेन्सही जांभई देत म्हणाली.

इंटरनॅशनल डिटेक्टिव्ह एजन्सीचा धंदा फार बरा चालला नव्हता. हॅमच्या व्यापाऱ्याकडून अपेक्षित असलेलं पत्र आलेलं नव्हतं आणि *खऱ्याखुऱ्या* केसेस तर काही येत नव्हत्या.

ऑफिस बॉय अल्बर्ट एक बंद पाकीट घेऊन आला आणि त्याने ते टेबलावर ठेवलं.

''बंद पाकिटाचं रहस्य,'' टॉमी उपहासाने पुटपुटला. ''या पाकिटात रशियन डचेसचा मोत्यांचा सर असेल? की ब्लंट्स ब्रिलियंट डिटेक्टिव्ह्जच्या ऑफिसचे तुकडे तुकडे होतील असा भयंकर बॉम्ब असेल?''

टपेन्स ते पाकीट उघडत म्हणाली, ''यात मी विकत घेतलेली भेट आहे. फ्रान्सिस हॅविलँडच्या लग्नात भेट देणार आहे मी हे. छान आहे ना?''

टॉमीने तिच्या हातातून ती निमुळती चांदीची सिगारेट केस घेतली. त्यावर तिने स्वतःच्या हस्ताक्षरात कोरलं होतं – *'फ्रान्सिसला, टपेन्सकडून.'* त्याने ती उघडबंद करून पाहिली आणि पसंतीदर्शक मान डोलावली.

''तू तुझे पैसे सढळ हाताने खर्च करतेस हं, टपेन्स,'' तो म्हणाला, ''मीही अशीच एक घेणार; पण पूर्ण सोन्याची. पुढच्या महिन्यात माझ्या वाढदिवसाला भेट दे. इतकी सुंदर डबी तू त्या मूर्ख फ्रान्सिसला भेट देऊन इतके पैसे त्याच्यावर वाया घालवणार!''

''तू विसरलास का की, युद्धकाळात मी त्याला गाडीतून कुठे कुठे घेऊन जायचे... तेव्हा तो जनरल होता. वा! काय छान दिवस होते ते!''

''खरंच, छान दिवस होते...'' टॉमी म्हणाला, ''सुंदर सुंदर बायका हॉस्पिटलात येऊन माझा हात हातात घ्यायच्या हे मला आठवतंय; पण म्हणून मी काही त्या सगळ्यांना लग्नाच्या भेटी पाठवत नाही. मला नाही वाटत फ्रान्सिसच्या बायकोला तुझी ही भेट आवडेल, टपेन्स.''

त्याच्या टिपण्णीकडे दुर्लक्ष करत टपेन्स म्हणाली, ''खिशात छान मावेल अशी निमुळती आणि सुंदर आहे ना?''

टॉमीने ती स्वतःच्या खिशात ठेवून पाहिली.

''अगदी बरोबर,'' तो म्हणाला, ''हा बघ अल्बर्ट दुपारची पत्रं घेऊन आला. मला वाटतं, पर्थशायरच्या डचेसने तिचा हरवलेला लाडका पेकेनीज कुत्रा शोधायचं काम आपल्यावरच सोपवलं असेल.''

त्यांनी मिळून पत्रं पाहिली. अचानक टॉमीने शीळ वाजवत एक पत्र उंचावून धरलं.

''रशियन शिक्का असलेलं निळ्या रंगाचं पत्र! तुला आठवतं चीफ काय म्हणाला होता ते? आपल्याला अशा पत्रांवर लक्ष ठेवलं पाहिजे.''

''चला, काहीतरी उत्तेजनावर्धक घडलं एकदाचं,'' टपेन्स म्हणाली, ''उघडून बघ, ते अपेक्षेप्रमाणे आहे का? हॅमचा व्यापारी होता ना? एक मिनिट, आपल्याला चहासाठी दूध लागेल. आज दूध टाकायला विसरलेले दिसतायत. मी अल्बर्टला पाठवते आणायला.''

तिने अल्बर्टला बाहेर पाठवलं आणि पुन्हा आतल्या ऑफिसात आली. टॉमी तो निळा कागद हातात घेऊन बसला होता.

''आपल्याला वाटलं होतं तसंच आहे, टपेन्स,'' तो म्हणाला. ''चीफ म्हणाला होता, तसाच जवळपास प्रत्येक शब्द आहे.''

टपेन्सने ते पत्र घेतलं आणि वाचलं.

इंग्रजीत सुंदर तिरक्या अक्षरात काळजीपूर्वक ते लिहिलेलं होतं. ते कोण्या तथाकथित ग्रेगॉर फिओडोस्की नामक व्यक्तीने पाठवलं होतं. त्याला आपल्या बायकोबद्दल जाणून घेण्याची उत्सुकता होती. इंटरनॅशनल डिटेक्टिव्ह एजन्सीने तिला शोधताना कोणत्याही खर्चाचा विचार न करता ते काम करावं, अशी कळकळीची विनंती त्याने केली होती. फिओडोस्की स्वतः रशिया सोडून येऊ शकत नव्हता, कारण पोर्कच्या व्यापारात काहीतरी वाईट परिस्थिती उद्भवली होती.

''याचा खरा अर्थ काय असेल बरं?'' टपेन्सने विचारलं.

''मला वाटतं सांकेतिक भाषेत काहीतरी लिहिलेलं असावं,'' टॉमी म्हणाला. ''पण ते आपलं काम नाही. आपल्याला हे पत्र लगेच चीफला द्यायला हवं; पण आधी पाकिटावरचा शिक्का पाण्यात बुडवून काढून बघू या की, त्याच्या मागे १६ आकडा आहे की नाही.''

''ठीकंय; पण मला वाटतं...'' टपेन्स काहीतरी बोलू लागली; पण तेवढ्यात ती अचानक थांबली आणि टॉमी आश्चर्याने पाहू लागला. दारात एक धिप्पाड मनुष्य उभा होता.

त्याचं व्यक्तिमत्त्व चांगलंच भारदस्त होतं. धिप्पाड, रुंद शरीरयष्टी, गोल डोकं आणि करारी जबडा. तो साधारण पंचेचाळीस वर्षांचा असावा.

''मला माफ करा,'' असं म्हणत तो अनोळखी मनुष्य हॅट हातात घेऊन खोलीत आला, ''तुमचं बाहेरचं ऑफिस रिकामं होतं आणि हे दार उघडं दिसलं म्हणून मी थेट आत आलो. ही ब्लंट्स इंटरनॅशनल डिटेक्टिव्ह एजन्सीच आहे ना?''

''हो हो.''

''आणि तुम्ही मिस्टर थिओडोर ब्लंट का?''

''हो, मी मिस्टर ब्लंट. तुम्हाला माझा सल्ला हवा होता का? ही माझी सेक्रेटरी मिस रॉबिन्सन.''

टपेन्सने मान तुकवून अभिवादन केलं; पण ती त्या मनुष्याचं गुपचूपपणे बारीक निरीक्षण करण्यात गुंतली होती. तो किती मिनिटं दारात उभा असावा आणि त्याने दोघांचं किती संभाषण ऐकलं असावं, याचा ती विचार करत होती. तिच्या लक्षात आलं की, तो मनुष्य टॉमीशी बोलत असतानाही सारखा त्या निळ्या पत्राकडेच पाहत होता.

टॉमीचा सावध करणारा तीक्ष्ण आवाज ऐकून तिच्या लक्षात आलं की, तिला त्या क्षणी जे चालू होतं, तिकडे लक्ष द्यायला हवं होतं.

टॉमी म्हणत होता, ''मिस रॉबिन्सन, प्लीज, नोट्स काढा. हा सर, आता मला सांगा काय झालं आहे? तुम्हाला माझा कोणत्या बाबतीत सल्ला हवा आहे?''

टपेन्सने पॅड आणि पेन्सिल घेतली.

तो धिप्पाड मनुष्य खर्जातल्या आवाजात बोलू लागला.

''माझं नाव बोवर. डॉ. चार्ल्स बोवर. मी हॅम्पस्टीडमध्ये राहतो आणि तिथेच माझी वैद्यकीय प्रॅक्टिस आहे. गेल्या काही दिवसांत बऱ्याच विचित्र घटना घडल्या आहेत म्हणून मी तुमच्याकडे आलो आहे, मिस्टर ब्लंट.''

''सांगा, मिस्टर बोवर.''

''गेल्या आठवड्यात दोनदा मला फोनवरून तातडीने केसेससाठी बोलावण्यात आलं. दोन्ही वेळा नंतर लक्षात आलं की, ते फोन कॉल खोटेच होते. पहिल्या वेळी मला वाटलं की, कोणीतरी माझी मुद्दाम गंमत केली आहे; पण दुसऱ्या वेळी मी जाऊन परत आलो तेव्हा माझ्या क्लिनिकमधली काही कागदपत्रं विस्कटलेली होती आणि आता मला वाटतंय की, पहिल्या वेळीही तसंच झालं असणार. मी नीट तपासल्यावर या निष्कर्षाप्रत आलो की, माझं संपूर्ण डेस्क त्यांनी उलथापालथ करून पाहिलं असणार आणि मग घाईघाईने कागद ठेवून दिले असणार.''

डॉ. बोवर थांबून टॉमीकडे पाहू लागला, ''काय वाटतं तुम्हाला, मिस्टर ब्लंट?''

टॉमी हसला, ''डॉ. बोवर...''

''काय वाटतं तुम्हाला? हं?''

''पहिली गोष्ट तर मला नीट सगळी तथ्यं सांगा. तुमच्या डेस्कमध्ये कसले कागद असतात?''

''माझी खासगी कागदपत्रं.''

''अगदी बरोबर. आता मला सांगा, या खासगी कागदपत्रांत काय होतं? एखाद्या साध्या चोराला किंवा एखाद्या विशिष्ट व्यक्तीला ते कागद का हवे असतील?''

''मला नाही वाटत की, कोणत्याही साध्या चोराला त्यात काही मौल्यवान मिळेल; पण मी काही विशिष्ट अनाकलनीय अल्कलॉइड्सविषयी ज्या नोंदी करून ठेवल्या आहेत, त्याविषयीचे कागद या विषयातलं जाणणाऱ्या व्यक्तींना हवे असू शकतात. मी गेल्या काही वर्षांपासून अशा प्रकारच्या बाबींचा अभ्यास करतोय. ही अल्कलॉइड्स जीवघेणी आणि अत्यंत जहरी विषाप्रमाणे असतात. इतकंच नाही, तर त्यांचा शरीरात काही मागमूसही उरत नाही. अजूनपर्यंत तरी ते शरीरात गेल्यास कोणताही ज्ञात परिणाम दिसत नाही.''

''अच्छा म्हणजे त्यांची माहिती चोरली तर भरपूर पैसे मिळू शकतात?''

''हो, एखादा बदमाश मनुष्य असं करू शकतो.''

''आणि तुमचा कोणावर संशय आहे?''

''माझ्या माहितीप्रमाणे तरी माझ्या घरी कोणी जबरदस्तीने आत घुसल्याची काही खूण सापडली नाही. यावरून असं वाटतं की, घरातल्याच कुणीतरी हे केलं असावं आणि तरी माझा विश्वासच बसत नाहीये...'' तो थांबला. त्याचा आवाज फार गंभीर झाला होता.

तो पुढे म्हणाला, ''मिस्टर ब्लंट, मी पूर्णपणे तुमच्या हाती हे सोपवतो. काहीही लपवून न ठेवता. या बाबतीत पोलिसांकडे जायची माझी हिंमत नाही. माझ्याकडे तीन नोकर आहेत, ज्यांच्यावर माझा विश्वास आहे. ते माझ्याकडे बराच काळ प्रामाणिकपणे काम करत आहेत; पण तरी, शेवटी काही सांगता येत नाही. त्यांच्याखेरीज माझे दोन भाचे माझ्या सोबत राहतात. बर्टरॅम आणि हेन्री. हेन्री अतिशय चांगला मुलगा आहे. मला काळजी वाटेल असं तो कधीच वागला नाहीये. तो अतिशय चांगला, कष्टाळू मुलगा आहे; पण मला सांगायला वाईट वाटतंय की, बर्टरॅम तसा नाहीये... स्वच्छंद, बेताल वागणारा आणि काहीही न करणारा आळशी मुलगा आहे तो.''

''हं...'' टॉमी म्हणाला, ''तुमचा तुमच्या भाच्यावर – बर्टरॅमवर संशय आहे; पण मी त्याच्याशी सहमत नाही. मला वाटतं तो शहाणा मुलगा हेन्री या प्रकरणात गोवलेला असू शकतो.''

''असं का वाटतं तुम्हाला?''

''बऱ्याचदा असंच घडतं म्हणून,'' टॉमीने हात उडवत उत्तर दिलं, ''माझा असा अनुभव आहे की, ज्या व्यक्ती संशयास्पद वाटतात, त्या बऱ्याचदा निरपराध असतात आणि उलटं... हो, माझा हेन्रीवर संशय आहे.''

टपेन्स तेवढ्यात म्हणाली, ''माफ करा, मिस्टर ब्लंट; पण डॉ. बोवर असं म्हणाले का की, त्या अनाकलनीय अल्कलॉइड्सच्या नोंदी ते डेस्कमधल्या इतर कागदपत्रांबरोबरच ठेवतात?''

''डेस्कमध्ये असतात हे बरोबर आहे; पण ते एका गुप्त ड्रॉवरमध्ये असतात, जो फक्त मलाच माहीत आहे, त्यामुळेच दोन्ही वेळा कागदपत्रांची उलथापालथ झाली तरी त्यांना त्या नोंदी सापडलेल्या नाहीत.''

''पण डॉ. बोवर, मी काय करावं अशी तुमची अपेक्षा आहे? पुन्हा असंच घडू शकतं असं वाटतंय का तुम्हाला?'' टॉमीने विचारलं.

''हो, मला असं वाटतंय. आज दुपारी मला माझ्या रुग्णाचा टेलिग्रॅम आला. या रुग्णाला मी काही आठवड्यांपूर्वी बोर्नमथला जायला सांगितलं होतं. त्याची तब्येत गंभीर असल्याचा टेलिग्रॅम आलाय. मला तातडीने तिथे बोलावलंय. आधीच्या दोन वेळा जे घडलं, त्यामुळे संशय येऊन मी उलटा टेलिग्रॅम पाठवला आणि मला असं समजलं की, त्याची तब्येत चांगली ठणठणीत आहे आणि त्याने मला बोलावणं पाठवलंच नव्हतं. मला असं वाटलं की, मी जर बोर्नमथला जाण्याचं नाटक केलं, तर माझ्या डेस्कमध्ये उचकायला कोण येतंय, त्याला पकडण्याची चांगली संधी मिळू शकेल. मला वाटतं की, हे लोक किंवा एकटा मनुष्य जो कोणी माझं डेस्क शोधायला जाईल तो घरातले सगळे झोपायची वाट पाहील आणि मगच जाईल. मी असं सुचवेन की, तुम्ही मला माझ्या घराबाहेर रात्री ११ वाजता भेटा आणि आपण एकत्रच या प्रकरणाचा छडा लावू शकतो.''

''हं, रंगेहाथ पकडायची योजना आहे तुमची,'' टॉमी विचार करत म्हणाला, ''तुमची योजना तर उत्तम आहे डॉ. बोवर. मला त्यात काही त्रुटी दिसत नाहीत. बरं... मला तुमचा पत्ता सांगा...''

''द लार्चेस, हँगमन्स लेन. मला माहितेय हा भाग जरा एकाकी आहे; पण परिसर फार सुंदर आहे.''

''हो,'' टॉमी म्हणाला.

तो पाहुणा जायला उठला.

''मी वाट बघतो, मिस्टर ब्लंट. अकराच्या पाच मिनिटं आधीच भेटू या?''

''हो चालेल. गुड आफ्टरनून, डॉ. बोवर.''

टॉमीने बेल दाबल्यावर अल्बर्ट आत आला आणि पाहुण्याला बाहेर घेऊन गेला. डॉक्टर लंगडत चालत होता; पण तरी त्याची धिप्पाड शरीरयष्टी कमी भासत नव्हती.

''धोकादायक माणूस आहे हा,'' टॉमी पुटपुटला. ''मग, टपेन्स, तुला काय वाटतं?''

''एका शब्दात सांगू?'' टपेन्स म्हणाली. *'क्लबफुट!'*

''काय?''

''मी म्हणाले क्लबफुट! माझा अभिजात वाङ्मयाचा अभ्यास कामी आला म्हणायचा! टॉमी, ही सगळी गोष्ट नकली आहे. अनाकलनीय अल्कलॉइड्स! काहीही कहाणी रचली आहे. मी तर इतकी फालतू खोटी गोष्ट दुसरी ऐकली नसेल.''

''हं, मलाही ती तितकी पटण्यासारखी वाटली नाही,'' तिचा नवरा म्हणाला.

''तो या पत्राकडे सारखा पाहत होता, बघितलंस तू? टॉमी, तो गँगमधलाच एक असणार. त्यांना कळलं असणार की, तू खरा मिस्टर ब्लंट नाहीयेस आणि आता ते आपल्या मागे लागलेत.''

''तसं असेल तर आपल्याला भूमिका निवडणं सोपं आहे,'' टॉमी आपल्या कपाटातल्या पुस्तकांकडे प्रेमाने पाहत म्हणाला, ''आपण ओकवुड बंधू आहोत! आणि मी डेसमंड,'' तो ठामपणे म्हणाला.

टपेन्सने खांदे उडवले.

''ठीकंय, तुला हवं तसं. मला फ्रान्सिस बनायला काहीच हरकत नाहीये. तसंही फ्रान्सिसच खरा जास्त हुशार होता. डेसमंड नेहमी काहीतरी राडा करून ठेवतो आणि फ्रान्सिस आयत्या वेळी माळी किंवा तत्सम कोणीतरी बनून येतो आणि त्याला वाचवतो.''

''ओऽह! पण मी सुपर डेसमंड बनणार आहे आणि लार्चेसला पोहोचेन तेव्हा...''

टपेन्सने त्याचं बोलणं मध्येच तोडलं.

''तू आज रात्री हॅम्पस्टीडला जाणार नाहीयेस, बरं का!''

''का नाही?''

''अरे, डोळे मिटून स्वतःहून त्यांच्या सापळ्यात अडकणार आहेस का?''

''नाही, प्रिय टपेन्स! डोळे उघडे ठेवून जाणार! दोन्हींत खूप फरक आहे. मला वाटतं आपला मित्र डॉ. बोवरला मी चकित करणार आहे.''

''मला हे आवडलेलं नाहीये. जेव्हा डेसमंड चीफच्या आज्ञा मोडतो आणि स्वतःच्या मनाने वागतो, तेव्हा काय होतं माहीत आहे ना? आपल्याला चीफने स्पष्ट सूचना दिल्या होत्या. पत्र लगेच त्यांना पाठवायचं आणि काय घडलं ते लगेच सांगायचं.''

''नाही, आपल्याला अशी सूचना मिळाली होती की, कोणीही ऑफिसात येऊन १६ नंबरचा उल्लेख केला, तर चीफना लगेच सांगायचं,'' टॉमी म्हणाला.

''तू आता उगाच वाद घालतोयस.''

''नाही. मला एकट्याला काहीतरी करून पाहायचं आहे. टपेन्स, मला काही होणार नाही अगं. मी सशस्त्र जाईन. मुख्य मुद्दा हा आहे की, मी पूर्ण सावध असेन आणि त्यांना ते माहीत नसेल. मी चांगलं काम केलं, तर चीफ मला शाबासकी देईल.''

''अं..; पण मला अजूनही हे आवडलेलं नाहीये. तो मनुष्य पाहिलास ना. एखाद्या गोरिलाएवढा आहे तो!''

''हो; पण माझ्याकडे पिस्तूल असेल ना.''

तेवढ्यात दार उघडून अल्बर्ट आत आला. त्याने त्यांना एक पाकीट दिलं.

''एक गृहस्थ भेटायला आले आहेत,'' अल्बर्ट म्हणाला, ''मी नेहमीप्रमाणे त्यांना सांगितलं की, तुम्ही स्कॉटलंड यार्डसोबत व्यग्र आहात; पण ते म्हणाले की त्यांना सगळं माहीत आहे. ते स्वतः स्कॉटलंड यार्डचेच आहेत! त्यांनी एका कार्डावर काहीतरी लिहून ते या पाकिटात घालून दिलंय.''

टॉमीने ते पाकीट घेऊन ते कार्ड वाचलं. ते वाचून त्याच्या चेहऱ्यावर हसू उमटलं.

''ते गृहस्थ खरं बोलून तुझी टिंगल करत होते, आत पाठव त्यांना,'' टॉमी म्हणाला.

टॉमीने ते कार्ड टपेन्सकडे टाकलं. तिने त्यावरचं नाव वाचलं – इन्स्पेक्टर डाइमचर्च आणि त्यापुढे पेन्सिलने लिहिलं होतं – मॅरियटचा मित्र.

पुढच्याच मिनिटाला स्कॉटलंड यार्डचा तो डिटेक्टिव्ह आत आला. तोही इन्स्पेक्टर मॅरियटसारखाच बुटका, रुंद चणीचा आणि तीक्ष्ण नजरेचा होता.

''गुड आफ्टरनून, मॅरियट साउथ वेल्सला गेला आहे; पण जाण्यापूर्वी त्याने मला तुम्हा दोघांवर नजर ठेवायला सांगितलं आहे म्हणजे एकंदरीतच या तुमच्या कामावर.'' टॉमी काहीतरी बोलणार होता, तोच तो इन्स्पेक्टर म्हणाला, ''सर, *आम्हाला* सगळं माहीत आहे त्याबद्दल. हे आमच्या विभागात येत नाही आणि आम्ही त्यात ढवळाढवळ करणार नाही; पण कोणाला तरी सुगावा लागला आहे की, सगळं काही वाटतं तसं नाहीये. इथे एक मनुष्य येऊन गेला दुपारी. मला माहीत नाही, त्याने आपलं नाव काय सांगितलं आणि त्याचं खरं नावही मला माहीत नाही; पण मला त्याच्याबद्दल थोडीफार माहिती आहे आणि त्यावरूनच मला त्याच्याबद्दल आणखी तपास करायचा आहे. आज रात्री त्याने कुठेतरी भेटायला बोलावलं असेल, हो ना?''

''हो, बरोबर.''

''हं. वाटलंच मला. १६ वेस्टरहॅम रोड, फिन्सबरी पार्क असा पत्ता दिला का त्याने?''

''नाही. इथे तुमचं चुकलंय,'' टॉमी हसत म्हणाला, ''द लार्चेस, हॅम्पस्टीड.''

हे ऐकून डाइमचर्चला खरोखरच आश्चर्य वाटलं. त्याला हे अपेक्षित नसावं.

''मला कळत नाहीये, हे काहीतरी नवीन ठरलेलं दिसतंय,'' तो पुटपुटला. ''द लार्चेस, हॅम्पस्टीड म्हणालास ना?''

''हो. आज रात्री ११ वाजता भेटायला बोलावलं आहे.''

''तू जाऊ नकोस.''

''बघ!'' टपेन्स ओरडली.

टॉमीचा चेहरा लालेलाल झाला.

''इन्स्पेक्टर, जर तुला वाटत असेल की...'' त्याने तावातावाने सुरुवात केली.

पण इन्स्पेक्टरने हातानेच त्याला शांत केलं.

''मला काय वाटतं ते सांगतो, मिस्टर ब्लंट. तुम्हाला आज रात्री ११ वाजता कुठे असायला पाहिजे, तर इथे, या ऑफिसात.''

''काय?'' टपेन्स आश्चर्याने किंचाळली.

''इथे या ऑफिसात. मला हे कसं माहीत आहे ते विचारू नका. काही वेळा आमचे वेगवेगळे विभाग एकत्र काम करतात; पण तुम्हाला ते प्रसिद्ध निळं पत्र आज आलं आहे. तो जो कोण आहे तो त्याच्या मागे आहे. तो तुम्हाला फसवून हॅम्पस्टीडला बोलावेल, तुम्ही त्याच्या वाटेत नाही याची खात्री करून घेईल आणि रात्री इथे तुमच्या ऑफिसात येईल. कारण, तेव्हा ही संपूर्ण इमारत रिकामी असेल आणि त्याला जे हवं ते आरामात शोधता येईल.''

''पण ते पत्र इथेच असेल असं त्याला कसं काय वाटेल? मी एक तर ते माझ्या जवळ बाळगेन किंवा कोणाला तरी आधीच देऊन टाकेन ना?''

''हेच तर त्याला माहीत नसेल ना. तुम्ही ओरिजनल मिस्टर ब्लंट नाही हे त्याला कळलं असेलही; पण कदाचित त्याला वाटलं असेल की, तूच हा व्यवसाय विकत घेणारा *खराखुरा* गृहस्थ आहेस. तसं असेल तर हे पत्र नेहमीच्याच व्यवसायाचा भाग असेल आणि तू ते नेहमीप्रमाणे फाइलमध्ये ठेवून देशील.''

''अच्छा,'' टपेन्स म्हणाली.

''आणि आपणही त्याला असाच विचार करू द्यायचा आहे. आपण त्याला आज रात्री इथे रंगेहाथ पकडू.''

''अच्छा, तर अशी योजना आहे का?''

''हो. आयुष्यभरात एखाद्याच वेळी अशी संधी मिळते. हं, बघू बरं, किती वाजले आहेत आत्ता? सहा. तुम्ही दोघं रोज ऑफिसातून कितीला बाहेर पडता?''

''सहाच्या सुमारास.''

''तुम्ही नेहमीप्रमाणे ऑफिसातून बाहेर पडला आहात असंच दाखवा. आपण शक्य तितक्या लवकर पुन्हा लपून छपून इथे येऊ. मला नाही वाटत की, ते अकराच्या आधी इथे येतील; पण तशी शक्यता गृहीत धरायला हवी. मी जरा बाहेर जाऊन नजर टाकून येतो. कोणी या इमारतीवर लक्ष ठेवून आहे का ते पाहून येतो.''

डाइमचर्च गेला. टॉमी टपेन्सशी वाद घालू लागला. त्याचं रूपांतर चांगल्या कडाक्याच्या भांडणात झालं. शेवटी टपेन्स म्हणाली, ''ठीकंय. मी हरले. मी घरी जाते आणि शहाण्यासारखी घरीच बसते. तू जा आणि डिटेक्टिव्हज्सोबत गुंडांशी दोन हात कर; पण थांबच तू... जर तू मला या सगळ्या मजेमध्ये भाग घेऊ दिला नाहीस, तर एक दिवस मी तुला बघून घेईन.''

डाइमचर्च त्याच क्षणी परतला.

''सगळं ठीक वाटतंय, कोणी नाहीये आसपास,'' तो म्हणाला, ''पण नक्की सांगू शकत नाही. नेहमीप्रमाणे ऑफिसातून बाहेर पडलेलं चांगलं. एकदा का तुम्ही दोघं इथून बाहेर पडलात की मग कोणी लक्ष ठेवून बसणार नाही.''

टॉमीने अल्बर्टला बोलावलं आणि ऑफिस बंद करायच्या सूचना दिल्या.

मग ते चौघं जवळच असलेल्या गॅरेजपाशी त्यांची गाडी घ्यायला गेले. टपेन्स गाडी चालवायला बसली, अल्बर्ट तिच्या शेजारी बसला. टॉमी आणि तो डिटेक्टिव्ह मागे बसले.

थोड्याच अंतरावर ट्रॅफिकजॅम लागला. टपेन्सने मागे वळून पाहिलं आणि मानेने खूण केली. त्याबरोबर टॉमी आणि डिटेक्टिव्ह गाडीतून उतरले. ते ऑक्सफर्ड रस्त्यावर उजव्या बाजूने बाहेर पडले. मिनिट-दोन मिनिटांत टपेन्सने गाडी पुढे नेली.

हेलहॅम रस्त्यावर ते घाईघाईने पोहोचले तेव्हा डिटेक्टिव्ह म्हणाला, ''थेट असं लगेच नको जायला. तुझ्याकडे किल्ली आहे ना?''

टॉमीने मान डोलावली.

''मग जेवायचं का आधी? जरा लवकरच आहे' पण इथे समोरच एक चांगलं रेस्तराँ आहे. खिडकीजवळचं टेबल पकडू म्हणजे तुमच्या इमारतीवर लक्ष ठेवून खाता येईल.''

त्याचं छान जेवण झालं. डिटेक्टिव्हने सांगितलं होतं तसं ते रेस्तराँ छानच होतं. डिटेक्टिव्ह बोलायला मस्त होता. त्याचं बरंचसं काम हे आंतरराष्ट्रीत हेरांबाबतचं होतं. त्याने ज्या काय एकेक कहाण्या सांगितल्या, त्याने साधासुधा टॉमी चकित होऊन गेला.

ते आठ वाजेपर्यंत त्या रेस्तराँमध्येच थांबले. मग डाइमचर्चने जाण्याबद्दल सुचवलं.

''आता बऱ्यापैकी अंधार झालाय. कोणाच्याही नकळत आपण आत शिरू शकू,'' तो म्हणाला.

तो म्हणाला होता तसा बराच अंधार होता. रस्ता ओलांडून त्यांनी पटकन दोन्ही बाजूंना नजर टाकली. रस्ता सुनसान होता. मग ते पटकन इमारतीच्या फाटकातून आत शिरले. पायऱ्यांवरून वर गेले. टॉमीने ऑफिसच्या किल्लीने दार उघडलं.

त्याच क्षणी त्याला शिटीचा आवाज आला. त्याला वाटलं की, डाइमचर्चने शिटी वाजवलीये.

''तू शिटी कशाला वाजवतोयस?'' त्याने तीक्ष्णपणे विचारलं.

''मी नाही वाजवली! मला वाटलं तू वाजवलीस!'' डाइमचर्च उद्गारला.

''हो, कोणीतरी...'' टॉमी बोलू लागला.

पण त्याला वाक्यच पूर्ण करता आलं नाही. बळकट हातांनी त्याला दोन्ही बाजूंनी पकडलं. तो ओरडायच्या आत काहीतरी घाणेरड्या गोडूस वासाचं त्याच्या नाकातोंडावर दाबलं गेलं.

त्याने खूप धडपड केली; पण व्यर्थ. क्लोरोफॉर्मने आपलं काम चोख केलं. त्याला चक्कर येऊ लागली. श्वास कोंदटला आणि मग त्याची शुद्ध हरपली...

तो शुद्धीवर आला, तेव्हा त्याला वेदना झाल्या पण तो बाकी नीट होता. क्लोरोफॉर्म थोडंसंच होतं. त्याची शुद्ध गेल्यावर त्यांनी त्याच्या तोंडात बोळा कोंबला होता आणि काही मिनिटांतच तो जागा झाला होता.

तो शुद्धीवर आला, तेव्हा त्याला कळलं की, तो अर्धवट झोपलेला, अर्धवट बसलेला अशा अवस्थेत होता. तो त्याच्याच ऑफिसातल्या आतल्या खोलीत एका कोपऱ्यात भिंतीला टेकून पडला होता. दोन जण त्याच्या डेस्कचे सगळे कप्पे उचकून, कपाटं उघडून कागदपत्रं पाहत होते आणि ते करता करता जोरदार शिव्या देत होते.

''अरे, सगळं पाहून झालं! इथे नाहीये ते!'' दोघांतला उंच मनुष्य खर्जातल्या आवाजात दुसऱ्याला म्हणाला.

''इथेच असलं पाहिजे. त्याच्या अंगावर कुठेही नाहीये. दुसरीकडे कुठे असणार मग?'' दुसरा म्हणाला.

बोलता बोलता तो वळला आणि त्याच्याकडे पाहून टॉमी थक्कच झाला. कारण, तो दुसरातिसरा कोणी नसून इन्स्पेक्टर डाइमचर्चच होता! टॉमीचा चकित झालेला चेहरा पाहून डाइमचर्च हसला.

''आपला मित्र उठला की,'' तो म्हणाला, ''त्याला जरा आश्चर्य वाटलेलं दिसतंय; पण हे सगळं इतकं सोपं होतं. इंटरनॅशनल डिटेक्टिव्ह एजन्सीमधलं सगळं जसं असायला हवं तसं नाहीये, असा आम्हाला संशय होताच. नक्की काय आहे ते

तपासून पाहण्यासाठी मी स्वतःहून माझं नाव दिलं. जर नवा मिस्टर ब्लंट खरोखरच हेर असेल, तर त्याला संशय आला असता म्हणून मी आधी एका जुन्या मित्राला पाठवलं – कार्ल बाउअरला. कार्लला मी संशयास्पदरीत्या वागायला आणि एक खोटीनाटी कहाणी रचायला सांगितलं होतं. त्याने तसं केलं आणि मग मी आलो. मी इन्स्पेक्टर मॅरियटचं नाव वापरून तुमचा विश्वास संपादन केला. बाकीचं सगळं सोपंच होतं.''

तो मोठ्याने हसला.

टॉमीला इतकं काय काय बोलायचं होतं; पण त्याच्या तोंडात कोंबलेल्या बोळ्यामुळे तो काही बोलू शकत नव्हता. शिवाय त्याला बरंच काही *करायचंही* होतं... हातांनी आणि पायांनी! पण त्याला घट्ट बांधून ठेवण्यात आलं होतं.

त्याला सगळ्यात जास्त आश्चर्य कशाचं वाटत होतं, तर डाइमचर्चमध्ये झालेल्या बदलाचं. डाइमचर्च नामक इन्स्पेक्टरच्या भूमिकेत तो अगदी पक्का इंग्लिश गृहस्थ वाटत होता. आता तो चांगला सुशिक्षित, इंग्लिश चांगलं बोलणारा परदेशी मनुष्य वाटत होता.

''कॉगिन्स, मित्रा, तू या कैद्यापाशी थांब,'' गुंडासारख्या दिसणाऱ्या आपल्या साथीदाराला तो इन्स्पेक्टरचं नाटक करणारा मनुष्य म्हणाला, ''मी त्याच्या तोंडातला बोळा काढतोय. मिस्टर ब्लंट, तुला माहितेय ना, तू ओरडलास तर ते अतिशय मूर्खपणाचं ठरेल? पण तुला ते माहीतच असेल. तुझं लहान वय पाहता त्या मानाने तू चांगला हुशार आहेस.''

त्याने एका झटक्यात बोळा काढला आणि तो जरा दूर उभा राहिला.

टॉमीने आपला अवघडलेला जबडा हलवला, सैलावला. तोंडात दोन-चार वेळा जीभ फिरवली, थुंकी गिळली; पण तो बोलला काहीच नाही.

''फारच नियंत्रण ठेवलंयस स्वतःवर, वा!'' डाइमचर्च बनलेला मनुष्य म्हणाला. ''पण तू कोणत्या परिस्थितीत आहेस तुला कळतंय ना? तुला काहीच सांगायचं नाहीये?''

''मला जे बोलायचं आहे ते आत्ता सांगणार नाही आणि वाट पाहिल्याने काही नुकसान होणार नाही,'' टॉमी म्हणाला.

''अच्छा! पण मला जे म्हणायचं आहे ते मी बोलणारच आहे. स्पष्ट शब्दांत सांगतोय, मिस्टर ब्लंट, ते पत्र कुठे आहे?''

''प्रिय मित्रा, मला माहीत नाही,'' टॉमी हलक्याफुलक्या स्वरात म्हणाला, ''ते माझ्याकडे नाहीये; पण ते तर तुलाही चांगलंच माहीत आहे. मी तुझ्या जागी असतो, तर आणखी शोधलं असतं. तू आणि तुझा मित्र कॉगिन्स अशी लपाछपी खेळताना पाहायला मला मजा येतेय.''

डाइमचर्चचा चेहरा रागाने काळवंडला.

''तू फारच अवखळपणा करतोयस मिस्टर ब्लंट; पण ती तिथे ठेवलेली चौकोनी पेटी पाहिलीस? ती कॉगिन्सची आहे. त्यात व्हिट्रिऑल आहे. हो, व्हिट्रिऑल... आणि लोह... जे आगीवर इतकं गरम करता येतं की, ते लालबुंद झालं की त्याने भाजून...''

टॉमीने खिन्नपणे डोकं हलवलं.

''आमचं निदान करताना चुकलं,'' तो पुटपुटला, ''टपेन्स आणि मी या साहसाला चुकीचं नाव दिलं. ही क्लबफुटची गोष्ट नाहीये. ही बुलडॉग ड्रमंडची गोष्ट आहे आणि तू आहेस अद्वितीय असा कार्ल पीटरसन.''

''तू काय मूर्खासारखं बडबडतो आहेस?'' डाइमचर्च गुरगुरला.

''अरे अरे! तुला अभिजात पुस्तकं माहीत नाहीत असं दिसतंय! फारच वाईट,'' टॉमी चुकचुकला.

''अडाणी कुठचा! आम्हाला हवं ते तू करतोस की नाही! कॉगिन्सला त्याची हत्यारं बाहेर काढून सुरुवात करायला सांगू का?'' डाइमचर्च रागाने फूत्कारला.

''इतकी घाई करू नकोस,'' टॉमी म्हणाला, ''तुम्हाला हवं ते मी अर्थातच करणार आहे; पण काय करायचंय ते तर सांगा आधी. माझ्या शरीरावर सुरी फिरवून मला आगीवर भाजलं जावं, अशी माझी थोडीच इच्छा असणार आहे! मला इजा झालेली मला अजिबात आवडत नाही.''

डाइमचर्च बनलेल्या मनुष्याने त्याच्याकडे तिरस्काराने पाहिलं.

''हे इंग्लिश लोक काय भित्रट असतात!''

''शहाणपणा, मित्रा! त्यातच शहाणपणा असतो. ते व्हिट्रिऑल बाजूला ठेव आणि आपण मुद्द्याचं बोलू.''

''मला ते पत्र हवंय.''

''मी तुला आधीच सांगितलंय की, ते माझ्याकडे नाहीये.''

''आम्हाला माहितेय. ते कोणाकडे असेल त्याचाही आम्हाला अंदाज आलाच आहे. त्या मुलीकडे.''

''तुमचं बरोबर असण्याची बरीच शक्यता आहे. जेव्हा तुझा मित्र कार्ल अचानक आला आणि आम्ही दचकलो, तेव्हा तिने ते पटकन तिच्या बॅगेत टाकलेलं असू शकतं,'' टॉमी म्हणाला.

''हं... म्हणजे तू ते नाकारत नाहीयेस. शहाणा आहेस. गुड! ही जी कोण टपेन्स आहे तिला तू चिठ्ठी लिहून ते पत्र ताबडतोब आणायला सांग.''

''मी तसं नाही करू शकत...'' टॉमी म्हणाला.

तो पुढे काही बोलणार इतक्यात दुसरा म्हणाला, ''काय! नाही करू शकणार? बघूच आपण... कॉगिन्स!''

''इतक्या घायकुतीला येऊ नकोस,'' टॉमी म्हणाला, ''मला वाक्य पूर्ण तर करू दे. मी म्हणत होतो की, माझे हात तर पहिले सोड, नाही तर मी कसं काही करू? काही भारी लोकांना नाकाने किंवा कोपराने वगैरे लिहिता येतं तसं मला येत नाही बरं का!''

''म्हणजे तू तिला चिठ्ठी लिहायला तयार आहेस?''

''अर्थात. मी मगापासून तेच तर सांगतोय ना? मी सगळं काही ऐकणार आहे तुमचं. तू टपेन्ससोबत प्रेमळपणे वागशीलच. हो ना? ती खरंच चांगली मुलगी आहे.''

''आम्हाला फक्त ते पत्र हवंय,'' डाइमचर्च म्हणाला; पण त्याच्या चेहऱ्यावर दुष्ट हसू होतं.

त्याने मान डोलावताच कॉगिन्सने टॉमीचे हात सोडले. टॉमीने ते मागे-पुढे हलवून पाहिले.

''हां, हे बरं वाटतंय आता,'' तो म्हणाला, ''कॉगिन्स मला पेन आणून देईल का? टेबलावर असेल, माझ्या बाकीच्या सटरफटर सामानात.''

तोंड वेडंवाकडं करत त्याने टॉमीला पेन आणि कागद आणून दिला.

''काय लिहितोयस ते जपून!'' डाइमचर्च त्याला धमकावत म्हणाला, ''काय लिहायचं ते तू बघ; पण जर त्याला यश मिळालं नाही... तर मृत्यू! आणि सावकाश मृत्यू येईल तुला, कळलं?''

''तसं असेल, तर मी जीव ओतून काम करायचा प्रयत्न करेन,'' टॉमी म्हणाला.

एक-दोन मिनिटं विचार करून टॉमीने भराभर लिहायला सुरुवात केली.

''हे कसं वाटतंय?'' त्याने लिहून झाल्यावर कागद डाइमचर्चला देत विचारलं.

प्रिय टपेन्स,

तू लगेच येऊ शकतेस का? आणि सोबत ते निळं पत्र घेऊन ये.

आम्हाला ते आत्ताच डीकोड करायचं आहे.

घाई कर.

फ्रान्सिस.

''फ्रान्सिस?'' त्या खोट्या इन्स्पेक्टरने भुवया उंचावत विचारलं, ''ती तुला याच नावाने बोलावते का?''

''तू माझ्या बारशाला नव्हतास ना, त्यामुळे माझं हे नाव आहे की नाही ते तुला माहीत नाहीये,'' टॉमी म्हणाला, ''पण माझ्या खिशातली जी सिगारेट केस तू घेतली होतीस, त्यावरून तुला कळेलच की मी खरं बोलतोय.''

डाइमचर्चने टेबलावरची केस बघितली. त्यावर लिहिलं होतं – 'फ्रान्सिससाठी, टपेन्सकडून.' हलकेच हसून त्याने ती पुन्हा टेबलावर ठेवून दिली.

''तू इतका शहाण्यासारखा वागतोयस ते पाहून बरं वाटलं. कॉगिन्स, ही चिठ्ठी वॅसिलीला दे. तो बाहेर पहारा देत उभा आहे. ही लगेचच नेऊन द्यायला सांग त्याला,'' तो म्हणाला.

पुढची वीस मिनिटं अगदी हळूहळू गेली. त्यानंतरची दहा मिनिटं आणखी हळू गेली. डाइमचर्च येरझाऱ्या घालत होता. त्याचा चेहरा मिनिटागणिक अधिकाधिक गडद होत चालला होता. एकदा तो रागावून टॉमीकडे वळला.

''तू आम्हाला फसवायचा प्रयत्न केला असशील तर खबरदार!'' तो गुरकावत म्हणाला.

''इथे पत्त्यांचा कॅट असायला हवा होता म्हणजे वेळ घालवायला पत्ते खेळता आले असते. बायका नेहमी वाट बघायला लावतात. टपेन्स येईल, तेव्हा तू तिच्याशी नीट वागशील ना?'' टॉमी म्हणाला.

''नाही नाही,'' डाइमचर्च म्हणाला, ''आम्ही तुम्हाला दोघांनाही एकाच ठिकाणी पाठवणार आहोत. एकत्रच.''

'हो का, नालायक मनुष्या,' टॉमी स्वतःशीच पुटपुटला.

तेवढ्यात ऑफिसच्या बाहेरच्या खोलीत काहीतरी हालचाल झाली. टॉमीने पूर्वी न बघितलेल्या एका मनुष्याने आत डोकावून पाहिलं आणि तो रशियनमध्ये काहीतरी बोलला.

''चांगलंय,'' डाइमचर्च म्हणाला. ''ती येतेय.. आणि एकटीच आहे.''

क्षणभर काळजीने टॉमीचा श्वासच अडकला.

पुढच्याच क्षणी त्याला टपेन्सचा आवाज ऐकू आला.

''ओऽह! इथे आहात तुम्ही इन्स्पेक्टर डाइमचर्च! मी पत्र आणलंय. फ्रान्सिस कुठे आहे?''

असं म्हणत ती आतल्या खोलीत शिरली. वॅसिलीने मागून तिच्यावर झडप घातली आणि तिच्या तोंडावर हात दाबून धरला. डाइमचर्चने तिच्या हातातली बॅग खेचून घेतली आणि भराभर त्यात शोधू लागला.

अचानक त्याच्या तोंडून आनंदोद्गार बाहेर पडला. त्याने रशियन शिक्का असलेलं ते निळं पत्र बाहेर काढून हातात घेतलं. कॉगिन्सही आनंदाने ओरडला.

ते आनंद व्यक्त करत असतानाच पुढच्याच क्षणी टपेन्सच्या ऑफिसचं दुसरं एक दार आवाज न करता उघडलं आणि इन्स्पेक्टर मॅरियट व इतर दोन जणं पिस्तुलं घेऊन खोलीत शिरले. ''हात वर!'' मॅरियट ओरडला.

काहीच झटापट, मारामारी झाली नाही. कारण, पोलीस वगळता बाकीचे फारच विचित्र परिस्थितीत अडकले होते, त्यांना काहीच प्रतिकार करता आला नाही. डाइमचर्चचं ऑटोमॅटिक पिस्तूल टेबलावर होतं आणि इतर दोघांकडे शस्त्रंच नव्हती.

''वा! फारच छान!'' इन्स्पेक्टर मॅरियट म्हणाला. त्याने सगळ्यांना बेड्या ठोकल्या. ''आणि आणखी काळ जाईल तसे इतरही पकडता येतील,'' तो म्हणाला.

डाइमचर्च रागाने पांढराफटक पडला होता. तो टपेन्सकडे खाऊ की गिळू नजरेने पाहत होता.

''दुष्ट मुली! तूच त्यांना आमच्यावर सोडलंस ना!'' तो गुरगुरला.

टपेन्स हसली.

''हे सगळं मी एकटीने नाही केलं. आज दुपारी तू १६ नंबरचा उल्लेख केलास तेव्हाच मला कळायला हवं होतं; पण टॉमीच्या चिठ्ठीमुळे सगळं स्पष्ट झालं. मी इन्स्पेक्टर मॅरियटला फोन केला, अल्बर्टला त्याला ऑफिसची डुप्लिकेट किल्ली द्यायला पाठवलं आणि रिकामं निळं पाकीट घेऊन मी इथे आले. दुपारी तुम्हा दोघांना सोडल्यानंतर मी लगेचच सूचनेनुसार ते पत्र पुढे पाठवलं होतं.''

पण एका शब्दाने त्याचं लक्ष वेधलं गेलं.

''टॉमी?'' त्याने विचारलं.

टॉमीला पोलिसांनी नुकतंच सोडलं होतं. तो चालत त्याच्या जवळ आला.

''चांगलं काम केलंस फ्रान्सिस, माझ्या भावा,'' तो टपेन्सकडे पाहून म्हणाला. त्याने तिचे दोन्ही हात आपल्या हातात घेतले आणि मग डाइमचर्चला तो म्हणाला, ''मी तुला सांगितलं ना मित्रा, तुला खरोखरच अभिजात साहित्य वाचायची गरज आहे!''

अविश्वसनीय चोरी

बटलरने टेबलावरच्या सगळ्यांना सूफ्ले दिल्यानंतर लॉर्ड मेफील्ड त्यांच्या उजव्या हाताला बसलेल्या पाहुण्याच्या दिशेने झुकला, जणू त्याला काहीतरी खासगी सांगायचं असावं. त्याच्या शेजारी बसली होती लेडी ज्यूलिया कॅरिंग्टन. लॉर्ड मेफील्ड हा उत्तम यजमान म्हणून ओळखला जायचा आणि आपलं हे नाव कायम राहावं म्हणून तो नेहमीच प्रयत्नशील असायचा. त्याने लग्न केलेलं नसलं तरी तो कायमच स्त्रियांना आवडायचा.

लेडी ज्यूलिया कॅरिंग्टन चाळिशीची स्त्री होती. ती उंच, गडद वर्णाची आणि अतिशय उत्साही होती. अत्यंत बारीक अंगकाठी असूनही ती अत्यंत सुंदर होती. खासकरून तिचे हात आणि पावलं फार सुंदर होती. तिचं वागणं-बोलणं काहीसं तुटक आणि अस्वस्थ होतं. जणू तिच्या मूडनुसार ते सतत बदलायचं.

गोल टेबलावर तिच्या समोरच्या बाजूला तिचा नवरा एअर मार्शल सर जॉर्ज कॅरिंग्टन बसला होता. त्याने आपल्या कारकिर्दीची सुरुवात नौदलातून केली होती आणि तो निवृत्त झाला असला, तरी अजूनही तशाच ताठ्यात वावरत असे. तो मिसेस व्हँडरलिन या सुंदर स्त्रीशी गप्पा मारत थट्टामस्करी करत होता. ती यजमानाच्या दुसऱ्या बाजूला बसली होती.

मिसेस व्हँडरलिन सोनेरी केस असलेली अत्यंत सुंदर स्त्री होती. तिचे उच्चार किंचित अमेरिकन होते; पण ते कानाला छान वाटत.

सर जॉर्ज कॅरिंग्टनच्या दुसऱ्या बाजूला मिसेस मॅकॅटा बसली होती. ती गृहनिर्माण व बालकल्याण या विषयात तज्ज्ञ होती. ती बोलत होती म्हणण्यापेक्षा लहान लहान वाक्यं ओरडून सांगत होती. तिचं व्यक्तिमत्त्व काहीसं भीतिदायकच होतं, त्यामुळे एअर मार्शलला आपली दुसरी शेजारीण गप्पा मारायला जास्त आवडली होती, यात काहीच आश्चर्य नव्हतं.

मिसेस मॅकॅटा कुठेही असली तरी कामाबद्दलच बोलत असे. तिच्या डाव्या बाजूला बसलेल्या रेजी कॅरिंग्टनला ती लहान लहान वाक्यांत माहिती सांगत होती.

रेजी कॅरिंग्टन एकवीस वर्षांचा होता. त्याला गृहनिर्माण व बालकल्याण या विषयात किंवा खरं तर कोणत्याच राजकारणाच्या विषयात अजिबात रस नव्हता,

त्यामुळे तो अधूनमधून फक्त 'किती भयंकर!' किंवा 'अगदी मान्य आहे, बरोबर आहे,' असं म्हणत होता; पण त्याचं लक्ष दुसरीकडेच होतं. मिस्टर कार्लाइल हा लॉर्ड मेफील्डचा खासगी सचिव होता. तो रेजी आणि त्याच्या आईच्या मध्ये बसला होता. फिकुटल्या वर्णाचा आणि नाकावर चश्मा घालणारा कार्लाइल बुद्धिमान वाटावा असा होता. तो मितभाषी होता; पण कोणत्याही विषयावरच्या संभाषणात भाग घेऊ शकायचा. रेजी जांभया दाबतोय असं लक्षात आल्यावर तो पुढे वाकला आणि त्याने मिसेस मॅकॅटाला 'फिटनेस फॉर चिल्ड्रन' या त्यांच्या योजनेबद्दल प्रश्न विचारला.

टेबलाभोवती, तिथल्या मंद पिवळट प्रकाशात बटलर आणि दोन नोकर खाण्याचे पदार्थ वाढण्याचं, वाइन ग्लास भरण्याचं काम शांतपणे करत होते. लॉर्ड मेफील्ड त्याच्या शेफला अतिशय चांगला पगार द्यायचा आणि तो वाइनमधला तज्ज्ञही समजला जायचा.

टेबल गोल आकाराचं असलं, तरी यजमान कोण आहे हे कोणालाही सहज कळलं असतं. जिथे लॉर्ड मेफील्ड बसला होता, तीच यजमानाची जागा आहे असं स्पष्टच भासत होतं. तो चांगला धिप्पाड होता. रुंद खांद्यांचा, दाट चंदेरी केसांचा, मोठं सरळ नाक आणि मोठी हनुवटी असणारा होता. त्याचं अर्कचित्र सहज बनवता आलं असतं, असा त्याचा चेहरा होता. सर चार्ल्स मॅकलॉग्लिनप्रमाणेच लॉर्ड मेफील्डनेही राजकारणातली कारकीर्द आणि मोठ्या अभियांत्रिकी कंपनीचा मालक अशा दोन्ही गोष्टी एकत्रच सांभाळल्या होत्या. तो स्वतः एक उत्तम अभियंता होता. एक वर्षभरापूर्वीच त्याला उमराव पद मिळालं होतं आणि त्याच सुमारास त्याला शस्त्रास्त्रांचा पहिला मंत्रीही बनवण्यात आलं होतं. हे खातं नुकतंच नव्याने सुरू करण्यात आलं होतं.

जेवणाच्या शेवटी गोड पदार्थ टेबलावर आणून ठेवले गेले. सगळ्यांना पोर्टही देण्यात आली. मिसेस व्हँडरलिनचं लक्ष हळूच वेधून घेत लेडी ज्यूलिया उठली. तीनही बायका खोलीतून बाहेर पडल्या.

पुन्हा एकदा पोर्टने ग्लासेस भरण्यात आले. लॉर्ड मेफील्डने सहजच तीतर पक्ष्यांचा विषय काढला. पाचेक मिनिटं खेळीमेळीत संभाषण सुरू होतं. मग सर जॉर्ज म्हणाला : ''रेजी, बाळा मला वाटतं तुलाही बाकीच्यांसोबत बाहेरच्या खोलीत बसायला आवडेल. माझी खात्री आहे की, लॉर्ड मेफील्डची काही हरकत नसेल.''

त्या मुलाने आपल्या वडिलांचं सूचक वाक्य बरोबर पकडलं आणि लगेच म्हणाला, ''थँक्यू, लॉर्ड मेफील्ड. मला वाटतं मी बाहेर बसतो.''

मिस्टर कार्लाइल पुटपुटला, ''मलाही थोडं काम करायचं आहे, तर...''

लॉर्ड मेफील्डने मान डोलावली. ते दोघं तरुण खोलीतून निघून गेले. काही वेळापूर्वीच नोकरही बाहेर गेले होते. शस्त्रास्त्रांचा मंत्री आणि हवाई दलाचा प्रमुख आता एकटेच उरले.

मिनिट दोन मिनिटांनंतर कॅरिंग्टन म्हणाला, ''काय मग? ठीकंय ना?''

''अगदी! युरोपातल्या कोणत्याही देशात या बॉम्बर विमानाला टक्कर देऊ शकेल, असं काहीच नाहीये,'' लॉर्ड मेफील्ड म्हणाला.

''शत्रुपक्षाला सहज गुंडाळता येईल! मला तसं वाटलं होतं.''

''हवाई दल कायमच आकाशावर प्रभुत्व राखेल!'' लॉर्ड मेफील्ड ठामपणे म्हणाला.

सर जॉर्जने मोठा सुस्कारा सोडला.

''ही वेळ यायलाच हवी होती. चार्ल्स, आपण बराच काळ अशा अवघड, नाजूक परिस्थितीत होतो. युरोपभर अशांतता होती आणि आपणच तयार नव्हतो! आपण कसेबसे वाचलो आणि आपण कितीही भराभर बांधणी आणि निर्मिती केली तरी अजून धोका पूर्ण टळलेला नाहीये.''

लॉर्ड मेफील्ड पुटपुटला : ''तरीपण जॉर्ज, उशिरा सुरुवात करण्यातही काही फायदे असतात. युरोपातल्या बऱ्याचशा गोष्टी आत्ताच जुन्या झाल्या आहेत. आउट ऑफ डेट... आणि ते दिवाळखोरीच्या उंबरठ्यावर आहेत.''

''मला नाही वाटत त्यात फार काही अर्थ आहे,'' सर जॉर्ज उदासपणे म्हणाला. ''कोणता ना कोणता देश दिवाळखोरीत निघतोय अशा बातम्या सारख्या येतच असतात! पण तरी त्यांचं सगळं सुरळीत चालू राहतं. तुला माहितेय ना, या अर्थिक बाबी मला तरी रहस्यमयच वाटतात.''

लॉर्ड मेफील्डचे डोळे लुकलुकले. सर जॉर्ज नेहमीच प्रामाणिक, अनुभवी खलाशासारखा वाटायचा. काही लोक म्हणायचे की, तो मुद्दामहून तशी भूमिका घ्यायचा.

विषय बदलत कॅरिंग्टन उगाचच सहजतेचा आव आणून म्हणाला : ''मिसेस व्हँडरलिन चांगलीच आकर्षक आहे, नाही?''

लॉर्ड मेफील्ड म्हणाला, ''ती इथे काय करतेय असा विचार करतोयस की काय तू?'' त्याला गंमत वाटलेली त्याच्या नजरेत दिसत होती.

कॅरिंग्टन गोंधळला. ''नाही, नाही. अजिबात नाही...''

''हो, हो! तू असाच विचार करत होतास! काय हे जॉर्ज! तुला थोडं आश्चर्य वाटत होतं ना आणि तू विचार करत होतास की, मी त्या बाईचा पुढचा बळी आहे की काय!''

कॅरिंग्टन सावकाशीने म्हणाला, ''मी कबूल करतो की, तिला इथे पाहून मला जरा विचित्र वाटलं खरं... म्हणजे खासकरून याच वीकेंडला इथे पाहून.''

लॉर्ड मेफील्डने मान डोलावली. ''जिथे जिथे प्रेत असतं, तिथे तिथे गिधाडं गोळा होतात. आपल्याकडे एक असं प्रेत नक्कीच आहे आणि मिसेस व्हँडरलिनला नंबर एकचं गिधाड म्हणता येऊ शकतं!''

एअर मार्शल अचानक म्हणाला, ''तुला या व्हँडरलिन बाईबद्दल काही माहिती आहे का?''

लॉर्ड मेफील्डने एका सिगारचं टोक कापलं, ती व्यवस्थित पेटवली आणि मग मागे रेलून बसत तो काळजीपूर्वक शब्द निवडून बोलू लागला.

''मला मिसेस व्हँडरलिनबद्दल काय माहिती आहे? ती अमेरिकन नागरिक आहे हे माहीत आहे. तिचे तीन नवरे होऊन गेलेत. एक इटालिअन, एक जर्मन आणि एक रशियन आणि या लग्नांमुळे तिचे तीनही देशांमध्ये महत्त्वाचे 'संपर्क' तयार झाले आहेत. ती अत्यंत महागडे कपडे घालते आणि अत्यंत सुखासीन आयुष्य जगते हे मला माहीत आहे; पण तिला इतकं चैनीत कसं राहता येतं, त्यासाठी कुठून पैसा पुरवला जातो, याबद्दल जरा संदिग्धता आहे.''

हळूच हसत सर जॉर्ज पुटपुटला, ''चार्ल्स, तुझ्या हेरांनी चांगलं काम केलंय हं!''

''हो,'' असं म्हणून लॉर्ड मेफील्ड पुढे सांगू लागला, ''शिवाय ती अत्यंत आकर्षक आणि सुंदर आहे. समोरच्याला घायाळ करायचं कसब तिच्यात आहे. इतकंच नाही तर ती समोरच्याचं बोलणं चांगलं ऐकूनही घेते आणि आपण कामाचं बोलत असू तर त्यात रसही घेते म्हणजेच एखादा पुरुष तिला त्याच्या कामाबद्दल सगळं काही सांगेल आणि त्याला ती भासवेल की, तो अतिशय कुतूहलजनक माहिती देऊन एका लेडीचं मनोरंजन करतोय! बरेच तरुण अधिकारी अशाच प्रकारे बायकांना त्यांच्यात रस वाटण्याच्या नादात बरीच माहिती देऊन बसतात आणि मग त्यांच्या कारकिर्दीवर वाईट परिणाम होतो. त्यांनी मिसेस व्हँडरलिनला नको तितकी माहिती पुरवली आहे. या बाईचे बरेचसे मित्र हे लष्करात किंवा तत्सम दलांत आहेत. गेल्या हिवाळ्यात ती एका विशिष्ट परगण्यात शिकारीसाठी गेली होती. तिथे जवळच आमचा शस्त्रास्त्रांचा सगळ्यात मोठा कारखाना आहे आणि तिथे तिने बऱ्याच जणांशी मैत्री केली आणि ही केवळ साधीसुधी मैत्री नव्हती बरं का! थोडक्यात सांगायचं, तर मिसेस व्हँडरलिन अतिशय उपयोगी बाई आहे...'' असं म्हणून त्याने सिगारने हवेतल्या हवेत एक गोल काढून दाखवला, ''कदाचित कोणासाठी उपयोगी आहे ते नको बोलायला! फक्त असं म्हणू की, एका युरोपिअन सत्तेकरता उपयोगी आहे... आणि कदाचित एकापेक्षा जास्त युरोपिअन सत्तांकरता.''

कॅरिंग्टने मोठ्याने श्वास घेतला.

''तू माझ्या मनावरचं मोठंच ओझं कमी केलं आहेस, चार्ल्स.''

"तुला काय वाटलं, मी तिच्यासाठी वेडा झालोय? अरे मित्रा, जॉर्ज! मिसेस व्हँडरलिन पुरुषांना नादाला लावायच्या बाबतीत फारच उघड आहे आणि माझ्यासारख्या धूर्त मनुष्याला ते कळणार नाही का! शिवाय ती आता पूर्वीइतकी तरुणही राहिली नाहीये. तुझ्या तरुण अधिकाऱ्यांच्या ते लक्षात येत नसेल; पण मी छप्पन वर्षांचा आहे. चार वर्षांनी मी बहुतेक एक खवट म्हातारा झालेलो असेन, समाजातल्या तरुणांना वैताग आणणारा!"

"मी वेडेपणाच केला; पण तरी मला जरा विचित्र वाटलं होतं..." कॅरिंग्टन ओशाळवाणा होऊन माफी मागितल्याच्या सुरात म्हणाला.

"तुला विचित्र वाटलं ना की, या कौटुंबिक, जवळच्या स्नेह्यांच्या जेवणाच्या पार्टीला ती इथे कशी आली? अगदी बरोब्बर त्याच वेळी, जेव्हा तू आणि मी अनौपचारिकपणे बैठक घेणार होतो आणि हवाई दलाच्या सगळ्या अडचणी सोडवता येतील अशा क्रांतिकारी शोधाबद्दल बोलणार होतो... हो ना?"

सर जॉर्ज कॅरिंग्टनने मान डोलावली.

लॉर्ड मेफील्ड हसत म्हणाला, "म्हणूनच ती इथे आहे; पण ती गळाला लागावी म्हणून हे आमिष आहे."

'आमिष?'

"असं बघ जॉर्ज, सिनेमांच्या भाषेत बोलायचं झालं, तर या बाईवर आरोप लावता येईल, असा काहीच पुरावा आपल्याकडे नाहीये आणि आपल्याला तसं काहीतरी हाती लागायला हवंय! भूतकाळात ती नको तितक्या गोष्टींतून सहीसलामत सुटली आहे; पण ती अतिशय काळजीपूर्वक सगळं करते... फारच काळजीपूर्वक. आपल्याला माहीत आहे की ती काय करतेय; पण आपल्याकडे ठोस पुरावा नाहीये, त्यामुळेच काहीतरी मोठी बातमी हाती लागायचं आमिष तिला दाखवावं लागेल, जेणेकरून ती मोहात पडेल."

"म्हणजे नवीन बॉम्बर विमानाचे तपशील... असं काहीतरी?"

"बरोब्बर. ही बातमी इतकी मोठी पाहिजे की, ती माहिती मिळवण्यासाठी ती काहीतरी धोका पत्करेल... आणि उघड्यावर येईल आणि मग आपल्याला *तिला अडकवता येईल!*"

सर जॉर्ज हुंकारला. "ठीकंय... हे सगळं ठीकंय; पण जर तिने धोका नाही पत्करला तर?" त्याने विचारलं.

"मग फारच वाईट होईल," लॉर्ड मेफील्ड म्हणाला, "पण मला वाटतं ती धोका पत्करेल..."

तो उठला. "आपण बाहेरच्या खोलीत बायका बसल्यात तिथे जाऊ या का? तुझ्या बायकोला ब्रिज खेळायचं असतं ना, खेळू या."

सर जॉर्ज म्हणाला, ''ज्यूलियाला ब्रिज जरा अतिच आवडतं. ती मोठमोठ्या रकमा लावून खेळते. खरं तर तितकं तिला परवडत नाही आणि मी तिला तसं सांगूनही पाहिलंय; पण अडचण ही आहे की, ज्यूलिया जन्मजात जुगारी वृत्तीचीच आहे.''

मग टेबलाजवळून आपल्या यजमानाच्या दिशेने जात तो म्हणाला, ''तुझी योजना यशस्वी व्हावी, अशी माझी खरंच इच्छा आहे.''

बाहेरच्या खोलीतल्या संभाषणामध्ये बऱ्याचदा खंड पडत होता. मिसेस व्हँडरलिन जेव्हा इतर बायकांसोबत असायची, तेव्हा तिच्या व्यक्तिमत्त्वाचा काही फायदा व्हायचा नाही. तिचा आकर्षकपणा, छान ऐकून घेण्याचा गुण हा पुरुषांना जसा हवाहवासा वाटायचा तसा तो इतर बायकांना मुळीच वाटायचा नाही. लेडी ज्यूलिया अशी होती की, ती एक तर खूप चांगलं वागायची नाहीतर अगदीच वाईट आणि तिला मिसेस व्हँडरलिन आवडली नव्हती आणि मिसेस मॅकॅटा कंटाळवाणी वाटत होती. आपली ही नावड ती उघडपणे दाखवतही होती. संभाषणची गाडी फार पुढे जात नव्हती. मिसेस मॅकॅटा तिथे नसती, तर संभाषण पूर्णपणेच थांबलं असतं.

मिसेस मॅकॅटाला तिच्या कामाबद्दल खरोखरच तळमळ होती. मिसेस व्हँडरलिन तिला निरुपयोगी आणि बांडगुळासारखी चिकटणारी वाटल्याने तिने क्षणभरातच तिच्याकडे दुर्लक्ष केलं; पण लेडी ज्यूलियाला ती, तिने आयोजित केलेल्या एका देणगीच्या कार्यक्रमाबद्दल सांगत होती. लेडी ज्यूलियाने संदिग्धपणे काहीतरी उत्तर दिलं, जांभई दाबली आणि स्वतःतच गुंग झाली. चार्ल्स आणि जॉर्ज येत का नव्हते? हे पुरुष किती वैताग आणतात. ती स्वतःच्याच विचारात आणि चिंतांमध्ये गुंतल्यावर तिची उत्तरं अधिकाधिक तुटक आणि निष्काळजीपणे दिलेली होऊ लागली.

शेवटी एकदाचे ते दोन पुरुष जेव्हा त्या खोलीत आले, तेव्हा तिथे पूर्ण शांतता होती.

लॉर्ड मेफील्डच्या मनात आलं, 'ज्यूलिया आज बरी दिसत नाहीये. या बाईचा मूड किती बदलत असतो.'

पण मोठ्याने मात्र तो म्हणाला, ''एक डाव खेळायचा का?''

ब्रिजचं नाव ऐकताच ज्यूलियाच्या अंगात उत्साह संचारला. जणू ब्रिज हेच तिचं जीवन होतं.

त्याच वेळी रेजी त्या खोलीत आला आणि चार लोकांसाठीचा डाव मांडला गेला. लेडी ज्यूलिया, मिसेस व्हँडरलिन, सर जॉर्ज आणि रेजी पत्ते खेळायच्या टेबलाशी बसले. लॉर्ड मेफील्ड मिसेस मॅकॅटाशी बोलायला गेला.

दोन डाव खेळून झाल्यावर सर जॉर्जने नाटकीपणे घड्याळाकडे पाहिलं आणि म्हणाला, ''आता नवा डाव सुरू करण्यात काही अर्थ नाही.''

त्याची बायको वैतागली, ''अजून पावणे अकराच वाजलेत. एक लहान डाव खेळू शकतो.''

''ते कधीच लहान नसतात, प्रिये,'' सर जॉर्ज खेळकरपणे म्हणाला, ''असो; पण मला आणि चार्ल्सला जरा काम आहे.''

मिसेस व्हॅंडरलिन पुटपुटली, ''किती महत्त्वाचं वाटतंय हे! मला वाटतं तुमच्यासारख्या उच्च पदांवरच्या हुशार पुरुषांना कधीच खरी विश्रांती मिळत नसणार.''

''हो ना, आमच्यासाठी काही अठ्ठेचाळीस तासांच्या कामाचा आठवडा नसतो,'' सर जॉर्ज म्हणाला.

मिसेस व्हॅंडरलिन पुटपुटली, ''मला ना, अशी काहीच माहीत नसलेली अडाणी अमेरिकन असल्याची जरा लाजच वाटते; पण ज्या लोकांच्या हातात अख्ख्या देशाचं भवितव्य असतं, अशांना भेटायला मला फार *आवडतं.* सर जॉर्ज, माझा हा दृष्टिकोन तुला फारच ओबडधोबड वाटला असणार, हो ना?''

''मिसेस व्हॅंडरलिन, मी तुझा विचार कधीच अडाणी किंवा ओबडधोबड असा करणार नाही,'' तो म्हणाला.

तो तिच्या डोळ्यांत पाहून हसला. कदाचित, त्याच्या बोलण्यात किंचित उपहास होता, जो तिला जाणवला असावा. ती लगेचच रेजीकडे पाहून, डोळ्यांत डोळे घालून हसली.

''सॉरी आता आपण खेळातले पार्टनर नसू! तू फारच हुशारीने खेळलास मगाशी!''

आनंदून आणि लाजून लाल झालेला रेजी पुटपुटला, ''असंच आपलं जमलं जरा खेळायला!''

''नाही, नाही, तू खरंच हुशारी दाखवलीस. पत्ते कुठे असणार ते तू बरोब्बर ओळखलंस आणि त्यानुसार चाल खेळलास. मला तर ते फारच हुशारीचं वाटलं.''

लेडी ज्यूलिया अचानक उठली. ''ही बाई फारच मस्का मारतीये,'' तिच्या मनात तिरस्कारयुक्त विचार आला.

पण मग तिची आपल्या मुलावर नजर गेली आणि तिच्या डोळ्यांत मृदू भाव उमटला. 'त्याला ते सगळं खरं वाटत होतं. किती भाबडेपणाने त्याला आनंद झाला होता! किती भोळा होता तो. उगाच नाही तो नेहमी दुखावला जात. तो फारच विश्वास ठेवतो. खरी गोष्ट ही होती की, त्याचा स्वभाव फारच गोड होता. जॉर्ज तर त्याला अजिबातच समजून घ्यायचा नाही. पुरुष दुसऱ्याबद्दल मतं बनवताना जराही सहानुभूती दाखवत नाहीत. ते विसरूनच जातात की, तेहीं कधीकाळी असेच तरुण होते. जॉर्ज रेजीशी फारच कठोरपणे वागतो,' तिच्या मनात आलं.

मिसेस मॅक्टाही उठली. सगळ्यांनी एकमेकांचा निरोप घेतला.

तिघी बायका खोलीतून बाहेर गेल्या. लॉर्ड मेफील्डने स्वतःसाठी एक ड्रिंक बनवलं आणि एक सर जॉर्जला दिलं. तेवढ्यात मिस्टर कार्लाइल दाराशी आला.

''कार्लाइल, तू फाइल्स आणि सगळी कागदपत्रं काढून ठेवशील का? प्लॅन्स आणि त्याच्या प्रिंट्ससुद्धा काढून ठेव. मी आणि एअर मार्शल येतोच. आम्ही जरा आधी बाहेर एक चक्कर मारून येतो, काय जॉर्ज? पाऊसही थांबलाय.''

मिस्टर कार्लाइल बाहेर पडता पडता मिसेस व्हँडरलिनवर जवळपास आदळलाच. तिची पुटपुटत माफी मागत तो निघून गेला.

ती त्या दोघांच्या जवळ येत पुटपुटली, ''माझं पुस्तक कुठे गेलं? जेवायच्या आधी मी इथेच वाचत होते...''

रेजीने तत्परतेने पुस्तक घेत तिच्या हाती दिलं, ''हेच का? सोफ्यावर होतं.''

''हो, हो. थँक्यू.'' ती मधाळ हसली आणि 'गुडनाइट' म्हणून पुन्हा बाहेर पडली.

सर जॉर्जने एक फ्रेंच विंडो उघडली होती.

''छान हवा आहे बाहेर. चक्कर मारायची कल्पना छान आहे,'' तो म्हणाला.

रेजी म्हणाला, ''गुडनाइट सर, मी आता झोपायला जातो.''

''गुडनाइट बाळा,'' लॉर्ड मेफील्ड म्हणाला.

रेजीने मगाशी वाचत असलेलं डिटेक्टिव्ह कथांचं एक पुस्तक घेतलं आणि तो गेला.

लॉर्ड मेफील्ड आणि सर जॉर्ज बाहेर गच्चीवर गेले.

खूप सुंदर रात्र होती. आकाश निरभ्र झालं होतं आणि चांदण्या लुकलुकत होत्या.

सर जॉर्जने अचानक श्वास रोखून धरला.

''ही बाई जरा जास्तच सेंट वापरते,'' तो म्हणाला.

लॉर्ड मेफील्ड हसला, ''काहीही असो, हा सेंट चांगलाच महागडा आहे. बाजारातल्या सर्वांत महाग ब्रँडपैकी एक.''

सर जॉर्ज तोंड वाकडं करत म्हणाला, ''आपण त्या सेंटच्या सुवासाचे आभारच मानले पाहिजेत.''

''खरंय. स्वस्तातलं घाणेरडं सेंट लावलेली बाई मनुष्यजातीतली सगळ्यात तिरस्करणीय गोष्ट असेल!''

सर जॉर्जने आकाशाकडे नजर टाकली, ''आश्चर्यच आहे, इतक्या वेळात किती निरभ्र झालं आकाश! आपण जेवत होतो तेव्हा पाऊस होता.''

ते दोघं गच्चीवर फिरू लागले.

ती गच्ची संपूर्ण घराच्या लांबीइतकी मोठी होती. गच्चीखाली जमिनीला किंचित उतार होता आणि त्यामुळे तिथून ससेक्सची जंगलं मोठी सुंदर दिसत.

सर जॉर्जने सिगार पेटवली.

''या मिश्र धातूच्या...'' त्याने बोलायला सुरुवात केली.

मग दोघं तांत्रिक बाबी बोलू लागले.

पाचव्यांदा जेव्हा ते गच्चीच्या दूरवरच्या टोकाला चालत गेले, तेव्हा लॉर्ड मेफील्ड सुस्कारा सोडत म्हणाला, ''चला, मला वाटतं कामाला बसायला हवं आता.''

''हो. बरंच काम संपवायचं आहे.''

ते दोघं वळले, तर लॉर्ड मेफील्डच्या तोंडून आश्चर्योद्गार बाहेर पडला, ''अरे! ते बघ!''

''काय?'' सर जॉर्जने विचारलं.

''माझ्या अभ्यासिकेच्या खिडकीतून कोणीतरी गुपचूप गच्चीवर पळालं असं मला दिसलं.''

''काहीतरीच काय! मला काहीही दिसलं नाही.''

''मी पाहिलं... किंवा मला तसा भास झाला.''

''तुझे डोळे तुला फसवतायत. मी गच्चीच्याच दिशेने सरळ समोर पाहत होतो. जर काहीतरी असतं, तर मला दिसलंच असतं. मला सगळं काही बारीकसारीक नीट दिसतं. वर्तमानपत्र लांब धरलं, तर मला नीट वाचता येतं अजून.''

लॉर्ड मेफील्ड खिदळला, ''मला तर चश्म्याशिवाय वाचता येतं, जॉर्ज!''

''हो; पण तुला घरात दुसऱ्या टोकाला असलेला मनुष्य कधी कधी ओळखता येत नाही की तुझा चश्मा फक्त समोरच्यावर छाप पाडण्यासाठी घालतोस?''

हसत हसत ते दोघं लॉर्ड मेफील्डच्या अभ्यासिकेत शिरले. त्या खोलीची फ्रेंच विंडो उघडीच होती.

मिस्टर कार्लाइल तिजोरीपाशी उभा राहून एका फाइलमध्ये काही कागदपत्रं नीट लावत होता.

ते आत शिरताच त्याने वर पाहिलं.

''कार्लाइल, सगळं तयार आहे?''

''हो, लॉर्ड मेफील्ड. सगळे कागद तुमच्या टेबलावर ठेवले आहेत.''

ते भलंमोठं महोगनी लाकडाचं टेबल खिडकीपाशी होतं. लॉर्ड मेफील्ड तिथे जाऊन कागदपत्रं चाळून त्यांची वर्गवारी लावू लागला.

"काय छान रात्र आहे," सर जॉर्ज म्हणाला.

कार्लाइलने त्याला दुजोरा दिला, "हो. पावसानंतर चांगली उघडीप पडली आहे." फाइल बाजूला ठेवत मिस्टर कार्लाइलने विचारलं, "लॉर्ड मेफील्ड, आज रात्री माझं आणखी काही काम लागणार आहे का?"

"नाही, मला नाही वाटत कार्लाइल. मी ही कागदपत्रं आवरून ठेवीन. कारण, आम्हाला बराच उशीर होऊ शकतो. तू झोपायला गेलास तरी चालेल."

"थँक्यू. गुडनाइट, लॉर्ड मेफील्ड. गुडनाईट, सर जॉर्ज."

"गुडनाइट कार्लाइल."

तो सचिव खोलीतून बाहेर जाणार तेवढ्यात लॉर्ड मेफील्ड तीक्ष्णपणे म्हणाला, "एक मिनिट कार्लाइल. तू सगळ्यात महत्त्वाची कागदपत्रं विसरलायस."

"काय म्हणालात, लॉर्ड मेफील्ड!"

"अरे, त्या बॉम्बरचे प्रत्यक्षातले प्लॅन्स कुठे आहेत?"

कार्लाइल चकित होऊन पाहतच राहिला.

"सगळ्यात वरती ठेवले होते सर."

"नाहीयेत."

"पण मी आत्ताच ठेवले होते."

"तूच बघ येऊन."

गोंधळलेल्या चेहऱ्याने कार्लाइल तिथे येऊन पाहू लागला.

संयम संपलेल्या लॉर्ड मेफील्डने त्या गठ्ठ्याकडे बोट दाखवलं. कार्लाइलने त्यात शोधलं. त्याचा चेहरा अधिकच गोंधळून गेला.

"बघितलंस, ते कागद नाहीयेत इथे!"

सचिव चाचरत म्हणाला, "पण... पण हे अशक्य वाटतंय! तीनेक मिनिटांपूर्वीच मी ते इथे ठेवले होते."

लॉर्ड मेफील्ड खेळकर स्वरात म्हणाला, "अरे काहीतरी चूक झाली असेल, ते अजून तिजोरीतच असतील."

"मला कळतच नाहीये... मी *नक्की* ठेवले होते..."

लॉर्ड मेफील्ड तिजोरी उघडायला गेला. सर जॉर्जही आला. काही मिनिटांतच त्यांच्या लक्षात आलं की, बॉम्बरचे प्लॅन्स तिथे नव्हते.

तिघांनाही धक्का बसला होता आणि विश्वासच बसत नव्हता. ते तिघं टेबलाशी आले आणि पुन्हा पुन्हा तिथले गठ्ठे उलटेपालटे करून शोधू लागले.

"अरे देवा! ते कागद गायब झालेत!" लॉर्ड मेफील्ड ओरडला.

मिस्टर कार्लाइल ओरडला, "पण ते कसं शक्य आहे?"

''या खोलीत कोण आलं होतं?''

''कोणी नाही. अगदी कोणीच नाही.''

''हे बघ कार्लाइल, ते कागद काही हवेत विरून गेले नाहीयेत! कोणीतरी ते पळवलेत. मिसेस व्हँडरलिन इथे आली होती का?''

''मिसेस व्हँडरलिन? नाही, सर!''

''मलाही नाही वाटत तसं,'' कॅरिंग्टन म्हणाला. त्याने हवा हुंगून पाहिली. ''ती येऊन गेली असती, तर सेंटचा वास इथे रेंगाळत राहिला असता.''

''कोणीच इथे आलं नाहीये. मला कळतच नाहीये काय झालं...'' कार्लाइल म्हणाला.

''हे बघ, कार्लाइल. सावर स्वतःला,'' लॉर्ड मेफील्ड म्हणाला, ''या प्रकरणाच्या खोलात जायलाच हवं. ते प्लॅन्स तिजोरीत होते हे तू खात्रीपूर्वक सांगू शकतोस?''

''अगदी नक्की.''

''तू ते प्रत्यक्ष पाहिलेस? ते इतर कागदपत्रांमध्ये असतील असं गृहीत धरलं नाहीस ना?''

''नाही, नाही, लॉर्ड मेफील्ड. मी ते पाहिले होते आणि मी ते टेबलावरच्या गठ्ठ्याच्या वरच ठेवले.''

''आणि तेव्हापासून तू म्हणतोयस की, कोणीच खोलीत आलं नाही? तू खोलीतून बाहेर गेला होतास का?''

''नाही... म्हणजे... हो.''

''हां! आता आपण तिथपर्यंत पोहोचायला लागलोय!'' सर जॉर्ज ओरडला.

लॉर्ड मेफील्ड तीक्ष्णपणे म्हणाला, ''पण कशासाठी तू....''

तेवढ्यात कार्लाइल म्हणाला, ''लॉर्ड मेफील्ड, नेहमीची परिस्थिती असती तर मी असे महत्त्वाचे कागद टेबलावर असताना, खोलीतून बाहेर जायचा विचारही केला नसता; पण मला एका बाईची किंकाळी ऐकू आली...''

''बाईची किंकाळी?'' लॉर्ड मेफील्ड आश्चर्याने उद्‌गारला.

''हो, लॉर्ड मेफील्ड. मी तर फारच दचकलो. मी हे कागद टेबलावर ठेवतच होतो, तेवढ्यात मला ती किंकाळी ऐकू आली आणि मी धावतच बाहेरच्या हॉलमध्ये गेलो.''

''कोण किंचाळलं होतं?''

''मिसेस व्हँडरलिनची फ्रेंच नोकराणी. ती जिन्याच्या मध्यावर उभी होती. ती पांढरीफटक पडली होती आणि थरथर कापत होती. ती म्हणाली की तिने भूत पाहिलं.''

"भूत पाहिलं?"

"हो. एक उंच बाई पांढऱ्या कपड्यात आवाज न करता तरंगत चालली होती म्हणे."

"काय मूर्खपणा आहे!"

"हो ना, मीही तिला तेच म्हणालो. मग ती चांगलीच शरमल्यासारखी वाटली मला. ती पायऱ्या चढून वर गेली आणि मी परतलो."

"हे सगळं किती मिनिटांपूर्वी घडलं?"

"तुम्ही येण्याच्या मिनिट दोन मिनिटं आधी असेल."

"आणि तू किती वेळ खोलीबाहेर होतास?"

सचिवाने विचार केला. तो म्हणाला, "दोन मिनिटं. फार तर तीन."

"म्हणजे पुरेसा वेळ होता," लॉर्ड मेफील्ड कुरकुरत म्हणाला. अचानक त्याने त्याच्या मित्राचा दंड पकडला.

"जॉर्ज, मला जी सावली दिसली, याच खिडकीजवळून पळून जाताना... तेच असणार! कार्लाइल खोलीतून बाहेर जाताक्षणी त्या व्यक्तीने आत शिरून प्लॅन्स पळवले आणि ती पळून गेली."

"फारच भयंकर," सर जॉर्ज म्हणाला. मग लॉर्ड मेफील्डचा दंड पकडत तो म्हणाला, "हे बघ चार्ल्स, हे फारच भयंकर आहे! आपण आता काय करणार आहोत?"

"चार्ल्स, निदान एकदा तसं करून तर पाहू."

अर्धा तास झाला होता. ते दोघं लॉर्ड मेफील्डच्या अभ्यासिकेत बसले होते. सर जॉर्ज चार्ल्सला समजावत होता की, त्याच्या एका मित्राला या प्रकरणाच्या शोधासाठी बोलावून घेऊ.

लॉर्ड मेफील्ड आधी अजिबात तयार नव्हता; पण हळूहळू तो ती कल्पना अजमावायला तयार होऊ लागला.

सर जॉर्ज म्हणाला, "चार्ल्स, असा आडमुठेपणा करू नकोस."

लॉर्ड मेफील्ड म्हणाला, "आपल्याला अनोळखी असलेल्या एका परदेशी मनुष्याला यात कशाला आणायचं?"

"पण मी त्याला बरंच ओळखतो. तो विलक्षण मनुष्य आहे."

"हं."

"इकडे बघ, चार्ल्स, हीच एक संधी आहे! या प्रकरणाची अजिबात वाच्यता व्हायला नकोय आपल्याला. जर ही बातमी फुटली..."

''जर फुटली नाही... जेव्हा फुटेल *तेव्हा*, असं म्हण!''

''असं होईलच असं काही नाही. हा मनुष्य, एर्क्युल प्वारो...''

''इथे येईल आणि जादूगाराने हॅटमधून ससा काढावा तसा जादूने आपले प्लॅन्स आणेल, असं म्हणायचंय ना तुला?''

''तो सत्य शोधून काढेल आणि आपल्याला सत्यच जाणून घ्यायचंय. हे बघ, चार्ल्स, मी सगळी जबाबदारी माझ्यावर घेतो.''

लॉर्ड मेफील्ड सावकाशपणे म्हणाला, ''बरं... ठीकंय. तुला हवं तसं कर; पण हा मनुष्य काय करू शकेल ते मला कळत नाहीये...''

सर जॉर्जने फोन उचलला, ''मी आता त्याला फोन करतोय.''

''तो आत्ता झोपला असेल.''

''असू दे. उठेल तो. चार्ल्स, त्या बाईला असं सहजी सोडून देता कामा नये!''

''मिसेस व्हँडरलिनला ना?''

''हो. या सगळ्यामागे तिचाच हात असणार. तुलाही असंच वाटतंय ना?''

''मला तसं नाही वाटत. तिने सूड म्हणून माझ्यावरच हे प्रकरण उलटवलंय. मला हे कबूल करायला आवडत नाहीये; पण तिने फारच हुशारी दाखवली आहे. वरवर पाहता हे तिचंच काम वाटतंय खरं; पण मला माहीत आहे की, मी म्हणतोय ते बरोबर आहे. आपल्याला तिच्या विरुद्ध काहीच सिद्ध करता येणार नाही आणि तरीही आपल्याला माहीत आहे की, या सगळ्या प्रकरणाच्या मुळाशी तीच आहे.''

''बायका या सैतानच असतात,'' सर जॉर्ज रागाने म्हणाला.

''तिच्याशी याचा संबंध जोडता येईल, असं आपल्या हाती काहीच नाही! आपण असं म्हणू शकतो की, तिने मुद्दाम तिच्या नोकराणीला किंकाळी फोडायला लावली आणि इथून जो मनुष्य कागद घेऊन पळाला तो तिचा साथीदार असेल; पण यातली गोम अशी की, आपण यातलं काहीच सिद्ध करू शकत नाही.''

''कदाचित एर्क्युल प्वारो करू शकेल.''

अचानक लॉर्ड मेफील्ड हसला. ''देवा रे! जॉर्ज, तू एखाद्या फ्रेंच मनुष्यावर इतका विश्वास टाकशील, असं मला कधीच वाटलं नव्हतं! मग तो किती का हुशार असेना.''

''खरं तर तो फ्रेंचसुद्धा नाहीये. तो बेल्जियन आहे,'' ओशाळवाणा चेहरा करून सर जॉर्ज म्हणाला.

''ठीकंय. तुझ्या या बेल्जियन मनुष्याला बोलावून घे. बघू तो काय करतोय; पण आपल्यापेक्षा जास्त किंवा वेगळं काही तो करू शकेल, असं मला अजिबात वाटत नाही.''

यावर काहीही न बोलता सर जॉर्जने फोन लावला.

डोळे उघडमीट करत एर्क्युल प्वारोने एकाकडून दुसऱ्याकडे पाहिलं आणि जांभई दाबली.

रात्रीचे अडीच वाजले होते. त्याला झोपेतून उठवून, अंधारातच एका रोल्स रॉइसमधून भर्रकन इकडे आणलं गेलं होतं. नुकतीच त्या दोघांनी त्याला सगळी कहाणी सांगितली होती.

''ही सगळी तथ्यं आहेत मिस्टर प्वारो,'' लॉर्ड मेफील्ड म्हणाला.

असं म्हणून लॉर्ड मेफील्ड मागे रेलला आणि त्याने एकाच डोळ्यावर लावायचा आपला चश्मा ठीकठाक केला. त्या चश्म्यातून त्याचा धूर्त, चाणाक्ष डोळा प्वारोकडे बारीक लक्ष ठेवून होता. त्याची नजर नुसती धूर्त नव्हती, तर त्यात अविश्वास आणि उपहासही दिसत होता. प्वारोने पटकन सर जॉर्ज कॅरिंग्टनकडे कटाक्ष टाकला.

सर जॉर्ज एखाद्या लहान मुलासारखा आशाळभूत चेहऱ्याने प्वारोकडे पाहत होता.

प्वारो सावकाशपणे म्हणाला, ''हं, तथ्यं तर समजली मला. ती नोकराणी किंचाळली, सचिव बाहेर धावला, कोणीतरी अनामिक व्यक्ती आत शिरली, टेबलावर प्लॅन्स होते, ते त्याने पळवले. ही सगळी तथ्यं... ही फारच सोईस्कर वाटतायत.''

त्याने शेवटचं वाक्य असं काहीतरी उच्चारलं की, लॉर्ड मेफील्डचं लक्ष वेधलं गेलं. तो जरा ताठ बसला, त्याचा चश्मा खाली पडला. असं वाटलं की, तो आता नव्याच सावधपणे लक्ष देऊन ऐकतो आहे.

''काय म्हणालास, मिस्टर प्वारो?''

''लॉर्ड मेफील्ड, मी म्हणालो की सगळी तथ्यं फारच सोईस्कर वाटतायत.... म्हणजे त्या चोराच्या दृष्टीने. बरं, मला सांग, तुला जी सावली दिसली ती नक्की *पुरुषाचीच* होती का?''

लॉर्ड मेफील्डने मान हलवली.

''ते मी नाही सांगू शकत. ती फक्त... फक्त सावली होती. खरं तर मला सावली तरी दिसली की नाही याचीही मगाशी मला खात्री वाटत नव्हती.''

प्वारोने आपली नजर आता एअर मार्शलकडे वळवली.

''सर जॉर्ज, तू सांगू शकशील का की, तो पुरुष होता की बाई?''

''मला तर कोणीच दिसलं नाही.''

प्वारोने विचार करत मान डोलावली. मग अचानक तो टुणकन उठला आणि टेबलाशी गेला.

''ते प्लॅन्स तिथे नाहीयेत याची मी खात्री देतो,'' लॉर्ड मेफील्ड म्हणाला, ''आम्ही तिघांनीही सहाएक वेळा तरी शोधले आहेत तिथे.''

"तिघांनीही? म्हणजे तुझा सचिवही का?"

"हो. कार्लाइल."

प्वारो अचानक वळला आणि त्याने विचारलं, "मला सांग, लॉर्ड मेफील्ड, तू जेव्हा टेबलाशी पहिल्यांदा गेलास, तेव्हा सगळ्यात वरती कोणता कागद होता?"

लॉड मेफील्ड आठ्या घालून आठवू लागला.

"अं... हां, आठवलं. आमच्या एअर डिफेन्स पोझिशन्सचा काहीतरी कच्चा आराखडा होता."

झटकन प्वारोने एक कागद गठ्ठ्यातून बाहेर ओढला आणि त्या दोघांपाशी आणला.

"हाच होता का?" त्याने विचारलं.

लॉर्ड मेफील्डने तो हातात घेऊन पाहिला. "हो, हाच होता."

प्वारोने तो कागद कॅरिंग्टनकडे नेला.

"तुला हा कागद टेबलावर पाहिल्याचं आठवतंय?"

सर जॉर्जने तो हातात घेऊन लांब धरला आणि आपला चश्मा घातला.

"हो बरोबर. मीही तिथले कागद शोधले होते. कार्लाइल आणि मेफील्डसोबत. हाच वरती होता."

प्वारोने विचार करत मान डोलावली. त्याने तो कागद पुन्हा टेबलावर ठेवला. मेफील्डने त्याच्याकडे किंचित गोंधळलेल्या नजरेने पाहिलं.

"आणखी काही प्रश्न असतील तर..." तो बोलू लागला.

"हो, अर्थातच. एक प्रश्न आहे. कार्लाइल. कार्लाइल हाच प्रश्न आहे!"

लॉर्ड मेफील्डचा चेहरा लाल झाला.

"मिस्टर प्वारो, कार्लाइल संशयित नाही! तो गेल्या नऊ वर्षांपासून माझा खासगी सचिव आहे. त्याला माझी सगळी खासगी कागदपत्रं कधीही पाहता येतात आणि मी हे सांगू शकतो की, त्याला जर हे प्लॅन्स हवे असते आणि तपशिलांचं ट्रेसिंग हवं असतं तर कोणाच्याही नकळत तो ते कधीही करू शकला असता."

"तुझा मुद्दा मला मान्य आहे," प्वारो म्हणाला, "जर तोच यामागे असला तर त्याला असं ढिसाळ चोरीचं नाटक करायची काही गरजच नव्हती."

"ते काहीही असो; पण माझा कार्लाइलवर विश्वास आहे. मी त्याची खात्री देऊ शकतो," लॉर्ड मेफील्ड म्हणाला.

"कार्लाइल चांगला आहे तसा," कॅरिंग्टन घोगरट आवाजात म्हणाला.

"आणि ही मिसेस व्हँडरलिन, पूर्णपणे चूक आहे का?" प्वारोने हात पसरून विचारलं.

''हो, चूकच आहे,'' सर जॉर्ज म्हणाला.

पण लॉर्ड मेफील्ड जरा जास्त तोलूनमापून बोलत म्हणाला, ''मिस्टर प्वारो, मला वाटतं की, मिसेस व्हँडरलिन काय करते याबद्दल शंका घ्यायला वाव नाहीये. परराष्ट्र खात्याचं कार्यालय तुला त्याबद्दल जास्त माहिती देऊ शकेल.''

''आणि तुम्हाला असं वाटतंय की, ती नोकराणी तिच्या मालकिणीबरोबर यात गुंतलेली आहे?''

''हो, शंकाच नाही,'' सर जॉर्ज म्हणाला.

''मलाही तशी शक्यता वाटते आहे,'' लॉर्ड मेफील्ड सावधपणे म्हणाला.

काही क्षण कोणीच बोललं नाही. प्वारोने सुस्कारा सोडला. मग उजव्या हाताच्या टेबलावरच्या एकदोन गोष्टी त्याने त्याच्याही नकळत नीट करून ठेवल्या.

''ही कागदपत्रं पैशांचंच प्रतिनिधित्व करतात ना? म्हणजे चोरीच्या कागदांमधून एखाद्याला भरपूर रोकड पैसा कमावता येईल ना?''

''ते कागद काही विशिष्ट प्रदेशात दिले, तर हो.''

''म्हणजे कोणते प्रदेश?''

सर जॉर्जने दोन युरोपिअन सत्तांची नावं सांगितली.

प्वारोने मान डोलावली.

''हे *कोणालाही* माहीत असेल, बरोबर?''

''मिसेस व्हँडरलिनला ते बरोबर माहीत असेल.''

''मी 'कोणालाही' असं म्हणालो.''

''अं, हो.''

''ज्या कोणत्याही व्यक्तीला एक किमान बुद्धिमत्ता आहे, तिला या कागदांची किंमत रोकड पैशात किती होईल याचा अंदाज येईल?''

''हो; पण मिस्टर प्वारो...'' लॉर्ड मेफील्ड आता अस्वस्थ झालेला दिसत होता.

प्वारोने हातानेच त्याला थांबवलं.

''मी सगळे पैलू तपासून पाहतोय,'' तो म्हणाला.

अचानक तो पुन्हा उठला, खिडकीतून बाहेर गेला आणि विजेरीच्या प्रकाशात त्याने गच्चीच्या दुसऱ्या टोकाच्या पलीकडचं गवत तपासलं.

ते दोघं त्याच्याकडे बघत बसले.

तो आत येऊन बसला आणि म्हणाला, ''मला सांग, लॉर्ड मेफील्ड, हा जो कोण सावली म्हणून दिसला, ज्याने कागद पळवले असावेत, त्याचा पाठलाग करायला तू कोणाला पाठवलं नाहीस?''

लॉर्ड मेफील्डने खांदे उडवले. ''बागेच्या टोकाला गेल्यावर त्याला सरळ रस्त्यावर जाता आलं असतं. तिथे जर एखादी गाडी वाट पाहत थांबली असेल, तर तो कधीचा दूर गेलेला...''

''पण पोलीस तर असतात ना...''

सर जॉर्ज म्हणाला, ''तू विसरतोयस, मिस्टर प्वारो की, या बातमीची *वाच्यता* आम्हाला नकोय. हे प्लॅन्स चोरीला गेलेत ही बातमी जर फुटली तर आमच्या पक्षासाठी ते भयंकर वाईट ठरेल.''

''अरे हो, मला *राजकारणाचाही* विचार करायला हवा,'' प्वारो म्हणाला, ''सगळं गुपचूप व्हायला हवं म्हणून पोलिसांऐवजी तुम्ही मला बोलावलंत. हं... मला वाटतं ते कमी गुंतागुंतीचं ठरलं असेल.''

''यात यश मिळण्याची तुला आशा वाटते, मिस्टर प्वारो?'' अचानक लॉर्ड मेफील्डने विचारलं. त्याच्या स्वरात किंचित अविश्वास जाणवत होता.

लहानखुऱ्या प्वारोने खांदे उडवले. ''का नाही? मला फक्त कारणमीमांसा करायला हवी... विचार करायला हवा.'' क्षणभर थांबून तो म्हणाला, ''मला आता मिस्टर कार्लाइलला भेटायचं आहे.''

''नक्कीच,'' लॉर्ड मेफील्ड उठत म्हणाला. ''मी त्याला थांबायला सांगितलं होतं. तो असेल इथेच कुठेतरी.''

तो खोलीतून बाहेर गेला.

प्वारोने सर जॉर्जकडे पाहिलं.

''मला सांग, गच्चीवर दिसलेला तो मनुष्य...?''

''मिस्टर प्वारो, मला खरंच विचारू नकोस! मी त्याला पाहिलंच नाही, त्यामुळे त्याचं वर्णन करताच येणार नाही.''

प्वारो पुढे झुकला, ''ते तू आधीच सांगितलं आहेस; पण हे त्यापेक्षा जरा वेगळं आहे, हो ना?''

''काय म्हणायचंय तुला?'' सर जॉर्जने अचानक विचारलं.

''कसं सांगू? तुझा हा अविश्वास... तो बराच गाढ आहे.''

सर जॉर्ज काहीतरी बोलणार होता; पण थांबला.

''पण हे खरंय, हो ना,'' प्वारो त्याला बोलायला उद्युक्त करत म्हणाला, ''सांग मला. तुम्ही दोघंही गच्चीच्या टोकाला होतात. लॉर्ड मेफील्डला एक सावली खिडकीतून गुपचूप बाहेर पडून गवतावरून पळून जाताना दिसली. मग तुला ती सावली का दिसली नाही?''

कॅरिंग्टन त्याच्याकडे पाहत राहिला.

''मिस्टर प्वारो, तू अगदी बरोबर ओळखलंस. मी तेव्हापासूनच याच मुद्द्याची चिंता करत होतो. त्या खिडकीतून कोणीही बाहेर पडलं नाही हे मी शपथेवर सांगू शकतो. मला वाटलं की, मेफील्डला भास झाला... झाडाची फांदी हलताना दिसली असेल किंवा तसंच काहीतरी आणि मग जेव्हा आम्ही आत आलो आणि चोरी झाल्याचं कळलं, तेव्हा मला वाटलं की, कदाचित मेफील्डचं बरोबर होतं आणि माझं चूक आणि तरीही...''

प्वारो हसला.

''आणि तरीही तुला मनातून तुझ्याच नजरेवर म्हणजे तुला जे दिसलं नाही त्याच्यावर पूर्ण विश्वास वाटतोय, हो ना?''

''हो, मिस्टर प्वारो.''

प्वारो अचानक हसला, ''तू किती शहाणा आहेस.''

सर जॉर्जने अचानक विचारलं, ''गवताच्या कडेकडेला कोणाच्याच पावलांचे ठसे नव्हते ना?''

प्वारोने मान डोलावली.

''अगदी बरोबर. लॉर्ड मेफील्डला सावली दिसल्याचा भास झाला. मग तुम्हाला चोरी झाल्याचं कळलं आणि त्याचा भास आता भास नव्हता. त्याने खरोखरच एक मनुष्य पाहिला, असं तो म्हणू लागला! पण तसं घडलेलं नाही. मी खरं तर पावलांचे ठसे वगैरे अशा पुराव्यांना फारसं महत्त्व देत नाही; पण तरीही *तसे ठसे तिथे नाहीत हे नक्की.* आजच संध्याकाळी भरपूर पाऊस झालाय. जर एखादा मनुष्य गच्चीवरून पळत जाऊन गवतावरून गेला असता, तर त्याचे ठसे नक्कीच उमटायला हवेत.''

सर जॉर्ज अडखळत म्हणाला, ''पण म्हणजे... याचा अर्थ...''

''याचा अर्थ आपल्याला घरातच शोध घ्यायला हवा. घरातल्याच लोकांवर संशयाची सुई येते.''

तेवढ्यात लॉर्ड मेफील्ड कार्लाइलला घेऊन खोलीत आला आणि प्वारो बोलायचा थांबला.

तो सचिव अजूनही फिकुटलेला आणि चिंतित दिसत असला तरी बराच सावरला होता. आपला चश्मा ठीकठाक करत तो बसला आणि प्वारोकडे प्रश्नार्थक नजरेने पाहू लागला.

''तू ती किंकाळी ऐकलीस त्याच्या किती वेळ आधीपासून तू या खोलीत होतास?''

कार्लाइल विचार करत म्हणाला, ''पाच ते दहा मिनिटं असेल.''

''आणि त्यापूर्वी कोणत्याही प्रकारचा व्यत्यय आला नाही?''

''नाही.''

''माझ्या माहितीप्रमाणे घरी जी पार्टी होती ती जवळपास संध्याकाळभर एकाच खोलीत चालू होती?''

''हो. बैठकीच्या खोलीत.''

प्वारोने आपल्या वहीत पाहिलं.

''सर जॉर्ज कॅरिंग्टन आणि त्याची पत्नी. मिसेस मॅकॅटा. मिसेस व्हँडरलिन. मिस्टर रेजी कॅरिंग्टन, लॉर्ड मेफील्ड आणि तू स्वतः. बरोबर?''

''मी बैठकीच्या खोलीत नव्हतो. मी संध्याकाळचा बराचसा वेळ काम करत होतो.''

प्वारो लॉर्ड मेफील्डकडे वळून म्हणाला, ''पहिल्यांदा झोपायला कोण गेलं?''

''मला वाटतं लेडी ज्यूलिया कॅरिंग्टन; पण खरं तर त्या तिघीही बायका एकत्रच खोलीतून बाहेर पडल्या.''

''आणि मग?''

''मिस्टर कार्लाइल आला आणि मी त्याला कागदपत्रं बाहेर काढून ठेवायला सांगितलं. सर जॉर्ज आणि मी मिनिटभरात येतोच असं सांगितलं.''

''तेव्हा तुम्ही बाहेर चक्कर मारायची ठरवली का?''

''हो.''

''तुम्ही अभ्यासिकेत काम करत बसणार आहात असं मिसेस व्हँडरलिनच्या उपस्थितीत तुम्ही बोललात का?''

''हो.''

''पण तू कार्लाइलला कागद काढून ठेवायला सांगितलेस, तेव्हा ती खोलीत नव्हती ना?''

''नाही.''

''माफ करा लॉर्ड मेफील्ड,'' कार्लाइल म्हणाला, ''तुम्ही मला हे सांगितलंत त्याच्या पुढच्याच क्षणी मी दारात तिच्यावर धडकलो होतो. ती तिचं पुस्तक घ्यायला परत आली होती.''

''म्हणजे कदाचित तिने सगळं ऐकलं असेल?''

''हो, शक्य आहे.''

''ती पुस्तक घ्यायला परत आली...'' प्वारो विचार करत म्हणाला, ''लॉर्ड मेफील्ड, तू तिला तिचं पुस्तक दिलंस का?''

''रेजीने दिलं.''

''ओऽह, अच्छा! ही एक जुनीच युक्ती आहे... पुस्तक वगैरे घ्यायला खोलीत परत येण्याची... बऱ्याचदा ती चांगली उपयुक्तही ठरते!''

''तुला वाटतं तिने तसं मुद्दाम केलं?''

प्वारोने खांदे उडवले. ''आणि त्यानंतर तुम्ही दोघं गच्चीवर गेलात आणि मिसेस व्हँडरलिन?''

''ती तिचं पुस्तक घेऊन गेली.''

''आणि रेजी? तोही झोपायला गेला का?''

''हो.''

''आणि मिस्टर कार्लाइल इथे आला, त्यानंतर पाच-दहा मिनिटांनी त्याला किंकाळी ऐकू आली. पुढे सांग मिस्टर कार्लाइल. किंकाळी ऐकून तू हॉलमध्ये गेलास. तू नक्की काय केलंस ते तसंच्या तसं दाखवलंस तर बरं होईल जास्त.''

मिस्टर कार्लाइल जरा अवघडून उठला.

''मी किंचाळतो,'' असं म्हणून प्वारो जोरात किंचाळला. लॉर्ड मेफील्डने हसू लपवायला तोंड वळवलं. मिस्टर कार्लाइल आता जास्तच अवघडलेला दिसू लागला.

''चल चल, दाखव!'' प्वारो ओरडून म्हणाला, ''आत्ता तुझ्या कृतीसाठीच तर मी किंचाळून दाखवलं ना.''

मिस्टर कार्लाइल ताठरपणे दाराशी चालत गेला आणि ते उघडून बाहेर पडला. प्वारो त्याच्या मागे गेला. दुसरे दोघंही मागोमाग आले.

''तू हे दार बंद करून बाहेर गेलास की उघडंच ठेवलंस?''

''मला आठवत नाही. मला वाटतं उघडंच ठेवलं असेन.''

''ठीकंय. पुढे दाखव.''

अजूनही अतिशय अवघडून ताठपणे चालत तो जिन्यापाशी गेला आणि वर बघत उभा राहिला.

प्वारो म्हणाला, ''ती नोकराणी पायऱ्यांवर होती असं म्हणालास ना? नक्की कुठे उभी होती?''

''अर्ध्या जिन्यात.''

''आणि ती घाबरलेली दिसत होती.''

''हो, अगदी.''

''अच्छा! मी आता नोकराणी होतो,'' असं म्हणून प्वारो चपळपणे पायऱ्या चढून वर गेला. ''साधारण इथे?''

''आणखी एकदोन पायऱ्या वर.''

''इथे?'' असं म्हणून प्वारोने घाबरल्याचं नाटक केलं.

''अं... खरं तर असं नाही.''

''मग कसं?''

''तिने हातांनी डोकं धरलेलं होतं.''

''ओऽह! हातांनी डोकं धरलं होतं! हे फारच कुतूहलजनक आहे! असं का?'' प्वारोने हात वर करून कानांच्या जरा वर डोक्यावर ठेवले.

''हो असंच.''

''अच्छा! आता, मिस्टर कार्लाइल, मला सांग की, ती दिसायला सुंदर आहे का?''

''खरं तर माझं त्याकडे लक्षही नव्हतं,'' कार्लाइलचा आवाज दडपल्यागत वाटत होता.

''ओऽह! तुझं लक्ष गेलं नाही? पण तू तर एक तरुण मनुष्य आहेस. एखादी मुलगी सुंदर असेल, तर तरुण मुलांच्या लक्षात येत नाही का?''

''खरंच, मिस्टर प्वारो, मी इतकंच म्हणू शकतो की, माझ्या लक्षात आलं नाही.''

कार्लाइलने अस्वस्थपणे आपल्या मालकाकडे पाहिलं. सर जॉर्ज कॅरिंग्टन अचानक हसला.

''तू वाईट असल्याचं दाखवून द्यायचं असं मिस्टर प्वारोने ठरवलेलंच दिसतंय!'' तो म्हणाला.

''एखादी मुलगी सुंदर असेल, तर माझ्या नेहमीच लक्षात येतं,'' पायऱ्या उतरताना प्वारो म्हणाला.

मिस्टर कार्लाइल त्यावर काहीच बोलला नाही; पण तो रागावला होता हे दिसत होतं. प्वारो मात्र बोलत राहिला.

''तेव्हाच तिने ही भुताची गोष्ट सांगितली का?''

'हो.'

''तुझा त्या गोष्टीवर विश्वास बसला?''

''अजिबात नाही, मिस्टर प्वारो!''

''म्हणजे तुझा भुतांवर विश्वास आहे का असं मला नव्हतं विचारायचं. माझ्या म्हणण्याचा अर्थ असा की, त्या मुलीने खरंच काहीतरी पाहिलं असं तिला वाटत होतं, यावर तुझा विश्वास बसला का?''

''अच्छा, तसं विचारत असाल तर माहीत नाही. ती धापा टाकत होती आणि घाबरलेली दिसत होती.''

''तुला तिच्या मालकिणीचा आवाज आला का किंवा तू तिला पाहिलंस का?''

''अं, खरं तर हो. ती तिच्या खोलीतून बाहेर जिन्याच्या वरच्या गॅलरीसारख्या भागात आली आणि तिने नोकराणीला हाक मारली – 'लिओनी'!''

''आणि मग?''

''मग ती मुलगी वर पळाली आणि मी पुन्हा अभ्यासिकेत आलो.''

''तू इथे पायऱ्यांच्या खाली उभा असताना तू उघड्या ठेवलेल्या दारातून कोणी अभ्यासिकेत जाऊ शकलं असतं का?''

कार्लाइलने मान हलवली. ''माझ्या शेजारून न जाता शक्यच नाही. अभ्यासिकेचं दार पॅसेजच्या टोकाला आहे ना. तुम्हाला दिसतंच आहे.''

प्वारोने विचारपूर्वक मान डोलावली. मिस्टर कार्लाइल काळजीपूर्वक, नेटक्या शब्दांत बोलू लागला, ''मी असं म्हणू शकतो की, लॉर्ड मेफील्डने चोराला अभ्यासिकेच्या खिडकीतून पळून जाताना प्रत्यक्ष पाहिलं, त्याबद्दल मी आभारच मानले पाहिजेत. नाही तर मी स्वतः अतिशय अवघड आणि वाईट परिस्थितीत सापडलो असतो.''

''काहीतरीच काय, कार्लाइल!'' लॉर्ड मेफील्ड अधीरपणे म्हणाला, ''तुझ्यावर कोणीही संशय घेऊ शकत नाही!''

''तुम्ही फार प्रेमळ आहात, लॉर्ड मेफील्ड; पण तथ्यं ही तथ्यं असतात ना आणि या सगळ्यात माझी परिस्थिती बरी नाही हे मला कळतंय ना. ते काहीही असो, माझ्या सामानाची आणि माझी झडती घेण्यात येईलच, अशी मी आशा करतो.''

''अरे माझ्या प्रिय मुला, काय बोलतोयस!'' लॉर्ड मेफील्ड म्हणाला.

प्वारो पुटपुटला, ''तुझी खरंच अशी इच्छा आहे?''

''हो मला तसं जास्त आवडेल.''

प्वारोने त्याच्याकडे मिनिटभर विचारमग्न नजरेनं पाहिलं आणि मग पुटपुटला, ''असं होय.''

मग त्याने विचारलं, ''अभ्यासिकेपासून मिसेस व्हँडरलिनची खोली कुठे आहे?''

''अभ्यासिकेच्या थेट वरच आहे.''

''तिच्या खोलीची खिडकीही गच्चीच्या बाजूला उघडते?''

''हो.''

पुन्हा प्वारोने मान डोलावली. मग तो म्हणाला, ''आपण आता बैठकीच्या खोलीत जाऊ या.''

त्या खोलीत तो सगळीकडे फिरला, त्याने खिडक्यांच्या खिट्ट्या तपासल्या, ब्रिजच्या टेबलावरचे पत्ते निरखून पाहिले आणि शेवटी लॉर्ड मेफील्डला उद्देशून तो

म्हणाला, ''हे प्रकरण दिसतंय, त्यापेक्षा जास्त गुंतागुंतीचं आहे; पण एक गोष्ट नक्की आहे. चोरीला गेलेले प्लॅन्स अजूनही याच घरात आहेत.''

लॉर्ड मेफील्ड त्याच्याकडे पाहतच राहिला.

''पण मिस्टर प्वारो, माझ्या अभ्यासिकेतून मी ज्या मनुष्याला पळून जाताना पाहिलं...''

''असं कोणीही नव्हतं.''

''पण मी त्याला *पाहिलं!*''

''तुझा अनादर करायचा नाहीये मला, लॉर्ड मेफील्ड; पण तुला कोणीतरी दिसल्याचा भास झाला. कदाचित, झाडाच्या फांदीच्या सावलीने तुला तसं वाटलं असेल. त्यातच चोरी झाल्याचं उघड झाल्यामुळे तुला जे दिसलं ते खरंच होतं असं तुझं मत झालं.''

''खरंच, मिस्टर प्वारो, माझ्या स्वतःच्या डोळ्यांनी पाहिलेला पुरावा...''

''अरे, तुझ्यापेक्षा माझे डोळे चांगले आहेत, मित्रा!'' सर जॉर्ज तेवढ्यात म्हणाला.

''लॉर्ड मेफील्ड, मी खात्रीने असं सांगू शकतो की, *कोणीही गवतावरून पलीकडे गेलेलं नाही.*''

कार्लाइल अतिशय पांढराफटक दिसत होता. तो ताठपणे म्हणाला, ''जर मिस्टर प्वारोचं बरोबर असेल, तर संशयाची सुई थेट माझ्यावरच येते. चोरी करणारा मनुष्य केवळ मीच असू शकतो.''

लॉर्ड मेफील्ड ताडकन उठला.

''काय वेडेपणा! मिस्टर प्वारोला काय वाटायचं ते वाटू दे; पण मला ते मान्य नाही. तू निरपराध आहेस यावर माझा ठाम विश्वास आहे, कार्लाइल. इतकंच काय, मी तुझी खात्री देतो.''

प्वारो सौम्यपणे पुटपुटला, ''पण मिस्टर कार्लाइलवर माझा संशय आहे असं मी म्हणालोच नाही.''

कार्लाइल म्हणाला, ''नाही; पण तुम्ही तर स्पष्टपणेच म्हणालात की, दुसऱ्या कोणालाही चोरी करायची संधी मिळाली नव्हती.''

''अजिबात नाही, अजिबात नाही!''

''पण मी सांगितलं ना की, कोणीही हॉलमधून माझ्या जवळून जात अभ्यासिकेच्या दारातून आत शिरलं नाही.''

''ते मला मान्य आहे; पण कोणीतरी अभ्यासिकेच्या *खिडकीतून* आत आलेलं असू शकतं.''

''पण तसं काही घडलं नाही असं आत्ताच तर तुम्ही म्हणालात ना?''

''मी म्हणालो की, *बाहेरचं* कोणीही खिडकीतून आत येऊन बाहेर गेलेलं असू शकत नाही, नाही तर त्यांच्या बुटांचे ठसे गवतावर उमटले असते; पण हे करणं *घरातल्या घरात* शक्य होतं. कोणीतरी त्यांच्या खोलीतून अशाच खिडकीतून बाहेर पडलं असेल, गच्चीच्या कडेकडेने चालत जात अभ्यासिकेच्या खिडकीतून आत शिरलं असेल आणि पुन्हा तसंच स्वतःच्या खोलीत गेलं असेल.''

मिस्टर कार्लाइलने त्याला विरोध करत म्हटलं, ''पण लॉर्ड मेफील्ड आणि सर जॉर्ज गच्चीवरच होते की.''

''हो, ते गच्चीवर होते; पण ते *चालत* होते. सर जॉर्ज कॅरिंग्टनचे डोळे भलेही चांगले असतील..; पण त्याला डोक्याच्या मागच्या बाजूचं तर नक्कीच दिसत नाही ना! अभ्यासिकेची खोली गच्चीच्या डाव्या टोकाला आहे. या बैठकीच्या खोलीच्या खिडक्या त्यानंतर आहेत; पण गच्ची एक, दोन, तीन कदाचित चार खोल्यांइतकी मोठी आहे ना?''

''हो. जेवणाची खोली, बिलियर्ड्स खेळायची खोली, सकाळची खोली आणि ग्रंथालय,'' लॉर्ड मेफील्ड म्हणाला.

''आणि तुम्ही दोघं किती वेळा इकडून तिकडे चालत गेलात?''

''किमान पाच-सहा चकरा तरी मारल्या.''

''असं बघा, चोराला सहज योग्य क्षणाची वाट बघत जाता येऊ शकतं.''

कार्लाइल सावकाशपणे म्हणाला, ''म्हणजे जेव्हा मी त्या फ्रेंच मुलीशी बोलत होतो, तेव्हा चोर बैठकीच्या खोलीत थांबला होता?''

''असा माझा अंदाज आहे; पण अर्थात, तो केवळ अंदाज आहे.''

''मला शक्य नाही वाटत... फारच धोका आहे यात,'' लॉर्ड मेफील्ड म्हणाला.

एअर मार्शल म्हणाला, ''चार्ल्स, मला नाही तुझं पटत. हे सहज शक्य आहे. हे असं घडलं असेल हे मला का सुचलं नाही, याचं आश्चर्य वाटतंय आता.''

''आता कळलं तुम्हाला, प्लॅन्स अजूनही घरातून बाहेर पडलेले नाहीत असं मला का वाटतंय ते?'' प्वारो म्हणाला, ''आता फक्त ते कसे शोधायचे ती अडचण आहे.''

सर जॉर्ज उपहासाने हुंकारला, ''ते तर सोपं आहे. सगळ्यांची झडती घ्यायची.''

लॉर्ड मेफील्डचं मत काहीतरी वेगळं होतं. तो काही म्हणणार त्याआधीच प्वारो बोलू लागला.

''नाही, हे इतकं सरळसोपं नाहीये. ज्या कोणी ते प्लॅन्स चोरले आहेत, त्याला हे माहीतच असणार की, सगळ्यांची झडती होणार, त्यामुळेच ते त्याच्या किंवा

तिच्या सामानात, खोलीत कुठेही सापडणार नाहीत याची तो चोर खबरदारी घेणार. ते कुठेतरी लपवले असणार, अशा एखाद्या जागी, जी कोणा एकट्याची नाही.''

''तुझं म्हणणं काय आहे? आपण अख्ख्या घरात लपाछपी खेळत ते प्लॅन्स शोधायचे?''

प्वारो हसला.

''नाही, नाही, इतकं ओबडधोबड पद्धतीने हे करायची गरज नाही. आपण विचार करून ती लपवण्याची जागा शोधू शकतो किंवा त्या चोरालाही विचार करून शोधू शकतो, त्यामुळे आपलं काम बरंच सोपं होईल. सकाळी मला घरातल्या सगळ्यांशी बोलायचं आहे. मला वाटतं, आत्ता इतक्या रात्री लोकांना प्रश्न विचारणं ठीक राहणार नाही.''

लॉर्ड मेफील्डने मान डोलावली.

''हो, पहाटे तीन वाजता सगळ्यांना उठवलं आणि उलटतपासणी घेतली, तर खूपच गाजावाजा होईल या प्रकाराचा; पण तुला उद्या थेट काही न बोलता त्यांच्याकडून माहिती काढून घ्यावी लागेल. मिस्टर प्वारो, हे प्रकरण अंधारातच राहायला हवं. त्याला कोणतीही प्रसिद्धी मिळायला नकोय.''

प्वारोने हातानेच त्याला उडवून लावलं.

''सगळं एर्क्युल प्वारोवर सोड. मी जेव्हा खोटं बोलतो, नाटक करतो, तेव्हा ते अत्यंत खरं वाटेल असं असतं. मग उद्या मी माझा तपास करतो; पण लॉर्ड मेफील्ड, आज रात्रीच मला तुला आणि सर जॉर्जला काही प्रश्न विचारायचे आहेत.''

असं म्हणून त्याने दोघांनाही झुकून अभिवादन केलं.

''म्हणजे? एकेकट्याला?''

''हो.''

लॉर्ड मेफील्डने भुवया किंचित उंचावत म्हटलं, ''ठीकंय. मी बाहेर जातो. तू सर जॉर्जशी बोलून घे. माझ्याशी बोलायचं असेल, तर मी अभ्यासिकेत आहेच. चल, कार्लाइल.''

ते दोघं बाहेर पडले आणि जाताना त्यांनी दार लावून घेतलं.

सर जॉर्ज खाली बसला आणि सवयीने त्याने सिगारेट काढली. त्याने गोंधळलेल्या चेहऱ्याने प्वारोकडे पाहत विचारलं, ''मला ना, हे सगळं नीट कळत नाहीये.''

''ते समजावयाला अगदीच सोपं आहे!'' प्वारो म्हणाला, ''दोनच शब्दांत सांगायचं तर, मिसेस व्हँडरलिन!''

''ओऽह!'' सर जॉर्ज उद्गारला, ''मला वाटतं मला कळतंय जरा आता. मिसेस व्हँडरलिन?''

''बरोबर. असं बघ की, मला जो एक नाजूक प्रश्न विचारायचा आहे तो मी लॉर्ड मेफील्डला नाही विचारू शकत. मिसेस व्हँडरलिन *का?* ही बाई संशयास्पद आहे हे सगळ्यांना माहीत आहे. मग तरीही ती इथे का आहे? मी स्वतःला म्हटलं की, त्याची तीन स्पष्टीकरणं असू शकतात. एक म्हणजे लॉर्ड मेफील्डला ही बाई *आवडू* लागली आहे आणि म्हणूनच मला तुझ्याशी त्याबद्दल एकट्याने बोलायचं होतं. कारण, मला त्याला शरमिंदा करायचं नाहीये. दुसरं कारण, मिसेस व्हँडरलिन कदाचित घरातल्या दुसऱ्या कोणाची तरी खास मैत्रीण आहे?''

''मला तर तू यात धरूच नकोस!'' सर जॉर्ज हसून म्हणाला.

''मग, जर ही दोन्ही स्पष्टीकरणं खरी नसतील, तर प्रश्न आणखी गहिरा होतो. *मिसेस व्हँडरलिन का?* आणि मला वाटतं की, या प्रश्नाचं एक रहस्यमय उत्तर असावं. तिला इथे बोलावण्यामागे *काहीतरी कारण होतं!* या ठिकाणी, या वेळी तिची उपस्थिती असणं ही लॉर्ड मेफील्डचीच इच्छा होती. बरोबर आहे माझं?''

सर जॉर्जने मान डोलावली.

''बरोबर आहे,'' तो म्हणाला, ''लॉर्ड मेफील्ड इतका मुरलेला आहे की, तो तिच्या आकर्षकपणामागच्या लबाडीला बळी पडणं शक्य नाही. त्याला एका वेगळ्याच कारणासाठी ती इथे असायला हवी होती. त्याचं असं झालं...''

त्याने जेवणाच्या टेबलाशी दोघांमध्ये झालेलं संभाषण प्वारोला तपशीलवार सांगितलं. प्वारो लक्षपूर्वक ऐकत होता.

''अच्छा!'' तो उद्गारला, ''आता मला कळलं. तरीही असं दिसतंय की, त्या बाईने तुम्हा दोघांवरच चांगलाच डाव उलटवला आहे!''

सर जॉर्जने शिवी हासडली.

प्वारो गंमत वाटून त्याच्याकडे क्षणभर पाहत राहिला. मग म्हणाला, ''ही चोरी तिनेच केली याची तुला खात्री वाटते ना... म्हणजे तिने स्वतः कागद पळवले नसले तरी त्यामागे तिचाच हात आहे, असं वाटतं ना तुला? तुला काही शंका नाही?''

सर जॉर्ज पाहतच राहिला.

''अजिबातच शंका नाहीये काही! अर्थातच तिनेच हे केलं असणार, दुसरं कोण करणार? हे प्लॅन्स चोरण्यात दुसऱ्या कोणाला रस असणार आहे?''

''ओऽह!'' प्वारो उद्गारला. तो मागे रेलून छताकडे पाहू लागला, ''आणि तरीही सर जॉर्ज, आपण पंधराएक मिनिटांपूर्वी बोललो होतो की, या प्लॅन्सनी चोराला भरपूर रोकड रक्कम मिळू शकते. कदाचित, थेट नोटा किंवा सोनं किंवा दागिन्यांच्या रूपात पैसे मिळाले नाहीत, तरी त्यातून फायदा होणार हे नक्की. इथे असलेल्यांपैकी कोणाला पैशांची चणचण...''

सर जॉर्ज उपहासाने हसला.

''कोणाला चणचण नसते? आजकाल सगळ्यांनाच असते. स्वतःला त्यात न गोवता मी असं म्हणू शकतो असं मला वाटतं.''

असं म्हणून तो प्वारोकडे पाहून हसला. प्वारोही नम्रपणे हसला आणि पुटपुटला, ''तुला हवं ते तू म्हणू शकतोस. कारण, सर जॉर्ज, तुला या प्रकरणात भक्कम ॲलिबी आहे.''

''हो; पण मलाही पैशांची भरपूर चणचण आहेच.''

प्वारोने दुःखाने डोकं हलवलं, ''खरंय, तुझ्यासारख्या पदावरच्या मनुष्याला खर्चही बरेच असतात. त्यात तुझा मुलगा अशा वयाचा आहे की, त्या वयात भरपूर खर्च...''

सर जॉर्ज कण्हला, ''हो ना, शिक्षणाचा खर्च, शिवाय कर्ज; पण मी सांगतो, माझा मुलगा वाईट मुलगा नाही हं.''

प्वारो सहानुभूतीपूर्वक ऐकत होता. एअर मार्शलच्या मनात साचलेली सगळी दुःखं, तक्रारी त्याने बाहेर ओकल्या. तरुण पिढीत कसा जिद्दीचा आणि हिमतीचा अभाव आहे, आया कशा आपल्या मुलांना बिघडवून आणि लाडावून ठेवतात, नेहमी त्यांचीच बाजू घेतात, एकदा का एखाद्या बाईला जुगाराचं व्यसन लागलं की काय होतं, परवडणार नाही इतक्या मोठ्या रकमा लावून पत्ते खेळणं... सर जॉर्ज हे एकंदरीत बोलत होता. त्याने थेटपणे आपल्या बायकोचं किंवा मुलाचं नाव घेतलं नाही; पण त्याचं बोलणं नैसर्गिकपणेच इतकं पारदर्शक होतं की, तो कोणाबद्दल सांगतोय ते सहज कळत होतं.

अचानक तो थांबला. ''सॉरी, मी विषयांतर करून तुझा खूपच वेळ घेतला. त्यातही रात्रीच्या म्हणजे खरं तर पहाटेच्या या प्रहरी!''

त्याने जांभई दाबली.

''सर जॉर्ज, तू झोपायला गेलं पाहिजेस असं मी सुचवेन. तू खूपच प्रेमळपणे मला मदत केली आहेस.''

''हं. मला वाटतं मी झोपतोच आता. हे प्लॅन्स परत मिळू शकतील, असं खरंच वाटतं तुला?''

प्वारोने खांदे उडवले. ''मी प्रयत्न करणारच आहे. मग का नाही मिळणार!''

''ठीकंय, मी जातो. गुडनाइट,'' असं म्हणून तो खोलीतून निघून गेला.

प्वारो तसाच बसून छताकडे पाहत विचार करत होता. मग त्याने आपली वही काढली आणि एका कोऱ्या पानावर लिहिलं :

मिसेस व्हँडरलिन?
लेडी ज्यूलिया कॅरिंग्टन?
मिसेस मॅकॅटा?
रेजी कॅरिंग्टन?
मिस्टर कार्लाइल?

त्याखाली त्याने लिहिलं :

मिसेस व्हँडरलिन आणि रेजी कॅरिंग्टन?
मिसेस व्हँडरलिन आणि लेडी ज्यूलिया?
मिसेस व्हँडरलिन आणि मिस्टर कार्लाइल?

मग त्याने असमाधानाने आपलं डोकं हलवलं आणि पुटपुटला, *"हे तर फारच सरळसोपं होतंय."*

मग त्याने आणखी काही वाक्यं लिहिली.

लॉर्ड मेफील्डने 'सावली' पाहिली का? जर नसेल पाहिली तर तो तसं का म्हणाला? सर जॉर्जने काही पाहिलं का? **मी गवताच्या कडेला तपासल्यानंतर** तो ठामपणे म्हणू लागला की, त्याने काहीही पाहिलं नव्हतं. नोंद : लॉर्ड मेफील्डची जवळची नजर चांगली आहे, त्याला चश्म्याशिवाय वर्तमानपत्र वाचता येतं; पण खोलीच्या दुसऱ्या टोकाला पाहायचं असल्यास चश्मा लागतो. सर जॉर्जची दूरची नजर चांगली आहे, त्यामुळे गच्चीच्या टोकाला असताना सर जॉर्जच्या नजरेवर लॉर्ड मेफील्डच्या नजरेपेक्षा जास्त विश्वास ठेवावा लागेल; पण तरी लॉर्ड मेफील्ड ठामपणे म्हणतोय की, त्याने **कोणाला तरी** पाहिलं आणि त्याचा मित्र त्याला नकार देत असतानाही तो ठाम आहे.

कार्लाइल संशयाच्या जितका पलीकडे वाटतोय, तितकं दुरारं कोणी आहे का? लॉर्ड मेफील्ड तर तो निरपराध असल्याची खात्रीच देतोय. फारच जास्त. असं का? कारण, त्याच्या सचिवाला त्याच्यावरच संशय असेल का? आणि त्या संशयामुळे तो शरमिंदा झाला असेल का? की त्याचा नक्की दुसऱ्या एखाद्या व्यक्तीवर संशय आहे? म्हणजे मिसेस व्हँडरलिन **वगळून** दुसऱ्या कोणावर तरी?

त्याने वही बाजूला ठेवली. मग उठून तो अभ्यासिकेत गेला.

प्वारो त्या खोलीत शिरला, तेव्हा लॉर्ड मेफील्ड आपल्या टेबलाशी बसला होता. त्याने खुर्ची वळवली, पेन खाली ठेवलं आणि प्रश्नार्थक नजरेने प्वारोकडे पाहू लागला.

''मिस्टर प्वारो, कॅरिंग्टनसोबतची प्रश्नोत्तरं झाली का?''

प्वारो हसला आणि खाली बसला. ''हो, लॉर्ड मेफील्ड. मला गोंधळात पाडणारा एक मुद्दा त्याने स्पष्ट करून सांगितला.''

''कोणता मुद्दा?''

''मिसेस व्हँडरलिनची इथली उपस्थिती. तुला कळतंय ना की, मला अशी शक्यता वाटली होती की...''

प्वारोने जरा जास्तच लाजल्यासारखं केलं; पण लॉर्ड मेफील्डला पटकन समजलं की तो काय म्हणतोय.

''तुला वाटलं की, मी तिच्यासाठी वेडा झालोय? अजिबात नाही. अगदीच नाही. गंमत म्हणजे कॅरिंग्टनलाही तसंच वाटलं होतं.''

''हं. तुमचं दोघांचं संभाषण त्याने मला सांगितलं आहे.''

लॉर्ड मेफील्ड पश्चात्तापदग्ध वाटत होता.

''माझी योजना पूर्णच फसली. एखाद्या बाईने तुम्हाला चकवलं की, ते कबूल करायला जास्तच त्रास होतो नेहमी!''

''हो; पण *अजून* ती हा डाव जिंकलेली नाहीये लॉर्ड मेफील्ड.''

''तुला वाटतं की, आपण अजूनही जिंकू शकू? तू असं म्हणाल्याने मला खरंच बरं वाटतंय; पण हे खरं झालं पाहिजे.''

असं म्हणून त्याने सुस्कारा सोडला.

''मला अगदी मूर्ख वाटतंय. त्या बाईला सापळ्यात अडकवायची माझी योजना फारच चांगली आहे, असं मला वाटत होतं!''

एर्क्युल प्वारोने आपली लहानशी सिगारेट पेटवली आणि तो म्हणाला, ''तुझी योजना नक्की काय *होती*, लॉर्ड मेफील्ड?''

लॉर्ड मेफील्ड जरा अडखळत म्हणाला, ''अं... म्हणजे खरं तर मी त्याचे तपशील ठरवलेच नव्हते.''

''तू त्याबद्दल कोणाशी चर्चा केली होतीस?''

'नाही.'

''कार्लाइलशीही नाही?''

'नाही.'

प्वारो हसला.

''तुला एकट्यानेच हा डाव खेळायचा होता, लॉर्ड मेफील्ड!''

''एकट्यानेच काही गोष्टी करणं उपयोगी ठरतं असा माझा अनुभव आहे,'' लॉर्ड मेफील्ड गंभीरपणे म्हणाला.

''हं. तू शहाणा आहेस. *कोणावरच विश्वास ठेवत नाहीस;* पण तू याबद्दल सर जॉर्ज कॅरिंग्टनला मात्र *सांगितलंस...*''

''हो. याचं साधं कारण असं की, तो बिचारा माझी चिंता करायला लागला होता असं माझ्या लक्षात आलं.''

तो प्रसंग आठवून लॉर्ड मेफील्ड हसला.

''तो तुझा जुना मित्र आहे ना?''

''हो. वीसेक वर्षांपासून आम्ही एकमेकांना ओळखतोय.''

''आणि त्याची बायको?''

''तिलाही मी ओळखतो, अर्थातच.''

''माफ कर, मी जरा उद्धटपणेच विचारतोय; पण तुझी आणि तिची तितकीच जवळीक आहे का?''

''माझ्या खासगी नात्यांचा या प्रकरणाशी काय संबंध ते मला कळत नाहीये, मिस्टर प्वारो.''

''पण मला असं वाटतं की, या सगळ्याचा बराच संबंध आहे! बैठकीच्या खोलीत कोणीतरी होतं हा माझा जो अंदाज होता, त्याला तूही मान्यता दिली होतीस.''

''हो. खरं तर तसंच काहीतरी घडलं असणार असं मला वाटतं.''

''असं काही ठामपणे म्हणायला नको आत्ता. ते अति आत्मविश्वासपूर्ण होईल; पण जर माझा तो अंदाज खरा असेल, तर बैठकीच्या खोलीतली व्यक्ती कोण असेल असं तुला वाटतं?''

''अर्थातच मिसेस व्हँडरलिन. ती एकदा पुस्तक घ्यायला परत आलीच होती. कदाचित, आणखी एखादं पुस्तक किंवा बॅग किंवा पडलेला रुमाल घ्यायला ती परत येऊ शकते... बायकांना अशी कितीतरी कारणं सापडू शकतात. तिने तिच्या नोकराणीला किंचाळायला सांगितलं असणार म्हणजे मग कार्लाइल खोलीतून बाहेर जाईल. मग तू म्हणालास तशी ती खिडकीतून आत आली आणि तिथूनच बाहेर गेली.''

''ती मिसेस व्हँडरलिन असू शकत नाही, हे तू विसरतोयस. कारण, तिने *वरच्या* मजल्यावरून आपल्या नोकराणीला हाक मारली, जेव्हा कार्लाइल तिच्याशी बोलत होता.''

लॉर्ड मेफील्डने आपला ओठ चावला.

''खरंच, मी विसरलो,'' तो फारच वैतागलेला दिसला.

प्वारो हळुवारपणे म्हणाला, ''हे बघ, आपण प्रगती करतोय. पहिल्यांदा आपल्याला वाटलं होतं की, चोर *बाहेरून* आला आणि चोरी करून पळून गेला. त्या वेळीच मी म्हणालो होतो की, हे फारच सोईस्कर होतंय. इतकं सोईस्कर की, ते लगेच खरं म्हणून स्वीकारता येणार नाही. आता तो अंदाज निकालात निघालाय. आता आपण मिसेस व्हँडरलिन या परदेशी हेराच्या अंदाजाकडे वळलो. त्याही कहाणीत एका विशिष्ट मुद्द्यापर्यंत सगळ्या गोष्टी नीट बसत होत्या; पण आता तोही अंदाज स्वीकारण्यासाठी खूपच सोईस्कर वाटतोय.''

''तू या प्रकरणातून मिसेस व्हँडरलिनला पूर्णपणे बाजूला करतोयस का?''

''बैठकीच्या खोलीत मिसेस व्हँडरलिन नव्हती. कदाचित, तिचा साथीदार असू शकतो, ज्याने चोरी केली; पण असंही असू शकतं की, हा चोर कोणीतरी पूर्णच वेगळा असेल. तसं असेल तर आपल्याला चोरी करण्यामागची कारणं विचारात घ्यावी लागतील.''

''हे जरा अतिच नाही का होत आहे, मिस्टर प्वारो?''

''मला नाही वाटत. आता, काय काय कारणं असू शकतात? पैसा हे कारण असू शकतं. कागदपत्रं चोरून त्या बदल्यात पैसे कमवण्याचा हेतू असू शकतो. तो हेतू सगळ्यात साधंसरळ स्पष्टीकरण होऊ शकेल; पण कदाचित चोरी करण्यामागचा हेतू पूर्णपणे वेगळाच असू शकतो.''

''जसं की?''

प्वारो हळूच म्हणाला, ''कोणाच्या तरी प्रतिमेला धक्का लावण्याच्या हेतूने हे नक्कीच करण्यात आलेलं असू शकतं.''

''कोणाच्या?''

''कदाचित, मिस्टर कार्लाइल. कारण, तो उघडपणे संशयित ठरेल ना; पण यापेक्षाही जास्त पाणी मुरत असू शकतं. लॉर्ड मेफील्ड, जे लोक एखाद्या अख्ख्या देशाचं भविष्य नियंत्रित करत असतात, त्यांच्या प्रतिमेला धक्का लागला, तर बराच परिणाम होऊ शकतो. ते लोकमतापुढे नेहमीच असुरक्षित असतात.''

''याचा अर्थ, ही चोरी माझ्या प्रतिमेला धक्का लावण्यासाठी झालेली असेल?''

प्वारोने मान डोलावली.

''मला वाटतं, लॉर्ड मेफील्ड की, पाचेक वर्षांपूर्वी तू जरा कठीण परिस्थितीतून जात होतास, बरोबर ना? तुझी एका विशिष्ट युरोपिअन सत्तेशी मैत्री आहे, असा त्या वेळी संशय व्यक्त झाला होता आणि ती सत्ता त्या काळात या देशाच्या मतदारांमध्ये अत्यंत नावडती होती.''

''खरं आहे, मिस्टर प्वारो.''

''सध्याच्या काळात, कोणत्याही मुत्सद्द्याचं एक काम अवघड आहे. आपल्या देशासाठी फायदेशीर ठरणारी धोरणं त्याला पुढे आणावी लागतात; पण त्याच वेळी त्याला मतदारांमधला लोकप्रिय मतप्रवाह काय आहे तेही जाणून घ्यावं लागतं आणि हा मतप्रवाह बऱ्याचदा केवळ भावनिक असतो, तो मूर्खपणाचा असतो आणि योग्यही नसतो; पण तसं असलं तरीही त्याकडे दुर्लक्ष करून चालत नाही.''

''तू किती योग्य शब्दांत मांडलंस हे! राजकारण्यांच्या आयुष्याला मिळालेला हाच शाप आहे! देशातल्या लोकप्रिय मतासमोर त्याला झुकावं लागतं, मग ते मत कितीही धोकादायक आणि मूर्खपणाचं का असेना.''

''मला वाटतं तूही त्याच द्विधा मनःस्थितीत सापडला होतास. त्या एका विशिष्ट देशासोबत तू एक करार केला आहेस, अशा अफवा होत्या. त्या वेळी वर्तमानपत्र आणि जनमत हातात हात घालून होतं. सुदैवाने पंतप्रधानांनी पद्धतशीरपणे ती गोष्ट सत्य आहे हे नाकारलं, तूही ती गोष्ट नाकारलीस आणि तरीही तुझे त्या सत्तेशी चांगले संबंध आहेत हे लपवून ठेवलं नाहीस.''

''हे सगळं खरं आहे, मिस्टर प्वारो; पण आत्ता तो भूतकाळ का उकरून काढायचा आहे?''

''कारण, मला अशी एक शक्यता वाटते आहे की, त्या वेळी तू ज्या प्रकारे त्या आपत्तीतून बाहेर आलास, त्याने तुझा एखादा शत्रू निराश झाला असेल आणि जनतेच्या मनात तुझ्याबद्दल आणखी एकदा त्याला किंतू निर्माण करायचा असेल. कारण, तुझ्याबद्दल जनतेच्या मनात पुन्हा विश्वास निर्माण झाला होता. त्या काळातल्या घटना मागे पडल्या आणि आज तू राजकारण्यांपैकी एक अत्यंत लोकप्रिय नेता आहेस हे नक्की. जेव्हा मिस्टर हनबर्ली निवृत्त होतील, तेव्हा तू पंतप्रधान होऊ शकतोस, असं उघडपणे बोललं जातंय.''

''तुला वाटतं की, मला बदनाम करण्यासाठी हे केलं गेलंय? काहीतरीच!''

''तरीही लॉर्ड मेफील्ड, जर ब्रिटिश बॉम्बरचे प्लॅन्स चोरीला गेल्याची बातमी फुटली आणि ती चोरी ज्या वीकेंडला झाली, तेव्हा एक विशिष्ट आकर्षक स्त्री तुझी पाहुणी होती हे बाहेर पडलं, तर ते चांगलं होणार नाहीच ना. वर्तमानपत्रांत जर तुझ्या आणि त्या स्त्रीच्या नात्याबद्दल लहानसहान उल्लेख जरी छापून आले तरी तुझ्याबद्दल असलेल्या विश्वासाला तडा जाईल.''

''अशी गोष्ट खरंच कोण गंभीरपणे घेईल?''

''प्रिय लॉर्ड मेफील्ड, तुलाही चांगलंच माहीत आहे की असं होऊ शकतं! एखाद्या माणसाबद्दल लोकांच्या मनात असलेला विश्वास घालवायला काहीही क्षुल्लक कारणही पुरतं.''

''हो, खरंय,'' लॉर्ड मेफील्ड अचानक चिंतित दिसू लागला, ''अरे देवा! हे प्रकरण अचानक फारच गुंतागुंतीचं झालंय! तुला असं वाटतं की... पण ते अशक्य आहे!... अशक्य!''

''तुझ्याबद्दल कोणाला मत्सर वाटतो?... कोणाचंच नाव आठवत नाही का तुला?''

''फारच वेडेपणाचं आहे हे!''

''ते काहीही असो; पण या घरातल्या व्यक्तींशी तुझे खासगी संबंध कसे आहेत याबद्दल मी जे प्रश्न विचारले, ते महत्त्वाचेच होते हे तुला आता समजलं असेल.''

''अं... हो, कदाचित. तू मला ज्यूलिया कॅरिंग्टनबद्दल विचारलं होतंस. खूप काही सांगण्यासारखं नाहीये. मला ती कधीच जास्त आवडली नाही आणि तिलाही माझ्याबद्दल फार काही वाटत नसावं. ती एक अस्वस्थ, सतत मूड बदलणारी बाई आहे. पत्त्यांसाठी ती अक्षरशः वेडी आहे. मी स्वतःच्या बळावर इथवर आलो, याबद्दल तिच्या मनात माझ्याबद्दल तिरस्कार असू शकतो, इतकी ती जुन्या वळणाची आहे, असं मला वाटतं.''

प्वारो म्हणाला, ''मी इथे येण्यापूर्वी *प्रसिद्ध व्यक्तींच्या माहितीपुस्तकात* तुझं नाव शोधलं होतं. तू एका प्रसिद्ध अभियांत्रिकी कंपनीचा प्रमुख होतास आणि तू स्वतःसुद्धा उत्तम अभियंता आहेस.''

''हं. तांत्रिक आणि व्यावहारिक बाबींमधलं मला सगळंच नीट कळतं. मी तळापासून कष्ट करून इथवर पोहोचलो आहे,'' लॉर्ड मेफील्ड गंभीरपणे म्हणाला.

''ओऽह! अरेच्चा!'' प्वारो अचानक ओरडला, ''मी मूर्खच बनणार होतो! मूर्खपणा करत होतो...!''

लॉर्ड मेफील्ड त्याच्याकडे पाहतच राहिला, ''म्हणजे काय, मिस्टर प्वारो?''

''असं आहे की, या पझलचा काहीएक भाग मला स्पष्ट झाला आहे; पण आधी मला एक गोष्ट समजत नव्हती... पण आता सगळं बरोबर बसतंय. हो. अगदी सुंदर पद्धतीने सगळे तुकडे नीट बसतायत.''

लॉर्ड मेफील्डने चकित होऊन प्रश्नार्थक नजरेने त्याच्याकडे पाहिलं.

पण प्वारोने किंचित हसून मान नकारार्थी हलवली.

''नाही, नाही, आत्ता नाही. मला जरा माझ्या डोक्यातल्या कल्पनांची नीट मांडणी करू दे,'' असं म्हणून तो उठला.

''गुडनाइट, लॉर्ड मेफील्ड. मला वाटतं ते प्लॅन्स कुठे आहेत ते मला आता समजलंय.''

लॉर्ड मेफील्ड ते ऐकून ओरडलाच, ''तुला कळलंय? मग चल ना, आत्ताच्या आत्ता ते ताब्यात घेऊ या!''

प्वारोने मान हलवली. ''नाही नाही, तसं चालणार नाही. घिसाडघाई केली, तर काहीच साध्य होणार नाही; पण एर्क्युल प्वारोवर सगळं सोड.''

तो खोलीतून बाहेर पडला. लॉर्ड मेफील्डने रागाने खांदे उडवले. ''काय थापाड्या मनुष्य आहे!'' तो पुटपुटला. मग टेबलावरचे कागद नीट करून, दिवा मालवून तोही झोपायला गेला.

''जर चोरी झाली आहे, तर लॉर्ड मेफील्डने पोलिसांना का बोलावलं नाहीये?'' रेजीने तावातावाने विचारलं.

तो नाश्ता करायला टेबलाशी बसला होता. तो खाली येणारा शेवटचा पाहुणा होता. त्याचे यजमान, मिसेस मॅकॅटा आणि सर जॉर्ज यांचा नाश्ता काही वेळापूर्वीच झाला होता. त्याची आई आणि मिसेस व्हँडरलिन आपापल्या खोलीतच नाश्ता करत होत्या.

लॉर्ड मेफील्ड आणि प्वारो यांनी आपापसांत जे ठरवलं होतं, ते सर जॉर्जने सांगितलं; पण त्याला ते सांगणं नीट काही जमत नाहीये असं त्याला वाटलं.

''या अशा एका मुलखावेगळ्या परदेशी मनुष्याला बोलावणं मला फारच विचित्र वाटतंय,'' रेजी म्हणाला, ''बाबा, नक्की काय चोरीला गेलंय?''

''मलाही नक्की माहीत नाही, बाळा.''

रेजी उठला. तो सकाळपासून जरा अस्वस्थच दिसत होता.

''काही... महत्त्वाचं? नाही म्हणजे... कागदपत्रं किंवा तत्सम काही?''

''खरं सांगू का, रेजी, मी तुला नक्की काहीच सांगू शकत नाही.''

''सगळा गुप्त मामला दिसतोय? अच्छा...''

रेजी पायऱ्यांवरून धावतच वर चढला. मध्येच क्षणभर थांबला, तेव्हा त्याच्या चेहऱ्यावर आठी पडली होती. काहीतरी विचार करून तो वर गेला आणि त्याने आपल्या आईच्या खोलीचं दार ठोठावलं. तिने त्याला आत बोलावलं.

लेडी ज्यूलिया पलंगावरच बसून एका पाकिटाच्या मागच्या बाजूला काहीतरी आकडेमोड करत होती.

''गुड मॉर्निंग बाळा,'' ती म्हणाली. मग रेजीचा चेहरा पाहून तिने विचारलं, ''रेजी, काही झालंय का?''

''फार काही नाही; पण काल रात्री इथे चोरी झाली असं दिसतंय.''

''चोरी? काय चोरीला गेलं?''

''काय माहीत. सगळं फार गुप्तपणे चाललंय. कोणीतरी एक म्हातारा गुप्तहेर वगैरे वाटणारा एक मनुष्य आहे खाली. तो सगळ्यांना प्रश्न विचारतोय.''

"किती विलक्षण!"

"फार काही ठीक दिसत नाहीये. असं काहीतरी घडतं, तेव्हा त्याच घरात राहणं म्हणजे वाईटच," रेजी म्हणाला.

"नक्की काय घडलंय?"

"माहीत नाही. आपण सगळे झोपायला गेल्यानंतर काही वेळाने चोरी झाली. आई बघ, तो नाश्त्याच्या ट्रे पडेल हं!" असं म्हणून त्याने पटकन तो ट्रे उचलला आणि टेबलावर ठेवून दिला.

"पैसे चोरीला गेले का?"

"सांगितलं ना, मला माहीत नाही."

लेडी ज्यूलिया सावकाशपणे म्हणाली, "हा चौकशी करणारा मनुष्य सगळ्यांनाच प्रश्न विचारेल, नाही?"

"हो, मला वाटतं."

"प्रत्येक जण रात्री कुठे होता, अशा प्रकारचे प्रश्न?"

"हं, कदाचित. तसंही मी त्याला फार काही सांगू शकलो नाही. मी थेट झोपायला गेलो होतो आणि मला लगेचच झोप लागली."

लेडी ज्यूलिया काही बोलली नाही.

"आई, मला तू थोडे पैसे देऊ शकतेस का? माझ्याकडे अक्षरशः काहीच उरले नाहीयेत."

त्याची आई ठामपणे म्हणाली, "नाही, मी नाही देऊ शकणार. माझ्याच डोक्यावर मोठं कर्ज आहे. तुझ्या वडलांना त्याबद्दल कळेल, तेव्हा तो काय म्हणेल काय माहीत!"

तेवढ्यात दारावर टकटक झाली आणि सर जॉर्ज आत आला.

"अरे रेजी, तू इथे आहेस होय! तू खाली ग्रंथालयात जातोस का? मिस्टर एर्क्युल प्वारोला तुला भेटायचं आहे."

प्वारोने नुकतंच मिसेस मॅक्टाशी बोलणं संपवलं होतं.

काही मोजक्या प्रश्नांतच त्याला कळलं होतं की, मिसेस मॅक्टा अकराच्या जरा आधी झोपायला गेली होती आणि तिने रात्रभरात काहीही ऐकलं किंवा पाहिलं नव्हतं, जे या प्रकरणाच्या शोधात उपयोगी ठरेल.

प्वारोने हळुवारपणे चोरीचा विषय बदलून अधिक खासगी गोष्टींकडे वळवला. त्याला स्वतःला लॉर्ड मेफील्डबद्दल बरंच कौतुक होतं. सामान्य जनतेतला एक म्हणून विचार करता लॉर्ड मेफील्ड खरोखरच एक मोठी व्यक्ती होता. अर्थात, याबद्दल मिसेस मॅक्टा जास्त चांगली माहिती पुरवू शकली असती.

मिसेस मॅक्टा म्हणाली, ''लॉर्ड मेफील्ड हुशार आहे नक्की आणि त्याने स्वबळावर स्वतःची कारकीर्द उभी केली आहे. त्याला वारशाने काहीही मिळालेलं नाही, पैसा किंवा प्रभावी कुटुंब काहीच नाही. कदाचित, त्याची दूरदृष्टी तितकी चांगली नाही असं म्हणेन मी; पण खरं सांगू का, मला सगळ्याच पुरुषांची ती अडचण वाटते. एखाद्या बाईकडे जी कल्पनाशक्ती असते ना, ती पुरुषांकडे नसते असं मला वाटतं. मिस्टर प्वारो, तू बघशील की दहा वर्षांत सरकारमध्ये बायकांकडे भरपूर शक्तिशाली पदं आलेली असतील.''

प्वारोने तिच्या म्हणण्याला सहमती दर्शवली.

त्याने हळूच मिसेस व्हँडरलिनचा विषय काढला. त्याने असं काहीतरी उडत उडत ऐकलं होतं की, लॉर्ड मेफील्ड आणि मिसेस व्हँडरलिनमध्ये खास मैत्री होती... हे खरं आहे का असं त्याने विचारलं.

''अजिबात नाही. मी खरं सांगू का, तिला इथे पाहून मी तर चकितच झाले. मला फार आश्चर्य वाटलं.''

प्वारोने मिसेस मॅक्टाचं मिसेस व्हँडरलिनबद्दलचं मत विचारलं आणि तिनेही त्याला तिचं मत सांगितलं.

''अत्यंत *निरुपयोगी* बायका असतात ना, त्यातली आहे ती, मिस्टर प्वारो. अशा बायकांकडे पाहून समस्त स्त्रीजातीलाच लाज वाटेल! बांडगुळागत आहे ती बाई!''

''पुरुषांना ती आवडते?''

''पुरुष!'' मिसेस मॅक्टा तिरस्काराने तो शब्द बोलली, ''अशा सुंदर, आकर्षक बायका नेहमीच पुरुषांना आवडतात. आता त्या मुलाचं म्हणजे रेजी कॅरिंग्टनचंच बघ ना. दर वेळी ती त्याच्याशी बोलली की, कसा लाजून लाल होत होता. तिचं आपल्याकडे लक्ष गेलं म्हणून खूश होत होता आणि तीही कशी मूर्खासारखी त्याचं कौतुक करत होती. ब्रिज कसा छान खेळतोस वगैरे... खरं तर तो मुळीच हुशारीने खेळत नव्हता.''

''तो चांगला खेळत नाही का?''

''त्याने काल रात्री सर्व प्रकारच्या चुका केल्या ब्रिज खेळताना.''

''पण लेडी ज्यूलिया चांगली खेळते, हो ना?''

''मला विचारशील तर जरा जास्तच चांगली खेळते!'' मिसेस मॅक्टा म्हणाली, ''तिचा तो जणू व्यवसायच आहे असं वाटतं. ती सकाळ, दुपार, संध्याकाळ ब्रिजच खेळत असते.''

''आणि भरपूर रकमा पणाला लावून?''

''हो ना, मी तर कधीच इतके पैसे लावून खेळणार नाही. मला तर ते योग्यच *वाटत नाही.*''

''ती ब्रिज खेळून भरपूर पैसे कमावत असेल मग?'' प्वारोच्या या प्रश्नावर मिसेस मॅक्टा मोठ्याने हसली.

''आपलं कर्ज त्या मार्गाने तिला फेडायचं आहे असं ती म्हणते; पण गेले काही दिवस तिचं नशीब फारच वाईट चाललंय, असं मी ऐकून आहे. काल रात्री असं वाटत होतं की, तिच्या मनात दुसरंच काहीतरी सुरू आहे. मिस्टर प्वारो, जुगार खेळून जे जे वाईट होतं ना, ते जवळपास दारू पिऊन झालेल्या विपरीत परिणामांसारखंच असतं! माझ्या मतानुसार हा देश चालू लागला ना, तर मी संपूर्ण शुद्धी...''

इंग्लंडच्या नैतिक मूल्यांच्या शुद्धीकरणाबद्दलचं लंबंचवडं भाषण त्यानंतर प्वारोला ऐकून घ्यावं लागलं. मग त्याने तिच्याशी संभाषण थांबवून रेजी कॅरिंग्टनला बोलावणं पाठवलं.

रेजी खोलीत शिरला, तेव्हा प्वारोने त्याचं नीट निरीक्षण करून त्याला जोखलं. त्याची नाजूक, प्रभावहीन जिवणी सुंदरशा हास्यामुळे जरा झाकली जात होती. हनुवटीही लहानशीच होती. डोळे एकमेकांपासून जरा लांब होते आणि डोक्याचा आकार निमुळता होता. प्वारोला वाटलं की, रेजी कॅरिंग्टनसारख्या मुलांना तो चांगलाच ओळखतो.

''मिस्टर रेजी कॅरिंग्टन?''

''हो. मी काय करू शकतो?''

''काल रात्रीबद्दल जे जे असेल, ते सांग मला.''

''अं... आम्ही ब्रिज खेळलो.... बैठकीच्या खोलीत. त्यानंतर मी वरती झोपायला गेलो.''

''तेव्हा किती वाजले असतील?''

''अकराच्या जरा आधी गेलो. चोरी नंतर झाली असेल ना?''

''हो. तुला काही दिसलं नाही किंवा तू काही ऐकलं नाहीस?''

''नाही. मी लगेच झोपायला गेलो आणि चांगला गाढ झोपतो मी.''

''तू बैठकीच्या खोलीतून थेट तुझ्या बेडरूममध्ये गेलास आणि सकाळपर्यंत तिथेच होतास?''

''हो, बरोबर.''

''गंमत आहे.''

''गंमत आहे म्हणजे?'' रेजीने तीक्ष्णपणे विचारलं.

''म्हणजे असं की, तुला किंकाळी नाही ऐकू आली?''

''नाही.''

''अच्छा! कुतूहल वाटतंय मला.''

''हे बघ, तू काय म्हणतोयस ते मला कळत नाहीये.''

''कदाचित, तुला कमी ऐकू येत असेल...?''

''अजिबात नाही.''

प्वारो पुन्हा 'कुतूहलजनक' किंवा तसंच काहीतरी पुटपुटला. मग म्हणाला, ''ठीकंय, मिस्टर कॅरिंग्टन. इतकंच विचारायचं होतं.''

रेजी उठला; पण काहीच निर्णय होत नसल्यासारखा तिथेच घुटमळला.

तो म्हणाला, ''आता तू म्हणाल्यावर मला असं आठवतंय की, मला किंकाळीसारखं काहीतरी ऐकू आलं होतं.''

''ओऽह! ऐकू आलं होतं?''

''हो; पण असं बघ, मी एक पुस्तक वाचत होतो... गुप्तहेराची गोष्ट... त्यामुळे... त्यामुळे माझं नीट लक्ष गेलं नसेल.''

''अच्छा...'' प्वारो म्हणाला, ''अगदीच समाधानकारण स्पष्टीकरण आहे.''

त्याचा चेहरा हे बोलताना निर्विकार होता.

तरीही रेजी क्षणभर घुटमळला, मग सावकाश चालत दाराशी गेला. मग तिथे थांबून त्याने विचारलं, ''काय चोरीला गेलंय?''

''काहीतरी अतिशय महत्त्वाचं. इतकंच मी सांगू शकतो, मिस्टर कॅरिंग्टन.''

''ओऽह!'' रेजी मख्खपणे म्हणाला आणि बाहेर पडला.

प्वारोने मान डोलावली.

''हं. सगळे तुकडे कसे बरोब्बर बसतायत. अगदी व्यवस्थित,'' तो पुटपुटला.

मग त्याने घंटा वाजवून मिसेस व्हँडरलिन उठली आहे की नाही याची चौकशी केली.

मिसेस व्हँडरलिन मोठ्या डौलात खोलीत शिरली. ती अतिशय सुंदर दिसत होती. तिने घातलेल्या लालसर तपकिरी सूटमुळे तिचे सोनेरी केस अधिकच खुलून दिसत होते. ती डौलात एका खुर्चीत येऊन बसली आणि समोर बसलेल्या लहानखुऱ्या मनुष्याकडे पाहून तिने मधाळ हास्य केलं.

क्षणभर तिच्या हास्यातून त्याला वेगळंच काहीतरी जाणवलं. ते विजयी हास्य होतं का? की ती त्याला खिजवत होती? ते भाव क्षणार्धात गायब झाले खरे; पण ते नक्की होते. प्वारोला तिचं तसं हसणं पाहून कुतूहल वाटलं.

''चोर? काल रात्री? किती भयंकर! काय, मी? मी तर *काहीच* ऐकलं नाही. पोलिसांचं काय? ते नाही का काही करू शकत?''

पुन्हा तिच्या डोळ्यांत त्याला खिजवत किंवा चिडवत असल्याचे भाव उमटले.

प्वारोच्या मनात आलं, 'तुला पोलिसांची भीती नाहीये ते तर उघडच दिसतंय. कारण, तुला माहीत आहे की, पोलिसांना कोणी बोलावणार नाही.'

आणि त्यानंतर काय?

तो म्हणाला, ''मॅडम, तुला माहीत आहे का की, हे प्रकरण अतिशय गुप्त राखायचं आहे.''

''हो, अर्थातच मिस्टर प्वारो. मी तर एक शब्दही बोलणार नाही कुठे. लॉर्ड मेफील्डबद्दल मला इतकं कौतुक वाटतं ना, त्याला काळजी वाटेल, त्रास होईल, असं मी काहीच करणार नाही.''

ती एक पाय दुसऱ्यावर टाकून बसली. सिल्कचे स्टॉकिंग्ज घातलेल्या तिच्या सुंदर पावलांवर एक तपकिरी चामड्याची उत्तम पॉलिश केलेली स्लिपर लटकत होती.

तिने समाधानाने पुन्हा एकदा मधाळ हास्य केलं.

''मी काही करू शकणार असेन, तर मला नक्की सांग.''

''थँक्यू मॅडम. काल रात्री तू बैठकीच्या खोलीत ब्रिज खेळत होतीस?''

''हो.''

''मग नंतर तुम्ही सगळ्या बायका झोपायला गेलात?''

''बरोबर.''

''पण कोणीतरी पुस्तक घ्यायला परत आलं. ती तूच होतीस ना, मिसेस व्हँडरलिन?''

''हो. पहिल्यांदा मी परत आले होते.''

''एक मिनिट. *पहिल्यांदा म्हणजे?*'' प्वारोने तीक्ष्णपणे विचारलं.

मिसेस व्हँडरलिन म्हणाली, ''मी लगेचच परत आले. मग वर खोलीत जाऊन मी माझ्या नोकराणीला बोलवायला घंटा वाजवली. ती बराच वेळ आलीच नाही. मी पुन्हा घंटा वाजवली. मग मी बाहेरच्या गॅलरीसारख्या भागात गेले. मला तिचा आवाज ऐकू आला आणि मी तिला हाक मारली. तिने माझे केस विंचरून दिले आणि मग मी तिला पाठवून दिलं; पण ती जरा घाबरलेली, अस्वस्थ दिसत होती. ती विंचरून देताना दोन-तीनदा कंगवा माझ्या केसांत अडकला. जेव्हा मी तिला पाठवून दिलं, तेव्हा मला लेडी ज्यूलिया दिसली. ती पायऱ्या चढून वर येत होती. ती पुस्तक घ्यायला गेली होती, असं मला म्हणाली. गंमत आहे नाही?''

मिसेस व्हँडरलिन हसली. तिचं हसणं एखाद्या मांजरासारखं लबाड होतं. मिसेस व्हँडरलिनला लेडी ज्यूलिया कॅरिंग्टन आवडलेली नाही हे एर्क्युल प्वारोच्या लक्षात आलं.

''मला सांग, मॅडम, तुला तुझ्या नोकराणीची किंकाळी ऐकू आली का?''

''हो! मला तसं काहीतरी ऐकू आलं खरं.''

''तू तिला त्याबद्दल विचारलंस का?''

''हो. तिने मला सांगितलं की, तिने तरंगती आकृती पाहिली. पांढऱ्या रंगाची... काय मूर्खपणा!''

''काल रात्री लेडी ज्यूलियाने काय घातलं होतं?''

''ओऽह! तुला वाटतं की... हो, हो. तिने खरंच पांढऱ्या रंगाचा गाऊन घातला होता. हां म्हणूनच तिला तसा भास झाला असणार. अंधारात तिला लेडी ज्यूलियाची पांढरी आकृती तरंगताना दिसली असणार. या मुली इतक्या अंधश्रद्धाळू असतात ना!''

''मॅडम, ही नोकराणी तुझ्या सोबत बराच काळ आहे का?''

''नाही, नाही. फक्त पाच महिने झाले,'' मिसेस व्हँडरलिन डोळे विस्फारत म्हणाली.

''मला आता तिला भेटायचं आहे. जर तुझी हरकत नसेल तर.''

मिसेस व्हँडरलिनने भुवया उंचावल्या. ''अर्थातच,'' ती थंडपणे म्हणाली.

''मला तिला काही प्रश्न विचारायचे आहेत.''

''हो.'' पुन्हा तिच्या नजरेत एक खिजवल्याचा, गंमत वाटल्याचा भाव उमटला.

प्वारोने उठून तिला अभिवादन केलं, ''मॅडम, मला तुझ्याबद्दल अतिशय कौतुक वाटतं.''

पहिल्यांदाच मिसेस व्हँडरलिन जरा चकित झालेली दिसली.

''ओऽह! मिस्टर प्वारो! किती छान; पण असं का म्हणताय?''

प्वारो म्हणाला, ''मॅडम, तू कायमच इतक्या योग्य रीतीने चिलखत घातल्यासारखी असतेस आणि तुझा संपूर्ण आत्मविश्वास...''

''मला आता कळत नाहीये की, तू माझं कौतुक करतोयस की वेगळंच काही?'' ती बळेच जरासं हसत म्हणाली.

प्वारो म्हणाला, ''मला वाटतं मी तुला एक सावधगिरीचा इशारा देतोय... की आयुष्याला इतक्या उद्धटपणे सामोरी जाऊ नकोस.''

आता मिसेस व्हँडरलिन आत्मविश्वासपूर्ण हसली. उठून उभी राहत तिने प्वारोशी हस्तांदोलन केलं.

''प्रिय मिस्टर प्वारो, तुम्हाला यश मिळो हीच माझी इच्छा आहे. तुम्ही मला जे जे चांगलं म्हणालात त्यासाठी धन्यवाद.'' असं म्हणून ती बाहेर गेली.

प्वारो स्वतःशीच पुटपुटला, ''मला यश मिळो असं म्हणतेस? ओऽह! पण तुला खूपच खात्री आहे की, मला यश मिळणार नाही! हो, तुला पूर्ण खात्री आहे आणि त्यामुळे मला फार वैताग येतोय.''

जरा चिडूनच त्याने घंटा वाजवली आणि मिस लिओनीला बोलवायला सांगितलं.

ती शालीनपणे दारात घुटमळत असताना त्याने कौतुकाने तिच्यावरून नजर फिरवली. तिने काळे कपडे घातले होते आणि तिच्या कुरळ्या काळ्या केसांचा नीट भांग पाडलेला होता. तिची नजर नम्रपणे खाली झुकलेली होती. त्याने पसंतीदर्शक मान डोलावली.

''ये लिओनी,'' तो म्हणाला, ''घाबरू नकोस.''

ती आत येऊन नम्रपणे त्याच्या समोर उभी राहिली.

अचानक आपला आवाज बदलत प्वारो म्हणाला, ''तुला माहितेय, तू खूप सुंदर आहेस असं मला वाटतं.''

लिओनीने लगेचच प्रतिसाद दिला. प्वारोकडे एक तिरपा कटाक्ष टाकत ती पुटपुटली, ''मिस्टर, तुम्ही खूपच प्रेमळ आहात.''

''ते तूच ठरव. मी मिस्टर कार्लाइलला विचारलं की, तू सुंदर आहेस की नाही, त्यावर तो म्हणाला की, त्याला माहीत नाही!'' प्वारो म्हणाला.

लिओनीने रागाने मान ताठ केली. ''हुं! तो एक पात्रच आहे!'' ती फणकारली.

''खरंय, हे वर्णन त्याला शोभतं.''

''मला नाही वाटत त्याने आयुष्यात एकाही मुलीकडे मान वर करून पाहिलं असेल.''

''कदाचित नसेल. बिचारा! किती काय काय गोष्टींना मुकलाय तो; पण या घरात इतर काही जण आहेत जे सौंदर्याचे भोक्ते आहेत, हो ना?''

''काय? तुम्हाला काय म्हणायचंय ते मला खरंच कळलं नाही.''

''नाही, मिस लिओनी, मी काय म्हणतोय ते तुला चांगलंच माहीत आहे. काल तू भूत दिसल्याची एक छान गोष्ट रचून सांगितलीस. ज्या क्षणी मला कळलं की, तुझे हात डोक्यावर होते, तेव्हा मला कळलं की भूतबित काही नसणार. जर एखादी मुलगी तितकी घाबरली, तर ती छातीवर हात ठेवेल किंवा किंकाळी दाबायला तोंडावर दोन्ही हात धरेल; पण जर तिचे हात डोक्यावर असतील, तर त्याचा अर्थ पूर्ण वेगळा होतो. *त्याचा अर्थ होतो की, तिचे केस विस्कटले आहेत आणि ती घाईघाईने ते पुन्हा ठीकठाक करते आहे!* तर मिस लिओनी, खरं खरं काय ते सांग. तू पायऱ्यांवर असताना का किंचाळलीस?''

''पण मिस्टर, खरंच मी पांढरं घातलेली एक आकृती पाहिली...''

''मिस, माझ्या बुद्धीचा अपमान करू नकोस. ती रचलेली गोष्ट मिस्टर कार्लाइलसाठी पुरेशी असेल; पण एर्क्युल प्वारोसाठी नाही. खरी गोष्ट अशी आहे की, नुकतंच कोणीतरी तुझं चुंबन घेतलं. बरोबर ना? आणि माझा अंदाज असा आहे की, तो रेजी कॅरिंग्टन होता.''

लिओनीने न लाजता त्याच्या नजरेला नजर भिडवली.

"हं; पण शेवटी एक चुंबन घेतलं तर काय फरक पडतो!" ती म्हणाली.

"हो ना, काय फरक पडतो!" प्वारोने तिला अनुमोदन दिलं.

"तुम्हाला सांगते, तो तरुण मागून आला आणि त्याने अचानक माझ्या कमरेला पकडलं, त्यामुळे अर्थातच मी दचकले आणि किंचाळले. मला जर आधी कळलं असतं तर मी नक्कीच किंचाळले नसते."

"नक्कीच."

"पण तो तर एखाद्या मांजरागत माझ्या अंगावर आला. तेवढ्यात ते अभ्यासिकेचं दार उघडलं आणि तो सचिव बाहेर आला. त्याबरोबर तो तरुण गुपचूप वर पळाला आणि मी मात्र मूर्ख बनून तिथे अडकले. अर्थातच मला काहीतरी करणं भाग होतं... खासकरून... त्याच्यासारखा तरुण मनुष्य समोर असताना!"

"म्हणून तू भुताची गोष्ट रचलीस?"

"हो सर. मला तेवढंच सुचलं. एक उंच आकृती. पूर्ण पांढऱ्या कपड्यातली, तरंगती. मला माहितेय ही गोष्ट मूर्ख आहे; पण मी काय करणार?"

"काही नाही. ठीकंय, आता मला सगळं कळलंय. मला पहिल्यापासून हा संशय होता."

लिओनीने त्याच्याकडे एक आव्हानात्मक कटाक्ष टाकला.

"तुम्ही किती हुशार आहात! आणि किती प्रेमळ!"

"या रात्रीच्या प्रकाराबाबत कुठेही वाच्यता करून मी तुला शरमिंदश करणार नाही, त्यामुळे तू त्या बदल्यात माझ्यासाठी काहीतरी करशील?"

"अगदी मनापासून करेन, मिस्टर."

"तुला तुझ्या बाईसाहेबांच्या प्रकरणांबद्दल किती माहिती आहे?"

त्या मुलीने खांदे उडवले. "फार नाही; पण मला काहीएक अंदाज आला आहे."

"काय अंदाज?"

"एक म्हणजे माझ्या बरोबर लक्षात आलंय की, मॅडमचे सगळे मित्र हे एक तर सैनिक किंवा खलाशी किंवा हवाई दलातले असतात. मग आणखी इतरही काही मित्र असतात... परदेशी गृहस्थ, जे अतिशय गुप्तपणे तिला भेटायला येतात. मॅडम खूप सुंदर आहे; पण मला नाही वाटत अजून फार काळ तिचं सौंदर्य टिकेल. तरुणांना अजूनही ती आकर्षक वाटते. मला वाटतं की, ते कधी कधी तिला नको तितक्या गोष्टी सांगून टाकतात; पण ही केवळ माझी कल्पना आहे हं. मॅडम स्वतः माझ्यापाशी काहीच बोलत नाही."

''म्हणजे तुला मला हे सांगायचंय का की, तुझी मॅडम एकटीनेच सगळं करते?''

''हो, बरोबर.''

''म्हणजेच थोडक्यात, मला तुझी मदत होणार नाही.''

''बहुधा नाही, मिस्टर. मला शक्य असतं, तर नक्की केली असती.''

''मला सांग, आज तुझी मॅडम चांगल्या मूडमध्ये आहे?''

''अगदी चांगल्या.''

''ती खूश होईल असं काही घडलंय का?''

''ती इथे राहायला आल्यापासूनच चांगल्या मूडमध्ये आहे.''

''लिओनी, तुला काय ते माहीत असायला हवं.''

''हो, मिस्टर. माझी अजिबात चूक होत नाहीये. मला मॅडमचे सगळे मूड माहीत आहेत. ती फारच खुशीत आहे,'' लिओनी प्वारोला गुपित सांगत असल्यासारखी म्हणाली.

''अगदी विजय मिळवल्यासारखी खूश?''

''हो, अगदी हाच शब्द मी शोधत होते!''

प्वारोने उदासपणे मान डोलावली.

''मला ती सहनच होत नाही; पण ते अटळ आहे, मला वाटतं. ठीकंय. थँक्यू मिस. इतकंच विचारायचं होतं.''

लिओनीने त्याच्याकडे मादक कटाक्ष टाकला.

''थँक्यू मिस्टर. मला जर तुम्ही जिन्यात भेटलात, तर मी किंचाळणार नाही, याची खात्री बाळगा.''

प्वारो आपला आब राखत म्हणाला, ''मुली, मी वयाने फारच मोठा आहे. मी असल्या गोष्टी कशा काय करेन!''

पण यावर उच्छृंखलपणे हसत, लिओनी खोलीतून बाहेर पडली.

प्वारो सावकाशपणे येरझारा घालू लागला. त्याचा चेहरा गंभीर आणि चिंताक्रांत झाला होता.

शेवटी तो म्हणाला, ''आता लेडी ज्यूलिया... काय बरं सांगेल ती?''

लेडी ज्यूलिया शांतपणे, आत्मविश्वासपूर्वक खोलीत आली. मान तुकवून अभिवादन करत प्वारोने मागे ओढलेल्या खुर्चीत ती बसली. ती तिच्या हळू, खानदानी आवाजात बोलू लागली.

''लॉर्ड मेफील्ड म्हणाला की, तुला मला काही प्रश्न विचारायचे आहेत.''

''हो, मॅडम. काल रात्रीबद्दल.''

''हं. काय?''

''ब्रिज खेळून झाल्यावर तू काय केलंस?''

''माझ्या नवऱ्याचं मत होतं की, आणखी एक डाव खेळायला खूप उशीर झाला आहे. मग मी झोपायला गेले.''

''आणि मग?''

''मग? झोपले.''

''इतकंच?''

''हो. मी तुला फार काही महत्त्वाचं सांगू शकेन असं वाटत नाही. ही... चोरी... कधी झाली?'' तिने जरा चाचरत विचारलं.

''तू वर खोलीत गेल्यानंतर लगेचच.''

''अच्छा आणि नक्की काय चोरीला गेलंय?''

''काही खासगी कागदपत्रं.''

''महत्त्वाची होती?''

''अत्यंत महत्त्वाची.''

तिच्या कपाळावर आठी पडली. ती म्हणाली, ''ही कागदपत्रं... मौल्यवान होती का?''

''हो मॅडम. त्यांच्याकरता भरपूर रक्कम मिळू शकेल.''

''अच्छा.''

क्षणभरानंतर प्वारो म्हणाला, ''तुझ्या पुस्तकाचं काय?''

''माझं पुस्तक?'' तिने गोंधळून विचारलं.

''हो. मिसेस व्हँडरलिन म्हणाली की, तुम्ही तिघी बायका बैठकीच्या खोलीतून बाहेर पडल्यानंतर तू पुन्हा पुस्तक आणायला खाली आली होतीस.''

''हो, हो. मी आले होते.''

''म्हणजे याचा अर्थ, तू थेट झोपायला गेली नाहीस. तू पुन्हा बैठकीच्या खोलीत आली होतीस?''

''हो, खरंय. मी विसरले होते.''

''तू बैठकीच्या खोलीत असताना तुला कोणाची किंकाळी ऐकू आली?''

''नाही... हो... मला नाही वाटत.''

''नक्कीच मॅडम, तुला ती बैठकीच्या खोलीत ऐकू यायलाच हवी.''

लेडी ज्यूलिया ताठ मानेने ठामपणे म्हणाली, ''मला काहीही ऐकू आलं नाही.''

प्वारोने आपल्या भुवया उंचावल्या; पण तो काही बोलला नाही.

दोघांमध्ये अवघडलेली शांतता पसरली. अचानक लेडी ज्यूलियाने विचारलं.

''याबद्दल काय करण्यात येतंय?''

''काय करण्यात येतंय? म्हणजे मला समजलं नाही.''

''म्हणजे या चोरीबद्दल. पोलीस काहीतरी तर करत असतील ना.''

प्वारोने मान हलवली. ''पोलिसांना बोलावलेलं नाही. मीच हे हाताळतो आहे.''

ती त्याच्याकडे एकटक पाहत राहिली. तिचा अस्वस्थ चेहरा तणावात दिसत होता. तिचे गडद डोळे प्वारोला नजरेनेच जोखत होते; पण प्वारोचा चेहरा कोरा होता.

शेवटी तिने हरल्यागत आपली नजर खाली झुकवली.

''काय करण्यात येतंय हे तू मला सांगू शकत नाहीस, हो ना?''

''मॅडम, मी इतकंच सांगू शकतो की, मी सर्व शक्यता तपासून पाहतो आहे.''

''चोराला पकडण्यासाठी... की कागद परत मिळवण्यासाठी?''

''कागद परत मिळवणं जास्त महत्त्वाचं आहे, मॅडम.''

अचानक तिचे भाव पालटले. ताण निवळून ती कंटाळल्यागत आणि निर्जीव दिसू लागली.

''हं. मला वाटलंच होतं,'' ती बेफिकिरीने म्हणाली.

पुन्हा काही क्षण कोणीच बोललं नाही.

मग ती म्हणाली, ''आणखी काही आहे का मिस्टर प्वारो?''

''नाही मॅडम. आता मी तुला थांबवून ठेवणार नाही.''

''थँक्यू.''

त्याने तिच्याकरता दार उघडलं. ती त्याच्याकडे न पाहताच बाहेर निघून गेली.

प्वारो शेकोटीपाशी आला आणि त्याने तिथे मांडलेल्या शोभेच्या वस्तू पुन्हा नीट मांडल्या. तो तेच काम करत असताना लॉर्ड मेफील्ड फ्रेंच विंडोमधून आत आला.

''मग?'' लॉर्ड मेफील्डने विचारलं.

''मग काय! चांगल्या प्रकारे, जसं हवं तसं सगळं घडतंय.''

लॉर्ड मेफील्ड त्याच्याकडे एकटक पाहत म्हणाला, ''तू खूश दिसतोयस.''

''नाही, मी खूश झालो नाहीये; पण समाधानी आहे.''

''खरंच मिस्टर प्वारो, मला तुझं काही कळतच नाही.''

''तुला वाटतं तसा मी भोंदू नाहीये.''

''मी कधीच म्हणालो नाही...''

"नाही; पण तुझ्या मनात तो *विचार* येऊन गेला! काही हरकत नाही. मी रागावलो नाहीये. काही वेळा मला एक विशिष्ट प्रकारे भूमिका घ्यावी लागते."

लॉर्ड मेफील्डने त्याच्याकडे साशंकतेने पाहिलं. जरा अविश्वासानेच. त्याला एर्क्युल प्वारो हा मनुष्य समजलाच नव्हता. त्याला खरं तर प्वारोचा तिरस्कार करायचा होता; पण त्याला त्याच वेळी असंही समजत होतं की, हा वेडा वाटणारा लहानसा मनुष्य जितका कुचकामी वाटतोय, तितका नक्कीच नाहीये. लॉर्ड मेफील्ड कोणत्याही व्यक्तीतल्या क्षमता लगेचच ओळखायचा.

"ठीकंय. आम्ही सगळं तुझ्यात हाती सोपवलंय. आता पुढे काय करायचं असा तुझा सल्ला आहे?" त्याने विचारलं.

"तू तुझ्या पाहुण्यांना परत पाठवून देऊ शकतोस?"

"हं, मला वाटतं तसं करता येईल... या प्रकरणाच्या संबंधात मला लंडनला लगेचच जावं लागणार आहे, असं मी त्यांना सांगतो. मग ते निघायच्या गोष्टी करतील."

"फारच छान. असंच करायचा प्रयत्न कर."

लॉर्ड मेफील्ड जरा अडखळत म्हणाला, "तुला नाही वाटत की...?"

"मला अगदी असं वाटतं की, हेच करणं योग्य ठरेल."

लॉर्ड मेफील्डने मग खांदे उडवले.

"ठीकंय. तू म्हणतोच आहेस तर..." असं म्हणून तो बाहेर गेला.

दुपारच्या जेवणानंतर पाहुणे मंडळी निघाली. मिसेस व्हँडरलिन आणि मिसेस मॅकॅटा ट्रेनने जाणार होत्या. कॅरिंग्टनकडे स्वतःची गाडी होती. मिसेस व्हँडरलिनने तिच्या यजमानाला अगदी छान पद्धतीने निरोप दिला, तेव्हा प्वारो हॉलमध्ये उभा होता.

"तुला ही चिंता सतावते आहे हे फारच वाईट झालं! मला आशा आहे की, तुझं सगळं काही ठीक होईल. मी कोणालाही एक शब्दही बोलणार नाही बरं का!" असं म्हणून तिने त्याचा हात हातात घेऊन दाबला. मग तिला स्टेशनवर घेऊन जाणाऱ्या रोल्स रॉइसकडे ती गेली. मिसेस मॅकॅटा आधीच आत बसली होती. तिने तुटकपणे आणि काहीही दयामाया न दाखवता निरोप घेतला होता.

समोर चालकाच्या शेजारी बसणारी लिओनी अचानक धावत हॉलमध्ये आली.

"मॅडमची प्रसाधनांची पेटी! ती गाडीत नाहीये!" ती उद्गारली.

मग घाईघाईने शोधण्यात आलं. शेवटी लॉर्ड मेफील्डला ती पेटी एका मोठ्या ओक लाकडाच्या कपाटाच्या सावलीत ठेवलेली सापडली. हिरव्या रंगाची ती पेटी सापडल्यावर लिओनी आनंदाने चीत्कारली आणि घाईघाईने ती पेटी घेऊन गेली.

मग मिसेस व्हँडरलिन गाडीच्या खिडकीतून बाहेर डोकं काढत म्हणाली, ''लॉर्ड मेफील्ड, लॉर्ड मेफील्ड, हे पत्र तू पोस्टात टाकशील का तुझ्या इतर पत्रांसोबत?'' ती एक पत्राचं पाकीट त्याच्या हाती देत म्हणाली, ''मी गावात जाऊन पोस्ट करेन म्हणून माझ्या जवळ ठेवून दिलं, तर नक्की विसरेन. माझ्या बॅगेत अशी पत्रं कितीतरी दिवस पडून राहतात.''

सर जॉर्ज कॅरिंग्टन सारखा घड्याळात बघत होता. तो वेळेचा अतिशय पक्का होता.

''किती उशीर करतायत हे लोक, काळजी घेतली नाही तर ट्रेन सुटेल त्यांची,'' तो पुटपुटला.

त्याची बायको वैतागाने त्याला म्हणाली, ''अरे जाऊ दे ना जॉर्ज. त्यांना गाडी पकडायची आहे, आपल्याला नाही!''

त्याने जरा घुश्शातच तिच्याकडे कटाक्ष टाकला. शेवटी एकदाची ती रोल्स रॉइस निघून गेली.

तेवढ्यात रेजी त्यांची गाडी घेऊन पुढच्या दारापाशी आला. ''सगळं तयार आहे, बाबा,'' तो म्हणाला.

नोकरांनी कॅरिंग्टन कुटुंबाचं सामान बाहेर आणायला सुरुवात केली. रेजीने ते सगळं सामान डिकीमध्ये ठेवून घेतलं.

प्वारो दारातून बाहेर येऊन ते सगळं पाहू लागला.

अचानक कोणीतरी त्याचा दंड पकडला. लेडी ज्यूलिया चिंतित आवाजात त्याच्या कानात कुजबुजली, ''मिस्टर प्वारो... मला तुझ्याशी बोललंच पाहिजे... लगेच.''

तिने त्याला एका लहानशा खोलीत नेलं आणि दार लावून घेतलं. त्याच्या अगदी जवळ येऊन ती म्हणाली, ''तू आधी म्हणालास ते खरं आहे ना?... की ती कागदपत्रं परत मिळणं लॉर्ड मेफील्डसाठी सगळ्यात महत्त्वाचं आहे?''

प्वारो कुतींहलाने तिच्याकडे पाहत होता.

''खरं आहे, मॅडम.''

''जर... जर ते कागद तुला परत पाठवले गेले, तर तू ते लॉर्ड मेफील्डला देशील? आणि कोणतेही प्रश्न विचारले जाणार नाहीत ना?''

''तुला नक्की काय म्हणायचंय ते मला समजत नाहीये.''

''तुला कळलंच पाहिजे. तुला सगळं समजत असणार! मला माहितेय. मी असं सुचवतेय की... की तो चोर अनामिकच राहिला पाहिजे... कागदपत्रं परत मिळाल्यानंतर.''

प्वारोने विचारलं, ''कागदपत्रं परत कधी मिळतील मॅडम?''

''पुढच्या बारा तासांच्या आत नक्की.''

''तू तसं वचन देऊ शकशील?''

''मी वचन देते.''

प्वारो काहीच बोलला नाही, ते पाहून ती तातडीच्या स्वरात म्हणाली, ''याची कुठेही वाच्यता होणार नाही ना?''

यावर तो अत्यंत गंभीरपणे म्हणाला, ''हो, मॅडम. मी तशी खात्री देतो.''

''तसं असेल, तर मग सगळी व्यवस्था करते मी.''

ती अचानक खोलीतून निघून गेली. मिनिटभरात त्यांची गाडी दूर गेल्याचा प्वारोला आवाज आला.

तो हॉलमधून पलीकडे जाऊन अभ्यासिकेत गेला. तिथे लॉर्ड मेफील्ड बसला होता. प्वारो येताच त्याने मान वर करून पाहिलं.

''मग?'' त्याने विचारलं.

प्वारो दोन्ही हात पसरत म्हणाला, ''केस संपलेली आहे, लॉर्ड मेफील्ड.''

''काय?''

प्वारोने लेडी ज्यूलियासोबतचं सगळं संभाषण जसंच्या तसं सांगितलं.

लॉर्ड मेफील्ड थक्क होऊन प्वारोकडे पाहत होता.

''पण याचा अर्थ काय? मला समजलं नाही.''

''अर्थ उघड आहे, नाही? लेडी ज्यूलियाला माहीत आहे की कागद कोणी चोरले.''

''म्हणजे तू म्हणतोयस की, तिनेच ते घेतलेले नाहीत?''

''अजिबात नाही. लेडी ज्यूलिया जुगारी असेल; पण ती चोर नक्कीच नाही; पण ज्या अर्थी ती कागद परत देण्याचं वचन देते आहे, त्या अर्थी ते कागद तिच्या नवऱ्याने किंवा मुलाने चोरले असणार. आता सर जॉर्ज तर तुझ्या सोबतच गच्चीत होता म्हणजे उरला तिचा मुलगा. मला वाटतं काल रात्री काय काय घडलं असेल ते मी तपशिलात सांगू शकतो. लेडी ज्यूलिया काल रात्री तिच्या मुलाच्या खोलीत गेली; पण तो तिथे नव्हता. त्याला शोधत ती खालच्या मजल्यावर आली; पण तिला तो दिसला नाही. सकाळी तिला चोरीचं कळलं आणि हेही कळलं की, तिच्या मुलाने सांगितलं की तो थेट झोपायला गेला होता आणि *रात्रभर खोलीतच होता*. तो खोटं बोलतोय हे तिला माहीत होतं. शिवाय आपल्या मुलाची आणखी एक गोष्ट तिला माहीत होती. तिला माहीत होतं की, तो मनाने कमजोर आहे, त्याला पैशांची अतिशय गरज आहे. मिसेस व्हँडरलिनकडे तो कसा वेड्यासारखा आकर्षित झालाय हेही तिने पाहिलंय. तिला सगळं काही स्पष्ट होतं. मिसेस व्हँडरलिनने रेजीला ते कागद चोरायला भाग पाडलं; पण लेडी ज्यूलिया आपली

भूमिका नीट निभावणार आहे. ती रेजीला नीट हाताळून कागद परत मिळवेल आणि आपल्याला पाठवेल.''

''पण हे सगळं अशक्यच वाटतंय!'' लॉर्ड मेफील्ड ओरडला.

''हो, ते अशक्यच आहे; पण लेडी ज्यूलियाला ते माहीत नाही ना. मला एर्क्युल प्वारोला जे माहीत आहे, ते तिला माहीत नाहीये आणि ते हेच की रेजी कॅरिंग्टन काल रात्री कागदपत्रं चोरी करत नव्हता, तर तो मिसेस व्हँडरलिनच्या फ्रेंच नोकराणीशी प्रेमाचे चाळे करायला गेला होता.''

''काय गडबडगुंता आहे हे प्रकरण म्हणजे!''

''अगदी बरोबर.''

''आणि ही केस अजिबातच संपलेली नाहीये!''

''नाही, ही केस संपलेली आहे. *मला, एर्क्युल प्वारोला सत्य समजलेलं आहे*. तुझा माझ्यावर विश्वास नाही? प्लॅन्स कुठे आहेत ते मला माहीत आहे असं मी काल म्हणालो, तेव्हाही तुझा माझ्यावर विश्वास बसला नाही; पण मला खरंच माहीत होतं. ते प्लॅन्सचे कागद जवळपासच होते. अगदी हाताशी.''

''कुठे?''

''ते तुझ्या खिशात होते, माय लॉर्ड.''

क्षणभर लॉर्ड मेफील्ड काहीच बोलला नाही, मग तो म्हणाला, ''तू काय बोलतोयस ते तुला खरंच कळतंय का मिस्टर प्वारो?''

''हो. मला हे माहीत आहे की, मी एका अत्यंत हुशार मनुष्याशी बोलतोय. सुरुवातीपासूनच मला एका गोष्टीची काळजी वाटत होती. ती म्हणजे तुला दूरचं नीट दिसत नसूनही एका मनुष्याची आकृती पाहिल्याचं तू ठामपणे सांगत राहिलास. कारण, तुला ते सोईस्कर स्पष्टीकरण सगळ्यांनी स्वीकारायला हवं होतं; पण का? नंतर एकेक करून मी घरातल्या प्रत्येक सदस्यावरचा संशय दूर करत गेलो. मिसेस व्हँडरलिन वरच्या मजल्यावर होती. सर जॉर्ज तुझ्याच सोबत गच्चीवर होता. रेजी कॅरिंग्टन त्या फ्रेंच मुलीसोबत जिन्यावर होता. मिसेस मॅकॅटा तिच्या खोलीत झोपलेली होती. हेही खरं आहे, कारण तिचं घोरणं शेजारच्या खोलीतल्या हाउसकीपरने ऐकलं होतं! लेडी ज्यूलियाला खात्रीच वाटत होती की, तिचा मुलगा अपराधी आहे, त्यामुळे दोनच शक्यता उरल्या. एक तर कार्लाइलने ते कागद टेबलावर ठेवलेच नाहीत आणि स्वतःच्याच खिशात ठेवले; पण ही शक्यता तितकी व्यवहार्य नाही. कारण, तू स्वतःच म्हणालास तसं, तो कधीही त्याच्या कॉपीज बनवून घेऊ शकला असता किंवा दुसरी शक्यता म्हणजे तू टेबलाशी गेलास, तेव्हा ते कागद तिथेच होते आणि मग ते एकाच ठिकाणी जाऊ शकतात. तुझ्याच खिशात! ती शक्यता गृहीत धरली तर सगळ्या गोष्टी बरोबर बसत होत्या. सगळं काही स्पष्ट झालं. ती आकृती

पाहिल्याचं तू ठासून सांगणं, कार्लाइल निरपराध असल्याचं ठामपणे म्हणणं, मला बोलवायला तू तयार नसणं...

‘‘एका गोष्टीमुळे मात्र मी गोंधळात पडलो होतो. चोरीमागचा हेतू. मला पूर्ण खात्री वाटत होती की, तू एक प्रामाणिक मनुष्य आहेस, नीतिमान आहेस म्हणूनच जेव्हा मी निरपराध कार्लाइलवर संशय घेत होतो, तेव्हा तू चिंतित झालास. त्यातून तुझी सचोटी दिसत होती. आणखी एक गोष्ट उघड होती, ती म्हणजे प्लॅन्स चोरीला गेले, तर तुझ्या कारकिर्दीसाठी ते अतिशय वाईट परिणाम करणारं ठरणार होतं. मग ही पूर्णतः अव्यवहार्य चोरी कशासाठी घडवून आणली गेली? शेवटी एकदाचं मला त्याचं उत्तर सापडलं. काही वर्षांपूर्वी तुझ्या कारकिर्दीवर एक संकट आलं होतं. त्या वेळी त्या विशिष्ट सत्तेशी तुझा काही संबंध नाही, असं पंतप्रधानांनी खात्रीपूर्वक जगाला सांगितलं होतं. मी असा अंदाज बांधला की, ते पूर्णपणे खरं नसणार... कदाचित त्या गोष्टीचा काहीतरी नोंदरूपी पुरावा मागे उरला असणार. कदाचित, एखादं पत्र असेल. त्यातून कदाचित ही गोष्ट उघड झाली असती की, तू जे सार्वजनिकरीत्या नाकारलंस ते खरं तर *सत्य* होतं. त्या वेळी तू ते नाकारणं हे जनहिताच्या धोरणाकरता आवश्यक होतं; पण कोणताही सामान्य मनुष्य त्याकडे तसं पाहील की नाही हे सांगता येत नाही. त्याचा अर्थ असाही होऊ शकतो की, ज्या क्षणी तुझ्या हाती सर्वोच्च सत्ता देऊ केली जाऊ शकते, त्याच क्षणी भूतकाळातल्या कोणत्या तरी मूर्ख घटनेच्या पडसादांनी ते सगळं होत्याचं नव्हतं होऊ शकतं.

‘‘मला वाटतं की, ते पत्र एका विशिष्ट सरकारने जपून ठेवलेलं होतं आणि त्या सरकारने तुझ्याशी एक सौदा करण्यासाठी विचारणा केली. नवीन बॉम्बरचे प्लॅन्स तू त्यांना दिलेस, तर ते तुला ते पत्र परत देतील. काही जणांनी याला नकार दिला असता; पण तू दिला नाहीस! तू या सौद्याला तयार झालास. या प्रकरणामध्ये मिसेस व्हँडरलिन तुमच्या मधला एजंट होती. या कागदपत्रांची अदलाबदली करण्यासाठीच तिला इथे पाठवण्याची व्यवस्था करण्यात आली होती. मिसेस व्हँडरलिनला सापळ्यात अडकवण्यासाठी तू अजून काही ठोस योजना आखली नाहीयेस, असं जेव्हा तू कबूल केलंस, तेव्हा तू उघडा पडलास, त्यामुळेच तू तिला इथे आमंत्रित करायचं कारण अगदीच फुसकं ठरलं.

‘‘ही चोरीची योजना तूच आखलीस. चोर तुला गच्चीवरून पळून जाताना दिसला असं नाटक केलंस... जेणेकरून कार्लाइलवर संशय येणार नाही. जरी तो खोलीतून बाहेर गेलाच नसता, तरी टेबल खिडकीच्या इतकं जवळ आहे की, कार्लाइल तिजोरीपाशीच असताना, त्याची पाठ टेबलाकडे असताना चोर टेबलावरून प्लॅन्स घेऊन पळून जाऊ शकला असता. तू टेबलाशी चालत गेलास, ते प्लॅन्स स्वतःकडेच लपवलेस आणि आधीच ठरल्याप्रमाणे, नंतर कधीतरी ते मिसेस व्हँडरलिनच्या प्रसाधनांच्या पेटीत ठेवून दिलेस. त्याबदल्यात तिने तुला ते कुप्रसिद्ध

पत्र दिलं. तेही तिचं स्वतःचं पत्र तुला पोस्टात टाकायला सांगण्याच्या बहाण्याने तुझ्याकडे सुपुर्द केलं.''

प्वारो बोलायचा थांबला.

लॉर्ड मेफील्ड म्हणाला, ''तुला सगळंच बरोबर समजलं आहे, मिस्टर प्वारो. मी अतिशय घृणास्पद, नालायक मनुष्य आहे, असं तुला नक्कीच वाटत असणार.''

प्वारोने हातानेच त्याला थांबवलं. तो म्हणाला, ''नाही, नाही, लॉर्ड मेफील्ड. मी म्हणालो तसं, तू अतिशय हुशार मनुष्य आहेस. काल रात्री आपण इथेच बोलत होतो, तेव्हा माझ्या अचानक लक्षात आलं... तू उत्तम अभियंता आहेस. मला वाटतं त्या बॉम्बरच्या तपशिलात अतिशय बारीकसारीक काहीतरी बदल केलेले असणार आहेत. ते इतके कौशल्याने आणि हुशारीने केलेले असतील की, जेव्हा ते बॉम्बर अयशस्वी ठरेल तेव्हा त्याचं कारणच कोणाला उमगणार नाही. त्या विशिष्ट परदेशी सत्तेला ते यंत्र सपशेल चुकीचा प्रयोग वाटेल... ते निराश होतील. याची मला खात्री आहे.''

पुन्हा काही क्षण शांतता पसरली. मग लॉर्ड मेफील्ड म्हणाला, ''मिस्टर प्वारो, तू फार म्हणजे फारच बुद्धिमान आहेस. मी एकाच गोष्टीवर तुला विश्वास ठेवायला सांगतो. माझा स्वतःवर विश्वास आहे. भविष्यात इंग्लंडला ज्या संकटांना सामोरं जावं लागणार आहे, त्या कठीण काळात मी माझ्या देशाचं चांगल्या पद्धतीने नेतृत्व करू शकतो, मार्गदर्शन करू शकतो, यावर माझा विश्वास आहे. माझ्या देशाला योग्य दिशेने पुढे नेण्यासाठी माझ्या हाती सूत्रं असण्याची खरोखर गरज आहे असं जर मला प्रामाणिकपणे वाटत नसतं, तर मी जे काही केलं ते कधीच केलं नसतं... मी आता एका दगडात दोन पक्षी मारले आहेत.... एका हुशार युक्तीने स्वतःलाही वाचवलं आहे.''

''माय लॉर्ड,'' प्वारो म्हणाला, ''जर तू एका दगडात दोन पक्षी मारू शकत नसतास, तर तू चांगला राजकारणी झालाच नसतास!''

अनुवादक परिचय

लेखक, अनुवादक आणि संपादक म्हणून प्रणव सखदेव हे मराठी साहित्य वर्तुळात सुपरिचित आहेत. त्यांचे दोन कथासंग्रह आणि दोन कादंबऱ्या प्रकाशित असून त्यांना वाचकांचा उत्स्फूर्त प्रतिसाद लाभला आहे. विविध दैनिकांमधून, नियतकालिकांमधून आणि दिवाळी अंकांमधून त्यांचं लेखन प्रकाशित होत असतं. याशिवाय त्यांनी अ‍ॅलेक्झांडर ड्यूमास, एच.जी. वेल्स, एपीजे अब्दुल कलाम, जेरी पिंटो यांसारख्या मान्यवर लेखकांची पुस्तकं मराठीत अनुवादित केली आहेत. २०१५-१६ या वर्षाकरिता त्यांना अनुवादासाठी कुसुमाग्रज प्रतिष्ठान, नाशिक यांची अभ्यासवृत्ती मिळाली होती.